KHUYÊN NGƯỜI BỎ SỰ GIẾT HẠI

KHUYÊN NGƯỜI BỎ SỰ GIẾT HẠI
(AN SĨ TOÀN THƯ - TẬP 3/5)

NGUYỄN MINH TIẾN
dịch và chú giải

NGUYỄN MINH TIẾN
Việt dịch và chú giải

KHUYÊN NGƯỜI BỎ SỰ GIẾT HẠI

Nguyên tác: Vạn thiện tiên tư

NHÀ XUẤT BẢN LIÊN PHẬT HỘI
UNITED BUDDHIST PUBLISHER

Lời nói đầu

Giáo huấn của các bậc thánh nhân, tuy nói rằng đại thể đều như nhau, nhưng pháp Phật quả thật vượt trội hơn hết. Không cần phải xét đến ý nghĩa sâu xa uyên áo, chỉ ngay nơi việc đức Phật chế định giới không giết hại đã có thể khẳng định chắc chắn ngài là bậc thánh của các vị thánh, không ai có thể sánh kịp.

Đã là con người thì dù sáng suốt hay ngu muội, ai ai cũng xem việc bị giết hại là nỗi khổ lớn nhất, mà được duy trì sự sống là ân đức lớn nhất. Cho nên, luận về tội ác nặng nề thì không gì hơn tội giết hại, mà phước báu lớn nhất thì không gì hơn ngăn cản việc giết hại.

Hết thảy loài vật đều tham sống sợ chết, tìm chỗ an ổn, tránh chỗ nguy hại, so với tâm lý con người không khác! Thế mà những từ ngữ nói đến sự giết hại loài vật để phục vụ việc ăn uống lại thấy lẫn lộn dẫy đầy trong kinh thư, sách truyện của Nho gia, khiến người ta xem mãi cũng thành quen, rồi cho là việc đương nhiên phải vậy.

Nếu không có bậc Đại Hùng[1] rủ lòng thương xót chúng sinh mà trước tiên chế định giới cấm, thống thiết răn dạy, thì đâu có ai

[1] Đại Hùng: một trong các danh xưng tôn kính chỉ đức Phật. Ngài được tôn xưng là bậc Đại Hùng, Đại Lực, Đại Từ Bi.

biết đến ý nghĩa "hết thảy chúng sinh đều sẵn tánh linh, hết thảy vạn vật đều đồng tánh thể"?

Nay các nhà Nho cũng nói đến việc thương yêu loài vật, nhưng tôi không hiểu nổi những việc như cắt xẻ, băm vằm... sao có thể nói là thương yêu được? Sách Nho dạy rằng: *"Chặt một cái cây, giết một con thú mà không đúng lúc, ấy là bất hiếu."* [1] Nhưng họ thật không biết rằng, hòa khí an ổn vẫn luôn tồn tại, vốn trong vũ trụ này không có bất kỳ thời điểm nào thích hợp cho việc giết hại cả! Mỗi khi có nạn hạn hán, lụt lội, triều đình cũng biết cấm tuyệt sự giết mổ để mong cảm động lòng trời, nhưng lúc bình thường lại buông thả khích lệ sự giết chóc, xâm hại hòa khí của đất trời, gieo mầm tai ương, cứ để yên như thế mà chẳng nói gì đến, tôi thật không biết phải hiểu điều ấy như thế nào?

Trong Kinh dạy rằng:[2] "Bậc Chuyển Luân Thánh Vương một khi xuất hiện ở thế gian, lập tức truyền lệnh khắp nơi, dứt trừ việc giết hại, khiến cho nhân dân trong cõi nước đều được được hưởng phước báu an vui, tuổi thọ lâu dài, thậm chí không bao giờ nghe đến những từ ngữ như chiến tranh, đói khổ."

Chúng ta không may sinh vào thời uế trược, đạo đức thế gian ngày càng suy thoái, các bậc tiên thánh nhìn thấy khuynh hướng giết hại sinh linh đã quá nặng nề, thật khó thay đổi, nên vạn bất đắc dĩ mới dạy rằng *"không nên giết hại quá nhiều"*. Nhưng rồi những lời ấy truyền lại qua sách vở, không khỏi bị những kẻ phàm tục tham ăn háo uống dựa vào đó để thỏa mãn lòng ham muốn, [tự cho rằng nếu giết hại không quá nhiều thì có thể chấp nhận được]. Nói ra thật khiến người ta không sao kiềm được sự thương xót bi ai.

---

[1] Câu này trích từ sách Lễ ký (禮記) của Nho gia. Nguyên văn: 斷一樹，殺一獸，不以其时，非孝也。- Đoạn nhất thọ, sát nhất thú, bất dĩ kỳ thời, phi hiếu dã."

[2] Nội dung này dựa theo phẩm Thập hồi hướng, kinh Hoa Nghiêm.

Bạn tôi là Tiên sinh Chu An Sĩ, thương xót cho đời nên viết ra sách này để thức tỉnh lương tâm mọi người, mong làm thay đổi khuynh hướng giết hại từ lâu nay. Tiên sinh biên soạn sách này, sưu tầm chọn lọc, giải thích rõ ràng, tâm thành trải bày trọn vẹn, công phu khó nhọc muôn phần, lại nêu những điều thấy biết xưa nay ở khắp chốn gần xa, dùng để phá bỏ những thuyết cổ hủ cố chấp của Nho gia, chỉ mong người đời xem qua liền tức thời tỉnh giấc mộng dài, căn bệnh trầm kha lập tức được trị dứt. Quả thật, sách này có thể xem như một tòa quang minh chói sáng giữa thế giới tham lam tàn độc ngày nay.

Người cùng chí hướng nên khuyến khích nhau khắc bản [sách này] in ấn lưu truyền. Luôn nhớ nghĩ đến việc không giết hại là giới cấm đầu tiên trong các giới, mà lòng nhân từ là căn bản của mọi điều lành. Đó là những điều các bậc thánh hiền đã thương xót dạy bảo rõ ràng, nên lấy tên sách là *"Vạn thiện tiên tư"*, có nghĩa là "nền tảng trước tiên của vạn điều lành".

Nên biết rằng, sách này hiện diện ở nơi nào, ắt sẽ được vô số các vị hiền thánh dùng chánh định từ bi mà hộ trì, chư thiên quỷ thần đều cung kính vây quanh, dùng các loại hương hoa rải xuống nơi ấy để cúng dường.

Người đồng hương, học nhân ở Ngũ Vân
Trương Lập Liêm, hiệu Băng Am[1]
Kính đề

[1] Cư sĩ Trương Lập Liêm (张立廉) sinh năm 1620, sống vào đời Thanh, tên tự là Hồng Nhất (鸿一), hiệu Băng Am (冰庵), thi đỗ Cử nhân vào niên hiệu Sùng Trinh thứ 9 (1636), là người học nhiều hiểu rộng, uyên thâm kinh điển.

QUYỂN MỘT

NHỮNG LỜI KHUYÊN VỀ NHÂN QUẢ PHẦN THƯỢNG

Lời khuyên nên đọc sách này[1]

Lòng nhân đứng đầu trong ngũ thường,[2] đức từ là trước hết trong muôn đức. Lớn lao tha y chỗ luận thuyết của Tam giáo,[3] tuy dùng lời khác biệt nhưng cùng nói lên một lẽ: *"Con người ai ai cũng yêu tiếc mạng sống, muôn vật loài nào cũng mong muốn được sinh tồn."*

Con gà thấy người làm bếp đến bắt thì hốt hoảng bay đậu lên cao để trốn tránh, con lợn nghe đồ tể ngã giá mua xong thì hai dòng nước mắt tuôn trào như suối. Cái chết sắp đến chúng đều biết rõ, chỉ vì miệng không thể nói ra lời. Bỗng dưng phải chịu nỗi thống khổ vì đao thớt băm vằm, ruột đứt từng đoạn khi mạng sống còn chưa dứt hẳn, dao sắc ngàn lượt cắt xẻ, nước sôi đun nấu trăm lần. Đem thân xác muôn loài cho vào cảnh dầu sôi lửa bỏng, lại lấy đó làm món ngon vật lạ trên bàn ăn của mình. Việc làm như thế nếu bảo là vô tội thì liệu có còn gì phải e sợ trời cao? Xưa nay những kẻ giết hại đều phải chịu xoay vòng báo ứng không sai.

---

1 Chương sách này là những điểm cốt yếu nhất của sự ngăn ngừa việc giết hại (Chú giải của soạn giả)

2 Ngũ thường: theo Khổng giáo là nhân, nghĩa, lễ, trí và tín.

3 Chỉ Nho giáo, Lão giáo và Phật giáo.

Từ khi tôi vừa mới trưởng thành, mắt nhìn thấy [những cảnh giết hại] sinh lòng thương xót vô cùng, liền thu thập sắp xếp những truyện tích xưa [khuyên răn việc giết hại], đến nay đã được một số rất nhiều. Tôi đã lập lời thề cứu khổ Ba đường,[1] nuôi chí nguyện ngày thêm kiên cố, [nên mới viết những truyện này ra để lưu hành khuyên người]. Khi đặt bút xuống lòng càng thêm thương cảm, mỗi chữ viết ra mỗi nghẹn ngào. [Lúc viết xong] muốn khắc bản in, nhưng phận nghèo không đủ sức mà việc quyên góp cũng không được dễ dàng, nên đành trì trệ mãi ba, bốn năm qua, nay mới in xong để lưu hành.

Xin có lời kính khuyên các bậc hiền giả thông đạt, nên lưu tâm đọc qua sách này.

Nghe lời thần khuyên được sống[2]

Mạnh Triệu Tường là người đất Giao Hà,[3] vào năm Nhâm Tý thuộc niên hiệu Vạn Lịch thứ 40, tham dự khoa thi Hương[4] trúng tuyển. Bỗng mắc bệnh đau lá lách, nằm mộng thấy đi đến âm phủ, gặp Diêm vương bảo: "Ông có phước lộc lớn, tuổi thọ lâu dài, chỉ vì giết hại sinh mạng quá nhiều thành tội, nay sẽ trừ vào phước thọ của ông. Nếu kể từ nay ông biết giữ giới không giết hại nữa mà làm việc phóng sinh, lại đem những lời nghe thấy trong giấc mộng này kể lại để khuyên người [làm lành] thì có thể chuộc được tội ấy."

Mạnh Triệu Tường vâng dạ hứa sẽ làm như vậy, nhưng tỉnh dậy rồi quên, không làm gì cả. Một đêm nọ lại mộng thấy như trước, trong lòng hết sức kinh sợ. Khi ấy vừa gặp lúc dự khoa thi Hội không đỗ, liền gấp rút quay về quê nhà thực hiện ngay những lời đã hứa. Ngay đêm hôm đó, căn nhà Mạnh Triệu Tường ngụ [ở

---

1 Chỉ ba đường ác, tức là các cảnh giới: địa ngục, ngạ quỷ, súc sanh.

2 Trích từ Mộng giác thiên (夢覺篇). (Chú giải của soạn giả.)

3 Thuộc tỉnh Hà Bắc.

4 Tức là năm 1612.

kinh thành] bị gãy cây đòn dông chính, cái giường ông từng nằm trước đây bị đè nát ra như bụi.

Mạnh Triệu Tường nhân đó liền viết lại sự việc này, khắc in thành sách *Mộng giác thiên* (夢覺篇) để khuyên người đời làm lành lánh dữ. Về sau, ông thi đỗ tiến sĩ, làm quan đến bậc khanh lý.

LỜI BÀN

Người đời hết thảy đều quen theo nếp cũ, do dự rụt rè mà ngập chìm trong lầm lỗi suốt cả một đời. Ông Mạnh Triệu Tường khi ấy nếu có chút mảy may do dự rụt rè, ắt đã phải nát thân cùng giường chiếu rồi, làm sao còn được hưởng phước về sau? Cho nên, sách *Mộng giác thiên* do ông kể lại chuyện đời mình quả đúng là có thể giúp cho người khác bừng tỉnh mộng.

Diêm chúa vâng làm theo việc thiện[1]

Trịnh Khuê người ở Tiền Đường,[2] có lần bị bệnh, nằm mộng thấy vị cử nhân[3] đã chết là Lục Dung Thành đến thăm, người theo hầu hạ còn nghiêm trang hơn cả lúc còn sống. Trịnh Khuê liền hỏi xem hiện đang làm chức vụ gì, Lục Dung Thành đáp: "Đang làm chức Quán Chánh[4] ở âm phủ." Nhân đó liền lấy ra hai quyển sách đưa tặng Trịnh Khuê. Quyển thứ nhất là *Hiếu nghĩa đồ*, quyển thứ hai là *Phóng sinh lục*.

Trịnh Khuê hỏi: "Quyển *Phóng sinh lục* này do Đại sư Liên Trì[5]

---

[1] Trích Cảm ứng thiên quảng sớ (感應篇廣疏). (Chú giải của soạn giả.)

[2] Thuộc tỉnh Chiết Giang.

[3] Nguyên tác dùng "hiếu liêm" (孝廉), là cách gọi khác chỉ người đã đỗ cử nhân. Cách gọi này được dùng trong 2 triều đại Minh, Thanh.

[4] Quán Chánh (觀政): chức quan này không có ở dương gian, nhưng cứ theo ý nghĩa mà hiểu thì vị này có lẽ làm công việc tra xét và sửa sang mọi việc cho chính đáng.

[5] Đại sư Liên Trì (1532-1612) người Hàng Châu, họ Thẩm, tự Phật Tuệ, hiệu Liên Trì. Đại sư trước tác khoảng hơn 30 tác phẩm, như Thiền Quan Sách Tấn, Phạm Võng Giới Sớ Phát Ẩn, A-di-đà Kinh Sớ Sao, Hoa Nghiêm Kinh Cảm ứng Lược Ký...

viết ra, ông ở dưới âm phủ làm sao có được?" Lục Dung Thành đáp: "Diêm chúa mỗi khi gặp những lời hay đẹp, những việc tốt lành ở chốn thế gian đều lệnh cho ghi chép lại, rồi ban bố lưu hành, vâng làm theo đó, chỉ sợ người ta không chịu tin nhận thôi. Nếu ông có thể vâng làm theo thì bệnh sẽ khỏi."

Trịnh Khuê tỉnh mộng liền đi tìm hai quyển sách ấy về đọc kỹ. Từ đó kiên trì giữ giới không giết hại vật mạng, quả nhiên được khỏi bệnh.

LỜI BÀN

Luận về đạo lý ở đời chỉ có hai con đường, một là nhân từ, hai là bất nhân. Giữ giới không giết hại vật mạng, đó là nhân từ. Viết sách khuyên người giữ giới không giết hại, đó là cùng người khác truyền rộng đức nhân từ. Chỉ riêng mình giữ giới làm lành thì đức nhân ấy còn nhỏ hẹp, cùng với nhiều người khác giữ giới làm lành thì đức nhân ấy thật lớn lao.

Đại sư Liên Trì là hàng lân phụng kiệt xuất của Nho gia, nhưng xem việc khoa bảng công danh như chiếc giày rách. Ngài lìa bỏ thế tục mà xuất gia, trở thành bậc duy trì giềng mối Phật pháp, cho nên cầu mưa thì nhanh chóng có mưa, vào núi rừng thì cọp dữ ẩn mình tránh xa. Thế nên biết rằng, một quyển *Phóng sinh lục* răn dạy việc giữ giới không giết hại, cho đến trời đất cũng không làm khác, huống chi là người, huống chi là quỷ thần?

Ngăn trở điều thiện phải chịu tội chết[1]

Trình Tự Xương là người Mật Châu,[2] thấy dân ở trấn Giao Tây rất thích ăn thịt, giết hại nhiều vật mạng, nên một đêm nọ thắp hương lễ bái khấn với Bắc đẩu Tinh quân rằng: "Trình Tự

---

[1] Trích từ sách Chứng từ biên (證慈編). (Chú giải của soạn giả.)

[2] Thuộc tỉnh Sơn Đông.

Xương tôi xin phát tâm vì tất cả chúng sinh cũng như cha mẹ trong bảy đời đã qua mà khắc bản ấn tống sách 'Giới sát đồ thuyết' [răn người bỏ việc giết hại]. Hôm nay khẩn cầu Tinh quân giáng hạ, giúp tôi nương theo sức thần mà thực hiện việc lưu hành sách này cho được thuận lợi."

Trong xóm có một bà họ Hoa là vợ ông Bành Cảnh, khi nhận được sách ấy liền xé nát, ném vào chỗ nhơ nhớp. Hôm sau, bà họ Hoa mua cá về sắp làm thịt, con cá bỗng quẫy vọt lên đâm mù mắt bà, máu chảy ra hóa thành trùng độc, rúc rỉa khắp thân thể.

Chuyện ấy truyền ra khắp nơi, quan Giám Trấn là Quách Hướng bỗng nhìn thấy một vị thần hiện ra nói rằng: "Ta là Bắc đẩu Tinh quân, quán sát thấy ở vùng này có người phát tâm lành là Trình Tự Xương, bỏ tiền ra khắc in sách 'Giới sát đồ thuyết' để ấn tống. Bà họ Hoa đem sách ấy ném vào chỗ nhơ nhớp, tội rất nặng, ắt phải chịu chết. Đối với những ai [đọc sách ấy rồi mà] không chịu hối cải cũng phải chịu tội, đợi ta xuống đây lần sau sẽ trừng trị tất cả."

LỜI BÀN

Người đời sinh vào thời đạo đức suy mạt, nghiệp ác ngày càng nhiều thêm, căn lành ngày càng ít ỏi, nên khi thấy người khác làm một việc thiện, nói một lời lành, liệu có mấy người không ngăn trở, quấy nhiễu? Chẳng hạn như khi thấy người khác giữ giới không giết hại, ắt sẽ nói rằng *"Ấy là làm chuyện viển vông vô ích"*, rằng *"Ấy là kẻ không có phúc [được hưởng món ngon]"*... Hoặc khi thấy người khác làm việc phóng sinh, ắt sẽ nói rằng *"Thả ra thì cũng đã chắc gì chúng được sống"*, rằng *"Thả ra rồi chẳng bao lâu cũng bị người khác bắt lại thôi"*... Thậm chí có kẻ còn cười cợt chê bai, phỉ báng cho rằng không có nhân quả. Hoặc ở giữa chốn đông người bài bác chỉ trích những chỗ còn nghi hoặc chưa rõ của người làm việc thiện; hoặc viện dẫn, bới móc những chỗ sai sót khiếm khuyết của người ấy mà cho là ngu si. [Những việc như thế] khiến cho người mới phát tâm làm việc thiện không khỏi phải cảm thấy lung lạc trong lòng, thối chuyển tâm thiện còn non yếu rồi không làm việc thiện nữa.

Ôi, những kẻ tâm địa xấu ác như thế, chư thiên nhìn thấy đều nổi giận, xem họ như loài ác quỷ cưu-bàn-đồ,[1] sau khi chết sẽ phải đọa lạc thế nào hẳn đã quá rõ không cần phải nói.

Vì thế, xin khuyên những ai có tâm lành, mỗi khi gặp kẻ ngăn trở việc thiện, ví như họ có hết lời phỉ báng, cũng xin lẳng lặng mà nghe, đừng để tâm sân hận; [nếu gặp người có thể khuyên bảo cảm hóa thì chân thành] khuyên bảo cảm hóa, đừng nên dùng lời lẽ cao ngạo khinh người; [đối với những người không thể khuyên bảo cảm hóa thì] nên khởi tâm thương xót tội nghiệp, đừng sinh lòng ghét bỏ xa lánh. Xem như câu chuyện [báo ứng] của bà họ Hoa, chẳng phải đáng sợ lắm sao?

Khuyên người làm quan[2]

Khắp trong thiên hạ, xét về những điểm sang hèn hay giàu nghèo đều không ai giống ai. Có người thong dong ngồi xe bốn ngựa, tôn nghiêm cao tột, ắt cũng có những kẻ luôn phải lưng mang vai vác nặng nề, trôi dạt đó đây cô độc khổ sở. Có người được sống giàu sang an ổn, tôn quý hiển vinh, vàng bạc châu báu đầy kho, ắt lại có những kẻ cơm hẩm chẳng đủ no, chỉ còn

---

[1] Tên loài ác quỷ này được phiên âm từ Phạn ngữ Kumbhāṇḍa, là loài quỷ chuyên ăn tinh khí người. So sánh như vậy là cho rằng việc ngăn trở người khác làm việc thiện cũng không khác gì loài quỷ hút lấy tinh khí của người, vì khiến cho căn lành của người ấy phải bị suy yếu, diệt mất.

[2] Những chuyện sau đây khuyên người làm quan không nên giết hại vật mạng. (Chú giải của soạn giả) Nguyên bản khắc "Tể quan" (宰官) để chỉ riêng những vị quan đứng đầu ngành hoặc địa phương. Điều này có hàm ý rằng vị quan đứng đầu nếu biết hạn chế việc giết hại thì sẽ có ảnh hưởng đến các quan thuộc cấp. Nhưng xét nội dung bài viết thì thực sự có nội dung khuyên dạy thích hợp chung cho giới quan chức.

cách thảm thiết xin ăn qua bữa. Những sự vinh hiển hay nhục nhằn trong chốn nhân gian, đem so sánh với nhau thật khác biệt một trời một vực.

Nếu như không tin vào thuyết nhân quả báo ứng hay lẽ vay trả nhiều đời của nhà Phật, ắt phải thấy rằng những gì ông trời ban xuống cho con người thật hết sức bất công. Vì thế, trong Kinh điển dạy rằng: "Được làm người sang quý, vua chúa trưởng giả, đều do nhân lành lễ kính phụng sự Tam bảo; được làm người giàu có, đều do nhân lành bố thí giúp người; được làm người sống thọ, đều do nhân lành giữ giới [không giết hại]; được làm người có dung mạo đoan chánh xinh đẹp, đều do nhân lành nhẫn nhục. Đời trước tạo nhân thế nào thì đời này nhận quả thế ấy. Cũng giống như người phụ trách nhạc lễ, đánh chuông thì vang lên tiếng chuông, gõ khánh thì vang lên tiếng khánh; hoặc như người làm vườn, trồng đào ắt sẽ được hái đào, trồng quít ắt sẽ được hái quít." Việc giàu sang hay nghèo hèn khác biệt nhau chính là vì thế.

Lại như người đánh chuông, dùng chuông lớn thì nghe tiếng lớn, dùng chuông nhỏ thì nghe tiếng nhỏ, cho đến như người làm vườn, trồng một cây thì được hái quả một cây, trồng mười cây thì được hái quả mười cây. Việc giàu sang hay nghèo hèn cũng có mức độ khác nhau chính là vì thế.

Ngày nay ta nhìn thấy có người còn nhỏ tuổi đã đỗ đạt cao, được hưởng chức quan cao, bổng lộc nhiều, ấy là do người ấy đời trước ham thích làm việc thiện không chán mệt, rộng tu phước đức. Nếu không phải nguyên nhân là như vậy, thì trời xanh kia sao lại riêng dành sự tốt đẹp cho những kẻ làm quan?

Những người được ở địa vị cao, dựa vào quyền thế có thể kêu gọi sai khiến người khác, nên muốn làm thiện ắt đủ sức làm thiện, mà nếu làm ác cũng thừa sức làm ác. Điều này cũng giống như việc dùng các loại thuốc nhân sâm, phục linh, có thể giúp người được khỏi bệnh, nhưng dùng không thận trọng cũng có thể gây bệnh. Vì thế nên Mạnh tử mới nói rằng: "Chỉ những người có lòng nhân mới nên ở địa vị cao."

Hơn nữa, chức tước phẩm trật càng cao thì việc giết hại vật mạng để nấu nướng ăn uống hằng ngày, tiệc tùng chiêu đãi khách khứa bè bạn, lại càng thêm nhiều. Khi đến ở nơi nào thì các loài vật trên cạn dưới nước quanh đó đều phải chịu thảm cảnh băm vằm cắt xẻ [để lo việc ăn uống cho mình]. Một ngày ở địa vị làm quan là một ngày có biết bao loài vật vô tội phải nối tiếp nhau chịu những cực hình phanh thây lóc thịt.

Cho nên, các bậc quan cao hiền đức thuở trước thường khởi tâm thương xót sinh linh mà e sợ nhân quả, tùy nơi đi đến đều thiết lập những khúc sông dành cho việc phóng sinh, lại thường treo bảng cấm việc giết mổ. Ban ra một lệnh "kẻ giết trâu bị phạt" thì đàn trâu đang run rẩy khiếp sợ ắt được vui mừng sống sót khỏi sự mổ xẻ. Lại ban lệnh "cấm giết chó" thì biết bao con chó giữ nhà có nghĩa thoát khỏi thảm cảnh bị chủ đền đáp bằng dao thớt.

Cho đến những việc như vây kín núi rừng rồi xua đuổi mà săn thú, tát cạn sông hồ để bắt cá,[1] [người làm quan tốt] đều nghiêm cẩn răn dạy, ban bố hiệu lệnh, ngăn cấm mọi điều kiện giết hại vật mạng.

Chỉ sợ một mai khi quyền chức không còn thì dù có tâm thiện cũng không có sức làm thiện. Vì thế nên rộng khuyên hết thảy các vị còn đương chức, hãy mau mau gieo cấy hạt giống lành, nhân điều kiện tốt đẹp hiện có mà tạo phúc lành cho muôn người. Đó là kính vâng theo đức hiếu sinh của trời đất, hợp với lòng nhân từ khoan hậu của triều đình. Một khi nắm được quyền hành, lập tức rộng làm âm đức. Nếu có thể

[1] Đây là những hình thức giết hại hàng loạt ngày trước. Khi tổ chức đi săn, người ta chia nhau vây kín quanh từng khu vực rừng núi, đánh trống gõ chiêng ầm ĩ để xua đuổi thú rừng về một hướng rồi có người phục sẵn ở đó để bắn giết sạch. Đối với ao hồ thì tát cạn nước rồi bắt sạch, không kể lớn nhỏ.

cứu được mạng sống muôn loài thì chớ nên do dự chậm trễ mà bỏ qua. Những ai giữ chức quan cao thì nên khuyên răn thuộc cấp nghiêm cấm việc giết mổ. Những ai chức phận nhỏ nhoi thì nên thưa thỉnh với cấp trên xin ngăn sự giết hại vật mạng. Nếu có thể giữ đức nhân từ truyền lưu muôn kiếp, ắt được ghi tên trong sổ thiên tào, có nghĩa là làm việc ân đức chỉ trong một đời mà được hưởng phước sâu dày trong nhiều đời sau nữa. Còn như [khi sẵn có quyền lực trong tay mà] không làm được như thế, thì có khác nào kẻ đi vào núi châu báu mà lại tay không trở về chẳng lấy được gì?

Khắc bia đá lưu truyền đức nhân từ[1]

Vào đời nhà Đường có ông Nhan Chân Khanh, tên tự là Thanh Thần,[2] rất giỏi môn thư pháp. Ông kính tin phụng sự Tam bảo, đã từng thọ giới với thiền sư Tuệ Minh ở Hồ Châu.

Vào niên hiệu Càn Nguyên năm thứ 3,[3] vua Đường Túc Tông thiết lập các ao phóng sinh trong nước, tính ra ở khắp các quận huyện, các bến sông quan trọng hoặc các vùng ven sông, ngoại thành... tổng cộng có đến 81 chỗ. Mỗi nơi như vậy, Nhan Chân Khanh đều xin vua ngự ban văn bia, khắc vào bia đá để truyền lại đời sau không bị hư hoại. Ông làm quan đến chức Thượng thư Hữu thừa, được phong tước Lỗ quận công, là bậc danh thần một thời.

[1] Trích từ sách "Cựu Đường sử" (舊唐史). (Chú giải của soạn giả.)

[2] Nhan Chân Khanh sinh năm 709, mất năm 785, quê ở Lâm Nghi, thuộc tỉnh Sơn Đông, từng được phong tước Lỗ quận công nên còn có tên gọi là Nhan Lỗ Công. Ông là cháu 7 đời của học giả Nhan Sư Cổ đời Bắc Tề, và là cháu 5 đời của Nhan Chi Thôi, tác giả sách Nhan thị gia huấn. Ông đỗ tiến sĩ vào niên hiệu Khai Nguyên đời Đường Huyền Tông, làm quan trải qua 4 triều vua, lên đến các chức vụ như Thị Lang bộ Hộ, Thượng thư bộ Hình, Ngự sử Đại phu...

[3] Tức là năm 760.

LỜI BÀN

Khi lập ao phóng sinh, nên xin với quan trên cho dựng bia đá, [ghi rõ] hết thảy thuyền đánh bắt cá đều cấm đến gần, như vậy mới có thể tác dụng dài lâu.

Những văn bia mà Nhan Lỗ công đã xin vua ban cho, tuy nói là hoàng đế ngự chế, nhưng thật đều do chính tay ông viết. Từ đời nhà Đường đến nay[1] đã hơn ngàn năm, những vật mạng được cứu sống thật nhiều vô số, âm đức gieo trồng thật không bờ bến, thảy đều là nhờ công sức khai sáng của ông.

Cá khóc cảm động người[2]

Đời nhà Tống, ông Phan Hoa là quan huyện lệnh ở Chư Ky, tu tập theo sám pháp Phổ Hiền, ban lệnh cấm bắt cá. Khi ông vâng chiếu sắp về kinh thành, bỗng nằm mộng thấy có hàng vạn con cá trong sông đều khóc lóc mà thưa với ông rằng: "Trưởng giả đi khỏi đây, dòng họ nhà cá chúng tôi không khỏi bị giết hại nấu nướng." Nói rồi càng khóc to, tiếng vang động trời.

Ông Phan Hoa lấy làm lạ, liền viết ra bản văn "Mộng ngư ký" (Kể lại giấc mộng nhìn thấy loài cá), rồi dặn dò vị quan kế nhiệm [tiếp tục duy trì lệnh cấm bắt cá].

LỜI BÀN

Tấm lòng của các bậc thánh nhân, lẽ nào lại không muốn cho tất cả muôn loài đều được sống an ổn? Chỉ có điều là, tình trạng của các loài [được nuôi chỉ để giết thịt] như dê, lợn, [gà, vịt...] thật khó có thể cấm người ta giết hại. Còn các loài thú như trâu [nuôi để cày ruộng,] chó [nuôi để giữ nhà], hoặc các loài [sống trong tự nhiên] dưới nước [không do người nuôi dưỡng], tất cả đều có thể ngăn cấm không cho giết hại.

[1] Tức vào thời tiên sinh Chu An Sỹ.

[2] Trích từ sách Quảng nhân lục (廣仁錄). (Chú giải của soạn giả)

Nên có sự chuẩn bị trước nhiều ngày, nêu rõ lệnh cấm. [Sau đó,] nếu có người vi phạm, mang các con vật [bị cấm giết hại] đi bán thì bất cứ ai cũng có quyền tịch thu, đồng thời đưa cả tang vật và người bán đến quan phủ xét xử. Lại cấm người dân trong khắp địa phương không được mua những con vật ấy. Nếu có người vi phạm thì cho phép người đi đường bất cứ ai nhìn thấy cũng có quyền tịch thu [đưa lên quan phủ xét xử]. Điều quan trọng là phải có sự thưởng phạt nghiêm minh, trước sau không thay đổi. Nếu có thể thực hiện nghiêm túc thường xuyên như thế thì người dân dù có muốn bắt giết vật mạng chỉ trong một ngày cũng không thể được. Như vậy gọi là ngăn cấm triệt để, chặn đứng ngay từ cội nguồn của sự giết hại.

Hai lần sống lại[1]

Quận Ngô[2] có viên quan Tư lý[3] nọ bất ngờ bỗng lăn ra chết. Qua một đêm tỉnh lại, gấp rút gọi người nhà bảo đi mời quan Thái thú[4] cùng tất cả các quan đồng liêu và thuộc cấp của mình đến, rồi khấu đầu cúi lạy tất cả mọi người mà nói: "Tôi bị bắt đưa đến âm phủ, hết lời xin tha mạng. Ban đầu họ không đồng ý, nhưng sau lại hỏi tôi: 'Ông có thể khuyên một ngàn người không ăn thịt trâu được chăng? Ta cho ông kỳ hạn 3 ngày để làm việc đó.' Nay tôi may mắn được sống lại, nhưng nếu các vị không vì tôi mà khuyên bảo dân chúng khắp vùng thì việc này không thể nào làm được."

Mọi người [không tin lời ấy là thật, nên] chỉ giả vờ hứa suông [rồi không ai làm gì cả]. Qua hết 3 ngày, quan Tư lý ấy quả thật ngã lăn ra chết. Quan Thái thú hết sức kinh hoảng, liền triệu

---

[1] Trích từ sách Cảm ứng thiên quảng sớ (感應篇廣疏). (Chú giải của soạn giả)

[2] Nay là vùng Phú Dương thuộc tỉnh Chiết Giang.

[3] Tư lý: một chức quan đứng đầu ngành tư pháp của địa phương.

[4] Thái thú: chức quan đứng đầu toàn quận.

tập tất cả quan viên trong quận, cùng nhau phát nguyện giữ giới không ăn thịt trâu, lại cho đặt sổ nơi ngã tư đường, khuyên người dân ghi tên vào đó [để phát nguyện không ăn thịt trâu]. Khi được đủ số một ngàn người, liền cho đốt danh sách ấy.

Sau giây lát, quan Tư lý liền sống lại, kể rằng: "Tôi bị người bắt dẫn đến âm phủ, Phán quan vừa nổi giận trách mắng thì có người mặc áo vàng mang sổ đến, nói đây là danh sách những người phát nguyện không ăn thịt trâu. Phán quan xem qua rồi hết sức vui mừng, nói: "Không chỉ cho ông được sống lại, còn tăng thêm tuổi thọ 6 kỷ nữa.[1] Quan Thái thú cùng những người [phát nguyện không ăn thịt trâu] đều được phước báo vô lượng."

Quan Tư lý ấy về sau sống thọ đến trăm tuổi.

LỜI BÀN

Trong thời gian gần đây,[2] các quan đứng đầu địa phương cũng có ban lệnh cấm giết trâu, nhưng thiếu phương pháp thực hiện. Vì thế, cho dù bảng cấm giết trâu treo khắp thị thành, mà những món thịt trâu cũng có khắp mọi nơi.

Những người làm nghề mổ trâu chỉ vì tham mối lợi. Nếu không cho họ được lợi, tự nhiên họ sẽ bỏ nghề. Nên sai phái nha dịch thay nhau kiểm soát [khắp nơi], nếu bắt được kẻ bán thịt trâu thì phạt tiền, dùng tiền đó thưởng cho người bắt được. Số tiền thưởng ấy phải lớn hơn số tiền nhận đút lót riêng tư của bọn mổ trâu. Như vậy thì nha dịch sẽ vui vẻ làm theo lệnh quan mà không nhận đút lót để bao che cho những kẻ vi phạm. Nếu không làm vậy, một khi nha dịch đã nhận của đút lót từ bọn lò mổ, thông đồng bao che cho bọn chúng thì quan viên địa phương làm sao biết được? Làm sao có thể phát hiện được?

---

[1] Mỗi kỷ là 12 năm, cộng 6 kỷ là 72 năm.

[2] Tức vào thời của tiên sinh Chu An Sĩ.

Cấm giết trâu được tăng tuổi thọ[1]

Trong khoảng niên hiệu Gia Tĩnh,[2] quan Bố chánh tỉnh Phúc Kiến là Hồ Đạt mở yến tiệc chiêu đãi quan khách. Khi ấy, quan Thượng thư là Lâm Tuấn đang dự tiệc bỗng thấy choáng váng rồi hôn mê bất tỉnh, lay gọi mãi không dậy. Qua một thời gian rất lâu, tự nhiên tỉnh lại, nói: "Kỳ lạ thay! Tôi quả thật bị đưa đến âm phủ, Phán quan chính là ông tổ trong họ của tôi, quan Thượng thư Lâm Thông ngày trước đó. Ông ấy bảo tôi rằng: 'Vua Diêm La hiện nay chính là Phạm Văn Chánh,[3] ta là thuộc hạ của ông ấy. Xưa con làm quan huyện lệnh không cấm việc giết trâu, bị giảm tuổi thọ đi một kỷ,[4] nên hôm nay mới bắt con đến đây.' Tôi liền biện bạch: 'Khi con nhận chức huyện lệnh, thật có ban lệnh cấm giết trâu, văn bản vẫn còn đến nay.' Ông ấy ngạc nhiên nói: 'Liệu có nhầm lẫn không?' Liền lập tức ra lệnh tra xét lại. Trong chốc lát, thổ thần huyện ấy mang bảng cấm giết trâu của tôi ban ra ngày trước đến trình. Ông mừng lắm, thay tôi tấu trình lên, liền được trả lại tuổi thọ cho tôi một kỷ, sai người đưa về."

Những khách dự tiệc hôm ấy đều kinh sợ, cùng nhau phát lời thề không ăn thịt trâu nữa. Lâm Tuấn về sau quả nhiên sống thêm đúng một kỷ.

LỜI BÀN

Chỗ mong muốn của người nghèo là được giàu sang, chỗ mong muốn của người giàu sang là được tôn quý, chỗ mong muốn của người tôn quý chỉ duy nhất một điều là được sống lâu. Trong chốn u minh mờ mịt, chỉ riêng một việc giết trâu

---

1 Trích từ sách Giới ngưu vựng biên (戒牛彙編). (Chú giải của soạn giả)

2 Niên hiệu Gia Tĩnh vào triều Minh Thế Tông, từ năm 1522 đến năm 1566.

3 Phạm Văn Chánh, tức Phạm Trọng Yêm (范仲淹), sinh năm 989, mất năm 1052, tên tự là Hy Văn, tên thụy là Văn Chánh.

4 Một kỷ: tức 12 năm.

thôi, trong số những kẻ làm quan đã có biết bao người [cấm giết trâu] được tăng tuổi thọ, biết bao người [vì không cấm giết trâu] bị giảm tuổi thọ? Chỉ tiếc là âm phủ dương gian hai đường cách biệt, nên người đời không thể rõ biết được điều đó mà thôi.

Khuyên những người làm việc cửa quan

Những người làm việc ở nha môn, thường thấy người khác bị gông cùm buộc trói, hoặc bị đánh đập tra khảo, hầu như không có lòng thương xót. Cho nên họ xem việc giữ giới không giết hại lại càng là viển vông không thực tế. Vì thế, một khi có việc đi đến chốn xóm thôn thì bọn họ phóng túng không chút kiêng dè, thấy gà bắt lấy gà, gặp vịt cướp lấy vịt, thậm chí còn bức bách người dân phải bán cả con cái[1] để có tiền cung phụng miếng ăn cho mình. Được thỏa mãn như vậy rồi lại khoa trương những việc ấy trong hàng ngũ của mình, tự cho là tài giỏi, khiến cho thói hung bạo như thế ngày càng phát triển nhiều hơn. Họ đâu biết rằng đạo trời báo ứng trả vay không sai chạy, [những kẻ hung bạo rồi] không khỏi chết vì đao gậy, hoặc bỏ mạng trong lao tù, hoặc gia nghiệp tan tành, con cháu phải nghèo đói xin ăn khắp chốn. Hết thảy báo ứng như thế đều do tâm địa độc ác hung tàn, khiến cho ngay trong đời này phải chịu những ác báo.

Vì thế, xin rộng khuyên hết thảy những kẻ có tâm lành đang làm việc trong chốn quan quyền, nên thường xuyên tạo phương tiện giúp đỡ mọi người. Thấy người khốn khổ có việc phải đến cửa quan, nên dùng lời từ hòa an ủi. Gặp kẻ thân cô thế cô chịu oan khuất, nên vì người ấy mà ra trước công đường bộc bạch oan tình. Đến như chuyện ăn uống, nói ra thật vô cùng,

[1] Luật pháp vào thời ấy cho phép người ta có thể tự bán thân làm nô lệ cho người khác để đổi lấy một số tiền. Cha mẹ cũng có quyền bán con cái, chồng có quyền bán vợ. Vì thế, những người dân nghèo khi bị bức bách phải nộp những số tiền nào đó cho quan địa phương mà không thể xoay xở được thì phải bán con mình để nộp, nếu không họ sẽ bị bắt giam hoặc đánh đập.

có biết bao nhiêu món đều có thể giúp ta ngon miệng no lòng, nếu [giết hại sinh linh vật mạng để khiến cho] trời cao phải nổi giận, sao bằng [canh rau đạm bạc mà] được hưởng phước lành, tăng thêm tuổi thọ, lại có thể giúp con cháu đời sau hưởng phúc hưng thịnh?

Người xưa nói: "Cùng một cánh tay, có thể xô ngã người, có thể nâng đỡ người; cùng một miếng ăn, có thể giết hại, có thể cứu sống." Người hiểu rõ được lý ấy, có lẽ nào lại không suy xét kỹ?

Đồng lõa với kẻ xấu bị âm phủ trách phạt[1]

Vào năm Giáp Thân thuộc niên hiệu Sùng Trinh,[2] Thiệu Thu Phương làm việc ở huyện Long Du.[3] Bấy giờ quan huyện cấm việc giết mổ, bọn đồ tể trong làng sợ nha dịch tuần tra bắt gặp không để yên, liền hối lộ tiền cho Thu Phương để ngăn cản, bao che. Nhờ vậy, chúng vẫn có thể tha hồ làm việc giết mổ.

Năm Ất Dậu,[4] vào ngày 2 tháng 4, Thu Phương chết đi, qua 7 ngày bỗng sống lại, tự nói rằng mình đã đi đến âm phủ, nhìn thấy Phán quan đang tra xét chuyện giết trâu. Bỗng có con trâu chạy đến cắn, lại thấy tên đồ tể tên Vương Thập Nhất cũng ở đó, có ý muốn đổ tội cho Thu Phương. Khi ấy, dao mổ trâu, chậu huyết bỗng nhiên hiện ra ngay trước mặt, Thu Phương liền cố hết sức kêu oan. Phán quan nói: "Cho dù ông không tự tay giết trâu, nhưng ngày hôm ấy nếu không có ông bao che, bọn đồ tể ắt phải sợ quan huyện bắt tội, chưa hẳn đã dám giết trâu." Truyền tra xét lại, thấy tuổi thọ Thu Phương chưa dứt, liền cho trả về dương gian, đợi sau khi chết sẽ trị tội.

1 Trích từ sách Quan cảm lục (觀感錄). (Chú giải của soạn giả)

2 Tức năm 1644. Niên hiệu Sùng Trinh kéo dài từ năm 1628 đến năm 1644, thuộc triều Minh Tư Tông.

3 Huyện Long Du thuộc tỉnh Chiết Giang.

4 Tức năm 1645.

LỜI BÀN

Đối với lệnh cấm giết mổ súc vật, nếu buông thả cho làm thì rất dễ, nhưng nghiêm cấm lại sẽ rất khó. Vì thế, một khi đã tác động khiến người khác buông thả lệnh cấm, ắt xem như tự mình đã phải nhận lấy quả báo mang lông đội sừng.[1] Cho nên, những người có chức phận đang làm việc công phải hết sức thận trọng!

Khuyên người phụng dưỡng cha mẹ[2]

Người làm con thực hành hiếu hạnh, phụng dưỡng cha mẹ cũng có nhiều phương cách khác biệt nhau, [có thể phân chia thành thứ bậc].

Có thể toàn tâm toàn ý phụng dưỡng cha mẹ theo bậc hạ, gọi là tiểu hiếu. Có thể toàn tâm toàn ý phụng dưỡng cha mẹ theo bậc thứ, gọi là trung hiếu. Có thể toàn tâm toàn ý phụng dưỡng cha mẹ theo bậc thượng, gọi là đại hiếu. Chỉ riêng những ai có thể toàn tâm toàn ý phụng dưỡng cha mẹ theo bậc tối thượng mới được gọi là bậc đại hiếu trong hàng đại hiếu.

Như vậy có nghĩa là thế nào? Phụng dưỡng cha mẹ theo bậc hạ, đó là nói chỉ phụng dưỡng cha mẹ đầy đủ cơm ăn áo mặc, miếng ngon vật lạ, không để cha mẹ phải có bất cứ điều chi than phiền. Đó cũng là điều mà người thế gian không dễ làm được, gọi là *tiểu hiếu*.

Phụng dưỡng cha mẹ theo bậc thứ, đó là nói [ngoài việc phụng dưỡng đầy đủ cơm ăn áo mặc] còn quan tâm đến chí hướng của cha mẹ. Những gì cha mẹ yêu thích, mình cũng yêu thích, những gì cha mẹ kính trọng, mình cũng kính trọng, khiến cho cha mẹ luôn được vui lòng. Như thế gọi là trung hiếu.

Phụng dưỡng cha mẹ theo bậc thượng, đó là nói [ngoài những việc như trên, còn] dẫn dắt, khuyến khích cha mẹ bước

---

1 Mang lông đội sừng: ý nói phải tái sinh trong các loài thú.

2 Những chuyện dưới đây khuyên người không nên giết hại trong nhà.

vào đường đạo, thấy cha mẹ làm thiện thì tán thành, thấy cha mẹ làm lỗi thì can ngăn, khiến cho lời nói việc làm của cha mẹ đều hợp theo Chánh đạo. Như thế gọi là *đại hiếu*.

Còn như việc phụng dưỡng cha mẹ theo bậc tối thượng, đó là [sau khi đã làm được như trên lại còn] tiến thêm một bước nữa, thường luôn nghĩ nhớ đến công ơn cha mẹ lớn lao như trời đất, mà tuổi thọ của cha mẹ ngày một suy giảm, biết phải dùng phương pháp nào để có thể báo đáp? Dùng phương pháp nào để có thể kéo dài thêm tuổi thọ của cha mẹ? Dùng phương pháp nào để có thể giúp cha mẹ thoát được ra khỏi vòng luân hồi sinh tử? Dùng phương pháp nào để có thể giúp cha mẹ tiêu trừ hết thảy tội lỗi, nghiệp chướng? Dùng phương pháp nào để có thể giúp cha mẹ [tu hành tăng tiến, ngộ đạo chứng quả] được dự vào dòng thánh, rốt ráo thành Phật?

[Thường luôn suy ngẫm những điều ấy thật kỹ lưỡng, cũng giống] như khi tai kiếp binh đao khởi lên, liền cõng cha mẹ đi trốn, [trong lòng phải thường suy ngẫm: Ta] trốn vào núi sâu, liệu bọn giặc cướp có đến được không? Trốn ra biển rộng, liệu bọn giặc cướp có đến được không? Trốn nơi đồng rộng hoang vu, liệu bọn giặc cướp có đến được không? Suy đi nghĩ lại thật chín chắn như thế, ắt sẽ có thể đưa cha mẹ đến một nơi an ổn mọi bề. Được như vậy gọi là phụng dưỡng cha mẹ theo bậc tối thượng, theo cách không gì hơn được nữa, cũng gọi là phụng dưỡng cha mẹ theo cách siêu việt ra khỏi hết thảy các pháp thế gian. Như vậy chẳng phải là bậc đại hiếu trong hàng đại hiếu đó sao?

[Thường suy ngẫm như trên ắt sẽ thấy rằng,] nếu giết hại loài vật để nuôi dưỡng cha mẹ, sẽ khiến cho những con vật bị giết ôm lòng oán hận trong nhiều đời, cha mẹ phải tái sinh nhiều kiếp để đền trả món nợ giết hại. Như thế còn hơn cả việc dùng thịt có độc dâng cha mẹ đỡ đói, dùng rượu có độc để mong cha mẹ hết khát, thật hết sức trái lẽ, sao có thể sai lầm gọi đó là hiếu?

Có người hỏi: "Kẻ sĩ thành tựu công danh, làm rạng danh dòng họ, sáng đức tổ tiên, có thể xem là hiếu chăng?" Đáp rằng: "Việc thành tựu công danh tất nhiên là nên theo đuổi. Nếu biết dựa vào đó để làm thiện giúp người, ắt sẽ làm cho cha mẹ được vui mừng vinh dự, nhưng nếu dựa vào đó để làm chuyện xấu ác, chẳng phải đã ngược lại làm nhục cha mẹ rồi sao? Cha mẹ của Tần Cối,[1] Nghiêm Tung đều có con trai làm quan đến hàng Tể tướng đầu triều,[2] nhưng ví như họ sinh vào đời nay, ắt không khỏi bị người đời căm giận ghét bỏ."

Cho nên phải biết rằng, người con hiếu muốn làm cho cha mẹ được vinh dự thì không gì hơn làm thiện tích đức. Việc thành tựu công danh chỉ nên xem là việc thứ yếu.

Đền trả nghiệp ác[3]

Huyện Gia Hưng [thuộc tỉnh Chiết Giang] có một bà lão sống nhờ vào đứa con trai làm nghề bắt cua. Mỗi ngày anh ta đều bắt cua, dùng dây cỏ buộc lại rồi mang đi bán, lấy tiền ấy mua gạo, củi... các thứ về nuôi dưỡng mẹ.

Một hôm, bà lão có bệnh, bỗng lấy những sợi dây cỏ dài

---

[1] Tần Cối (1090-1155): gian thần khét tiếng trong lịch sử Trung Hoa, thao túng triều đình vào đời Tống Cao Tông (1107 - 1187), vu cáo hãm hại vô số trung thần nghĩa sĩ, trong đó có cả danh tướng Nhạc Phi. Người đời sau quá căm ghét ông nên khi dựng miếu thờ Nhạc Phi (Nhạc miếu) ở Hàng Châu đã cho đúc tượng vợ chồng Tần Cối - Vương thị trong tư thế bị còng tay quỳ trước miếu, để người dân khi đi qua lại nhổ nước bọt vào hai người. Đến nay, món bánh giò cháo quẩy của người Trung Hoa được làm bằng bột chiên trong dầu vẫn giữ lệ làm từng cặp dính nhau và xem là tượng trưng cho vợ chồng Tần Cối bị trói thành cặp ném vào vạc dầu cho đáng tội.

[2] Nghiêm Tung: gian thần vào đời Hoàng đế Gia Tĩnh (tức Minh Thế Tông, 1507 - 1567). Nghiêm Tung là người không biết chữ, càng không có tài năng gì, nhưng giỏi bợ đỡ, nịnh hót đến mức được hoàng đế Gia Tĩnh giao cho nắm hết chính sự từ năm 1539. Từ đó ông ta thao túng mọi việc triều đình, hãm hại trung lương vô tội. Đến tháng 4 năm 1562, hoàng đế Gia Tĩnh mới nhìn ra được sự bất tài vô dụng và gian xảo của Nghiêm Tung, liền nghe lời các bậc trung thần và ra lệnh trừng trị cả nhà họ Nghiêm. Số người họ Nghiêm bị liên quan trong vụ án này lên đến hơn 50.000 người.

[3] Trích từ sách Hiếu sinh lục (好生錄). (Chú giải của soạn giả)

nuốt dần vào bụng. Nuốt hết vào rồi lại nắm lấy từng sợi, từng sợi lôi trở ra. Lôi ra hết lại nuốt trở vào, rồi lại lôi trở ra, cứ vậy mà làm mãi, khiến cho máu từ trong ruột cứ trào ra ngoài miệng. Bà lão lại nói: "Tôi nhận sự nuôi dưỡng bằng đồng tiền tạo ra bởi nghiệp ác của con trai, nên nay phải chịu quả báo như thế này. Nếu không như thế này, ngược lại e rằng còn phải chịu thống khổ nhiều hơn."

Người đến xem rất đông, trải qua suốt nhiều ngày như vậy rồi bà lão mới chết.

LỜI BÀN

Thuở xưa, khi đức Thế Tôn đang ở thành Vương Xá, nhìn thấy một con cá lớn có nhiều đầu, mỗi đầu đều khác biệt nhau, bị mắc vào trong lưới. Đức Thế Tôn thấy vậy liền nhập Tam-muội, khởi tâm từ rồi cất tiếng gọi cá. Cá lập tức lên tiếng đáp. Đức Thế Tôn hỏi nó: "Mẹ của ngươi hiện giờ ở đâu?" Cá đáp: "Mẹ của con hiện đọa làm con trùng trong hố xí." Đức Phật liền dạy các tỳ-kheo rằng: "Con cá lớn ấy vào thời đức Phật Ca-diếp[1] vốn là một vị tỳ-kheo tinh thông Tam tạng kinh điển. Do tạo nghiệp ác khẩu nên phải chịu quả báo dị dạng, một thân có nhiều đầu. Người mẹ của tỳ-kheo ấy nhận sự nuôi dưỡng của ông ta, do nghiệp duyên ấy nên nay phải làm con trùng trong hố xí."

Quán xét việc ấy ắt phải thấy rằng, việc dùng đồng tiền tạo ra bởi nghiệp xấu ác để nuôi dưỡng cha mẹ đã không phải việc người con hiếu nên làm, huống chi lại quen theo thói tục mà giết hại vật mạng dâng lên cha mẹ?

Nghiệp đời trước còn lại[2]

[1] Đức Phật Ca-diếp là vị Phật ra đời ngay trước đức Phật Thích-ca Mâu-ni, là một trong 7 vị Phật của Hiền kiếp này.

[2] Trích từ sách Quan cảm lục (觀感錄). (Chú giải của soạn giả)

Vào đời nhà Thanh có ông Cố Thuận Chi quê ở huyện Thường Thục,[1] là người ăn chay trường, ngụ cư ở huyện Vô Tích.[2] Ngày mồng một tháng hai năm Canh Tuất thuộc niên hiệu Khang Hy,[3] ông nhắm mắt ngủ mê đến bảy ngày sau mới tỉnh lại, kể với người chung quanh rằng:

"Tôi mơ thấy một vị đạo nhân đến hẹn tôi đi nghe kinh. Tôi cùng ông ấy đến một chỗ nọ, thấy ở pháp đường phía trước giảng kinh Kim Cang, pháp đường phía sau giảng kinh Báo Ân. Buổi giảng kết thúc lại nghe có lời dạy rằng: 'Người ăn chay phải kiên trì giữ tâm niệm Phật; người ăn mặn thì cốt yếu là phải giữ giới không giết hại. Làm được như vậy, một là có thể cầu siêu thoát cho cha mẹ nhiều đời, hai là có thể tiêu trừ được tội lỗi nghiệp chướng của bản thân mình.' "Sau đó giây lát, bỗng nhìn thấy mẹ tôi đang khóc lóc ở trong một cái hồ chứa đầy máu, có những con ốc và giun đất vây quanh đầy khắp thân thể bà. Vị đạo nhân bảo tôi: 'Người mẹ kiếp này của ông đã được siêu thoát rồi, ông nhìn thấy đó là người mẹ trong kiếp trước, vì lúc còn sống bà thích ăn thịt vịt nên bây giờ phải bị các con vật ấy vây kín quanh thân. Ông nên trì chú Vãng sinh để cầu cho bà ấy siêu thoát.' Sau đó thì tỉnh dậy."

LỜI BÀN

Người đời gọi là hiếu, bất quá chỉ [là lo cho cha mẹ] trong một đời hiện tại. Người tận hiếu theo pháp Phật thì rộng làm lợi ích [cho cha mẹ trong cả] nhiều đời, vì thế nên gọi là [hiếu hạnh] lớn lao.

Khuyên những người thương con

Trẻ con làm việc giết hại vật mạng, đều do các bậc cha mẹ

[1] Thuộc Tô Châu, tỉnh Giang Tô.

[2] Cũng thuộc tỉnh Giang Tô.

[3] Tức năm 1670, niên hiệu Khang Hy năm thứ 9.

không ngăn cấm. Chúng giết hại quen rồi thì xem đó chỉ là chuyện bình thường. Ban đầu đối với những côn trùng nhỏ nhoi như kiến, dế... mà không có lòng thương xót, ắt tiếp theo sẽ làm đến những việc mổ trâu giết chó mà không thấy cần gì phải ngăn giữ. Lòng trắc ẩn một khi đã bị đánh mất thì danh thơm tiếng tốt tiêu tan, dòng dõi cháu con dứt tuyệt, hết thảy đều do đó mà ra. Cho nên biết rằng từ thuở còn thơ ấu, nếu rèn theo việc thiện ắt sẽ nên người thiện, tập theo việc ác ắt phải thành người ác, không thể buông lỏng dù chỉ một ngày không lưu tâm dạy dỗ.

Xin có lời rộng khuyên hết thảy những bậc phụ huynh: sinh linh vật mạng dù nhỏ nhoi cũng nên cứu vớt, con em trong nhà dù còn thơ ấu cũng phải lo răn dạy ngăn ngừa. Làm sao cho những chỗ thấy nghe của con em mình, hết thảy đều là hiền thiện. Dù là kẻ đã trở thành bất nhân cũng nên dạy dỗ cảm hóa, huống chi [trẻ con vốn đều mang] bản chất hiền thiện? Nếu không như vậy, thuở ấu thời không lo dạy dỗ, về sau có hối tiếc cũng không còn kịp nữa.

Họ Thang kể chuyện cõi âm[1]

Thang Sính là người huyện Lật Thủy,[2] vào năm Giáp Ngọ thuộc niên hiệu Thuận Trị[3] dự khoa thi Hương, vừa thi xong thì ngã bệnh. Đến khoảng nửa đêm ngày 6 tháng 10 năm ấy thì toàn thân lạnh cóng, cứng đơ, rồi bao nhiêu sự việc đã làm trong đời đều tự nhiên hiện ra rõ ràng trước mắt. Ông nhớ lại thuở nhỏ đùa nghịch có bắt một con gà đem giấu dưới rãnh nước, kết quả sóc đất cắn nó bị thương. Lại có lần ông giết chết cả một tổ dơi. Một lần khác, có người giúp việc trong nhà ngủ mê, ông nghịch lấy giấy dầu đốt làm bỏng tay người ấy.

[1] Trích từ sách Quan cảm lục (觀感錄). (Chú giải của soạn giả)

[2] Thuộc tỉnh Giang Tô.

[3] Tức là năm 1654, niên hiệu Thuận Trị năm thứ 11.

Thế rồi trong giây lát bỗng thấy cả bầy dơi kéo đến đòi mạng, trong lòng ông hết sức kinh sợ. Nhưng rồi ông cũng chợt nhớ lại hết thảy những việc thiện đã làm, dù nhỏ nhặt cũng nhớ lại hết. Bỗng nhiên ông chợt nhớ đến một câu trong Tâm kinh *"vô quái ngại cố, vô hữu khủng bố"* (tâm thức không chướng ngại nên không có sự sợ sệt hoảng hốt), có chút nhận hiểu, trong lòng liền được dần dần an ổn. Chợt ông nhìn thấy đức Đại sĩ Quán Thế Âm hiện ra trên cao, tay cầm nhành dương vẩy nước xuống, liền tỉnh lại. Về sau, đến năm Tân Sửu,[1] ông đỗ tiến sĩ.

LỜI BÀN

Họ Thang nhốt gà, giết dơi, đều là những việc đùa nghịch thuở còn thơ ấu. Nhưng khi đến cõi âm, những con vật bị giết liền hiện ra đòi mạng, nên có thể biết được rõ ràng là tội giết hại vật mạng thì dù trẻ thơ cũng không được dung thứ. Huống chi bọn trẻ đùa nghịch gây hại, đâu chỉ với một con gà, một con dơi? Những ai thực sự biết thương yêu con em mình thì phải gấp rút suy ngẫm đến mối họa này mà sớm lo liệu ngăn ngừa.

Phá tổ chim bị đốt khô chân[2]

Ở huyện Ký Châu[3] có một đứa trẻ thường tìm kiếm các tổ chim rồi bắt lấy trứng đem về ăn. Một hôm, có người nói với nó: "Chỗ kia có trứng chim, cháu có thể đi cùng ta đến bắt." Đứa trẻ liền đi theo người ấy đến một ruộng trồng dâu. Bỗng nhiên nó nhìn thấy phía bên trái đường có một cái thành, trong thành có nhà cửa đường sá hết sức đẹp đẽ đông đúc, lại có tiếng ca nhạc rộn ràng huyên náo. Đứa trẻ lấy làm lạ, liền hỏi: "Cái thành này có từ lúc nào?" Người cùng đi quát bảo im không được nói, rồi dẫn nó vào thành. Vừa bước vào thì cửa

---

[1] Tức là năm 1661.

[2] Trích từ sách Hiếu sinh lục (好生錄). (Chú giải của soạn giả)

[3] Thuộc tỉnh Hà Bắc.

thành đột nhiên đóng lại, trong thành đầy những sắt nóng lửa hồng dưới chân, nóng hực không sao chịu nổi. Đứa trẻ gào khóc la thét chạy nhanh về cổng thành phía nam, vừa đến nơi thì cửa thành liền đóng lại. Lại chạy về cửa thành phía đông, rồi phía tây, phía bắc, mỗi khi vừa đến nơi cũng đều thấy cổng thành tự nhiên đóng chặt lại.

Bấy giờ, trong ruộng dâu có một người đang hái lá dâu, nhìn thấy đứa trẻ ấy vừa chạy vừa gào khóc la thét trong ruộng dâu nên nghĩ là nó bị điên, liền chạy về báo với cha nó. Người cha ra đến nơi, cất tiếng gọi tên đứa trẻ, nó vừa đáp lại liền ngã lăn ra đất, cả tòa thành với lửa nóng đều không còn thấy nữa. Người cha nhìn hai chân con thì thấy từ đầu gối trở xuống cháy khét như bị nướng trên lửa. Gạn hỏi, nó liền kể lại những gì đã xảy ra. Người cha đưa về nhà lo việc chữa trị, cuối cùng đôi chân đứa bé từ đầu gối trở xuống chỉ còn như hai que xương khô.

LỜI BÀN

Khổ não ở địa ngục đều do tâm tạo ra, cũng do nơi tâm mà hiển hiện. Người có phước đức sâu dày thì địa ngục cũng chính là cung điện cõi trời. Kẻ tạo nghiệp ác nặng nề thì cung điện cõi trời liền hóa thành địa ngục. Cũng giống như người mắc bệnh sốt rét tuy ở cùng một nơi với người không có bệnh, nhưng người không có bệnh thì không thấy lạnh, còn người bệnh kia thì rét run cầm cập như đang ở giữa nơi băng giá. Lại có lúc người không có bệnh thì không thấy nóng, mà người bệnh kia thì mồ hôi tuôn như tắm, khác nào đang ở nơi lửa nóng. Đó là một lẽ để chứng minh.

Lại như chư thiên ở các cõi trời Lục dục,[1] tuy cùng thọ

[1] Các cõi trời Lục dục: chỉ 6 tầng trời thuộc Dục giới, bao gồm: 1. Tứ đại vương chúng thiên; 2. Tam thập tam thiên; 3. Dạ-ma thiên; 4. Đâu suất thiên; 5. Lạc biến hóa thiên; 6. Tha hóa tự tại thiên.

hưởng các món ăn cõi trời như nhau, nhưng các vị nào phước đức nhiều hơn thì nhìn thấy món ăn ấy hoàn toàn trắng sạch, còn những vị phước đức kém hơn thì tùy theo mức độ mà nhìn thấy món ăn ấy có màu ít nhiều sậm đỏ hơn. Cho đến các thứ như y phục, châu báu, cung điện... cũng đều khác biệt theo cách như thế. Đó lại là một lẽ khác nữa để chứng minh.

Lại như người đời khi ở trong bụng mẹ, hết thảy đều bị ngũ tạng, máu huyết bao quanh, nhưng đức Thế tôn khi ở trong bụng thánh mẫu Ma-da, nhập Tam muội Ly cấu thì liền có các thứ gỗ thơm chiên-đàn, châu báu vi diệu, vô số cung điện đều hiện ra để tự trang nghiêm. Đó chẳng phải là tất cả đều do tâm thức tạo ra đó sao?

Vì thế biết rằng, đứa trẻ nghe tiếng người bảo "chỗ kia có trứng", ấy là do chính từ trong tâm nó hiện thành, là trứng của vô minh. Nơi ruộng dâu lại có thành quách, đó cũng là do tự tâm nó hiện ra, là thành quách của những oan nghiệp đã tạo. Khắp trong thành đều có lửa nóng, cũng từ trong tâm nó hiện ra, là lửa nóng phiền não. Bốn cửa thành đều tự đóng chặt, cũng là do tự tâm nó mà hiện ra những cửa lao ngục. Cho nên có câu: "Địa ngục không xa, chính ở ngay trước mắt, tùy theo nghiệp báo của mỗi người mà hiện ra đó thôi."

Nên khuyên dạy phụ nữ

Kinh Thi có câu: "Thân là phụ nữ, không cần quan tâm việc đúng sai tốt xấu trong gia đình, chỉ chuyên lo chuyện bếp núc là tốt rồi."[1] Đối với chuyện bếp núc, như đã thường xuyên giết

[1] Nguyên bản là : "女子無非無儀，唯酒食是議" (Nữ tử vô phi vô nghi, duy tửu thực thị nghị), được lấy ý từ Kinh Thi, phần Tiểu Nhã, thiên Tư can, chương thứ 9. Nguyên văn bài thơ này là: "乃生女子, 載寢之地，載衣之裼，載弄之瓦, 無非無儀，唯酒食是議, 無父母詒罹 。" (Nãi sinh nữ tử, tái tẩm chi địa, tái y chi thế, tái lộng chi ngõa, vô phi vô nghi, duy tửu thực thị nghị, vô phụ mẫu di ly.) Tạm dịch nghĩa: "Sinh ra con gái, thì cho ngủ dưới đất, lại lấy tã mặc vào, lấy viên ngói cho nó chơi. Lớn lên

mổ cắt xẻ ắt sẽ dần thành thói quen rất khó thay đổi. Nếu không phải người sẵn trồng căn lành từ nhiều đời trước, ắt rất khó tin nhận và giữ theo giới không giết hại.

Nhưng người phụ nữ trong gia đình lo liệu chuyện bếp núc, nên hầu như chính là người nắm quyền quyết định việc có giết hại vật mạng hay không. Nếu là người có đức hiếu sinh, muốn bảo vệ sự sống, lẽ nào lại không đem đạo lý nhân từ mà khuyên dạy cảm hóa ngay từ người phụ nữ trong gia đình mình?

Nhờ việc chép kinh được thoát khổ[1]

Vào đời nhà Đường, khoảng năm đầu niên hiệu Long Sóc,[2] ở huyện Lạc Châu[3] có người tên Ngũ Ngũ Nương, sau khi chết được hơn một tháng thì báo mộng[4] cho người chị và em trai của mình rằng: "Tôi thuở nhỏ bị bệnh ghẻ, có giết một con cua đem giã nát để đắp lên. Tuy bệnh ghẻ khi ấy được khỏi, nhưng nay tôi phải đọa vào địa ngục có rừng đao. Hiện có 7 mũi đao xuyên vào thân tôi, đau đớn không chịu nổi. Xin làm việc Phật sự để hồi hướng công đức cứu vớt tôi."[5]

---

không cần bàn chuyện đúng sai tốt xấu, chỉ nên lo việc món ăn thức uống cho gia đình, và đừng mang đến mối lo cho cha mẹ là được rồi."

[1] Trích từ sách Pháp uyển Châu lâm (法苑珠林). (Chú giải của soạn giả) Tuy nhiên, chúng tôi không tìm thấy câu chuyện này trong Pháp uyển châu lâm mà tìm thấy trong quyển 1 của sách Kim Cang Kinh Thọ Trì Cảm Ứng Lục (金剛經受持感應錄), được xếp vào Vạn tục tạng, kinh số 1631, trang 474, tờ c, bắt đầu từ dòng thứ 5. Sách này lại dẫn nguồn từ Minh báo ký (冥報記). Chúng tôi đã đối chiếu với cả nội dung trong sách Minh báo ký và thấy có một số chi tiết khác với nội dung trong An Sĩ toàn thư.

[2] Tức năm 661, đời Đường Cao Tông.

[3] Nay là Lạc Dương, thuộc tỉnh Hà Nam.

[4] Theo Minh báo ký thì không phải nằm mộng, mà là giữa khuya cả người chị và đứa em trai đều nghe có tiếng rên rỉ trên bàn thờ, liền cất tiếng hỏi và nghe tiếng người chết trả lời.

[5] Theo Minh báo ký thì đoạn này còn có thêm một số chi tiết khác, có lẽ tiên sinh An Sĩ đã lược bớt. Ngoài ra, sách này chép Ngũ Ngũ Nương nói rằng: "Xin nhận lấy y phục của tôi và giúp tôi làm việc công đức." Sau đó thì người chị nhìn thấy y phục đã liệm theo khi chôn cất giờ lại nằm ở trên giường. Như vậy, không có chi tiết mang y phục của người chết lên cúng chùa (Điều này không hợp lý).

Người chị liền mang y phục để lại của Ngũ Ngũ Nương đến chùa Tịnh độ cúng dường, thỉnh thầy Bảo Hiến chép 7 quyển kinh Kim Cang. Vừa chép kinh xong, lại mộng thấy Ngũ Ngũ Nương hiện về trong mộng[1] cảm tạ và nói: "Giờ cả 7 mũi đao đều ra khỏi thân thể. Tôi nhờ phước ấy đã được tái sinh."

LỜI BÀN

Giết mạng con vật để trị bệnh còn không thể được, huống chi là vô cớ mà tạo nghiệp giết hại!

Ruồi, kiến cùng đòi mạng[2]

Vào khoảng cuối đời nhà Minh, huyện Vô Tích[3] có người họ Dư, từ năm hơn hai mươi tuổi đã bắt đầu ăn chay, thờ Phật. Chỉ có điều tính ông rất ghét các loài ruồi, kiến, cứ nhìn thấy là giết hết.

Đến năm bảy mươi hai tuổi, ông bệnh rất nặng, bỗng nhiên hét to với người chung quanh rằng có vô số kiến chui vào miệng mình, lại nói có ngàn vạn con ruồi cùng kéo đến đòi mạng. Lát sau, nhìn thấy có đồng tử dẫn hồn đi đến, liền bỏ mạng.

LỜI BÀN

Xét việc họ Dư ưa giết ruồi, kiến cùng với những nghiệp báo xấu ác lúc lâm chung thì chắc rằng việc ăn chay, thờ Phật của ông ấy chỉ là sơ sài hình thức mà thôi. Nếu không phải vậy, thì đức Như Lai vốn có đủ vô lượng oai lực, chỉ cần chí tâm niệm Phật một tiếng còn có thể miễn trừ tội nặng trong nhiều đời, huống chi ông ấy suốt đời tu trì, sao không miễn trừ được

[1] Theo Minh báo ký thì vẫn không phải là nằm mộng, mà nghe thấy tiếng nói từ bàn thờ.

[2] Trích từ sách Quan cảm lục (觀感錄). (Chú giải của soạn giả)

[3] Thuộc tỉnh Giang Tô.

tội nghiệp trong hiện tại? Hơn nữa, nếu đã chân thành thờ kính Phật, làm sao còn có thể [nhẫn tâm] muốn giết ruồi diệt kiến?

Khuyên người không nên nuôi mèo

Người ta tạo ra các ác nghiệp, cũng giống như trồng dây leo. Từ một gốc đã mọc lên, cành lá rồi sẽ lan ra chằng chịt. Hãy thử xét như việc nuôi mèo chẳng hạn. Nếu nhìn theo quan điểm thế gian thì bất quá điều này chỉ tạo ra một nghiệp xấu [là giết chuột] mà thôi. Nhưng nếu dùng trí tuệ sáng suốt mà xét kỹ sẽ thấy rằng điều này có thể nuôi dưỡng vô số ác nghiệp. Nay thử trình bày ra đây chỉ một đôi phần trong số đó.

- Nhìn chung, loài chuột vốn không làm hại con người, nay ta bỗng dưng khởi sinh ác ý muốn giết hại chúng, đó gọi là sự giết hại vô cớ (vô duyên sát).
- Chúng ta không thể tự mình giết, lại dùng việc nuôi mèo để giết chuột, đó gọi là sai bảo khuyến khích kẻ khác giết hại (giáo tha sát).
- Mỗi khi thấy mèo bắt được chuột liền khởi tâm vui mừng, đó gọi là thấy sự giết hại mà tán trợ vui theo (tùy hỷ sát).
- Thấy mèo bắt được nhiều chuột thì khen ngợi, đó gọi là xưng tán, ca tụng sự giết hại (tán thán sát).
- Cố ý đem mèo thả vào những nơi có nhiều chuột [để nó bắt giết], đó gọi là tạo điều kiện thuận lợi cho việc giết hại (phương tiện sát).
- Trong lòng mong muốn cho mèo ngày nào cũng bắt được chuột, đó gọi là nuôi dưỡng tâm nguyện giết hại (thệ nguyện sát).
- Trong lòng mong muốn nuôi mèo để giết chuột nhà mình, kết quả đúng thật mèo ấy giết chuột nhà mình, đó gọi là sự giết hại hướng tâm cố ý và chính xác (chính sát), cũng gọi là

sự giết hại có tương thông với tâm giết hại của kẻ khác (thông tâm sát).

- Trong lòng mong muốn nuôi mèo để giết chuột nhà mình, kết quả mèo ấy lại cũng sang giết chuột nhà người khác, đó gọi là giết trộm (đạo sát), cũng gọi là sự giết hại không tương thông với tâm giết hại của kẻ khác (cách tâm sát).
- Nuôi mèo chỉ vì muốn nó bắt chuột, nhưng rồi lại bắt cá, mua cá cho nó ăn, đó gọi là sự giết hại phát triển thêm (tăng ích sát).
- Khiến cho những người quanh ta bắt chước làm theo, con cháu anh em bắt chước làm theo, cùng làm việc giết hại sinh mạng, đó gọi là sự giết hại tiếp nối lan truyền không có lúc chấm dứt (vô tận sát)...

Vô số những nghiệp ác như vậy, đều khởi sinh từ chỉ một ý niệm căn bản ban đầu là muốn nuôi mèo, có thể nào lại không hết sức nghiêm khắc ngăn ngừa [ý niệm ấy] hay sao?

Chuột tha văn thi[1]

Lý Chiêu Hỗ tham gia kỳ thi Hội. Quan chủ khảo xem qua bài của ông, cho rằng văn chưa được hay, liền loại ra, đặt lên đầu giá sách. [Đến lúc đi ngủ,] có con chuột lớn ngậm bài văn ấy lôi đến bên gối ông. Quan chủ khảo liền lấy đặt lại lên giá sách, chuột lại tha đến bên gối. Liên tục ba lần như vậy, quan chủ khảo trong lòng kinh dị, liền xem lại và chấm đỗ bài văn ấy.

Sau khi yết bảng, quan chủ khảo liền gạn hỏi Lý Chiêu Hỗ. Ông nói "[Có lẽ vì] ba đời nhà tôi chưa bao giờ nuôi mèo [để giết chuột]."

---

1 Trích từ sách Cổ sử đàm uyển (古史談苑). (Chú giải của soạn giả)

LỜI BÀN

Trong nhà nuôi thêm một con vật, đó là tạo thêm một phần nghiệp ác. Kinh Bồ Tát giới[1] dạy rằng: "Người Phật tử nuôi dưỡng những con vật như mèo, chó, lợn... đó là phạm vào tội khinh cấu."[2] Kinh Ưu-bà-tắc giới dạy rằng: "Nuôi mèo là phạm tội. Nuôi các loài vật như dê, lợn v.v... là phạm tội. Nuôi tằm [kéo tơ] là phạm tội."[3]

Kinh điển dạy rõ việc này ở rất nhiều nơi, chỉ tiếc là người đời không đủ nhân duyên đọc được mà thôi. Người biết quý tiếc sự sống của muôn loài thì không muốn làm những việc như trồng hoa, nuôi cá... vì đều dẫn đến sự giết hại vật mạng ngày càng nhiều hơn.

Mong sao người đọc có thể suy xét thật kỹ những điều này, đừng cho đó là những lời vô nghĩa.

Khuyên người chúc mừng sinh nhật[4]

Chúc mừng sinh nhật quả là điều vui, nhưng nên nghĩ đến việc ngày hôm nay con đàn cháu đống đông vui, cùng nâng chén chúc mừng tuổi thọ, thì năm xưa cũng chính ngày này cha mẹ sinh ta ra, phải chịu bao gian khó nhọc nhằn![5]

Người đời nay đến ngày mừng thọ, chỉ biết giết hại vật

[1] Tức kinh Phạm Võng (梵網經), 2 quyển, được xếp vào Đại Chánh tạng thuộc Tập 24, kinh số 1484. Nội dung trích dẫn thuộc quyển 2, trang 1007, tờ b, dòng thứ 13.

[2] Tội khinh cấu: các tội nhẹ hơn so với trọng tội hay tội ba-la-di. Tuy gọi là nhẹ hơn, nhưng vẫn làm ô nhiễm hạnh thanh tịnh của người tu tập.

[3] Thật ra đoạn này trích từ sách Phạm võng Bồ Tát giới kinh nghĩa sớ phát ẩn (梵網菩薩戒經義疏發隱), 5 quyển, được xếp vào Vạn tục tạng thuộc Tập 38, kinh số 679. Đoạn trích này thuộc quyển 5, trang 201, tờ a, dòng 14 và 15, nhưng sách này lại dẫn nguồn bằng câu "Ưu-bà-tắc giới kinh vân". Chúng tôi vẫn chưa tìm thấy nguyên văn trong kinh này.

[4] Dưới đây khuyên không nên giết hại vật mạng vào những dịp lễ mừng.

[5] Câu này lấy ý từ một câu thơ trong Kinh Thi: "哀哀父母，生我劬 勞 - Ai ai phụ mẫu, sinh ngã cù lao." (Thương thay cha mẹ, sinh ta ra bao gian khó nhọc nhằn." Bài thơ này nói lên công ơn sinh thành dưỡng dục của cha mẹ.

mạng, mở tiệc chiêu đãi thân quyến bạn bè, mà đối với công ơn sinh dưỡng như trời bể của cha mẹ thì hầu như không hề nhớ đến, như vậy thật là quái lạ!

Than ôi, một lần sinh con, cha mẹ phải hao tổn biết bao khí lực tinh thần, khiến cha mẹ phải chịu thêm vô số khổ não ưu phiền, cho đến ngày ta tuổi cao tác lớn thì lại tạo nghiệp giết hại sinh linh vật mạng, liên lụy đến cha mẹ, làm sao có thể an ổn trong lòng?

Xưa kia, vua Đường Thái Tông lúc đang ở ngôi vua tôn quý mà đến sinh nhật còn không dám lấy làm vui, huống chi là người khác?

Dám khuyên những người con hiếu, mỗi khi đến sinh nhật của mình, nên bùi ngùi suy tưởng rằng: "Ngày hôm nay thật chẳng có gì để ta buông thả mừng vui! Vì chính vào ngày này năm xưa, để sinh ra được đứa con bất tiếu[1] là ta mà cha mẹ phải bao phen nguy khốn, đối mặt với sống chết. Ngày hôm nay thật chẳng có gì để ta phóng túng mừng vui! Chính vào ngày này năm xưa mẹ ta phải bắt đầu một chuỗi dài những ngày khổ nhọc, đêm ngày bồng bế, bảo bọc cho ta, bên ướt mẹ nằm bên ráo con lăn, trải qua nhiều năm không hề có được giấc ngủ yên, [vậy có gì là vui?]

Ngày hôm nay thật chẳng có gì để ta phóng túng mừng vui! Vì hiện nay ta vợ con đầy đủ, an ổn thọ hưởng sản nghiệp gia tài [mẹ cha để lại], nhưng chẳng biết cha mẹ [quá cố] nay thác sinh chốn nào, sướng khổ ra sao, [vậy có gì là vui?]

Ví như ngày nay ta rộng làm các việc phước thiện, hồi hướng công đức cho cha mẹ ở cõi âm, chỉ sợ cũng không còn kịp nữa, [huống chi lại] nỡ lòng nào trong ngày tưởng niệm những gian

[1] Bất tiếu: lời khiêm tốn tự nhận mình không noi theo, tiếp nối được những điều tốt đẹp của cha mẹ.

khó nhọc nhằn của cha mẹ lại tụ tập cùng nhau giết hại vật mạng, ăn uống say sưa, hát ca nhộn nhịp được sao?"

Tặng kinh cho người mừng thọ[1]

Huyện Côn Sơn[2] có vị Thái phu nhân họ Hứa, là mẹ của quan Hàn lâm Từ Tích Dư. Bà thường ngày ăn chay, ưa thích làm việc thiện, tụng kinh lễ Phật không hề biếng trễ.

Mùa đông năm Đinh Sửu thuộc niên hiệu Sùng Trinh[3] là dịp mừng thọ 60 tuổi của Thái phu nhân. Vào ngày sinh nhật, Thái phu nhân chỉ làm việc phước thiện, cúng dường trai tăng, lại đem tất cả những lễ vật mừng thọ của thân hữu dùng vào việc in ấn kinh Pháp Hoa. Đối với tất cả những người đến chúc thọ, Thái phu nhân cho chiêu đãi tiệc chay, lại đem số kinh đã in ấn ra tặng cho mỗi người một bộ.

Những người hiểu biết thấy việc làm như vậy, ai ai cũng đều ngưỡng mộ. Thái phu nhân về sau được khỏe mạnh sống lâu, con cháu thảy đều phát đạt hưng thịnh.

LỜI BÀN

Những người khác vào ngày mừng thọ đều dùng rượu thịt chiêu đãi quan khách, [giết hại nhiều vật mạng nên] ngược lại tạo nhân xấu ác làm rút ngắn tuổi thọ. Người mẹ của họ Từ biết dùng hương vị Chánh pháp để đáp lại tấm lòng những người chúc thọ, ấy là đã gieo trồng hạt giống để được quả sống lâu. Xét như vậy thì bên nào được bên nào mất, điều gì nên bỏ điều gì nên theo, mong rằng người đọc sách có thể lắng lòng trong lúc đêm khuya thanh vắng mà suy ngẫm kỹ.

---

1 Chuyện này ở vùng Côn Sơn truyền tụng cho nhau, mọi người đều biết.

2 Thuộc tỉnh Giang Tô. Đây là quê hương của tiên sinh Chu An Sĩ.

3 Tức là năm 1637, niên hiệu Sùng Trinh năm thứ 10, vào triều Minh Tư Tông.

Dùng việc phước thiện đãi khách[1]

Huyện Côn Sơn có người tên Trương Băng Am, tên húy là Lập Liêm,[2] thi đỗ khoa thi năm Bính Tý thuộc niên hiệu Sùng Trinh.[3] Ông là người đã nhiều đời tu tập phước đức, cung kính phụng thờ Tam bảo, hơn nữa lại còn chuyên tâm nghiên cứu học hỏi Giáo pháp, thường hướng về Thiền tông.

Vào mùa thu năm Kỷ Mùi thuộc nên hiệu Khang Hy[4] là dịp mừng thọ tròn 60 tuổi của ông, người mang lễ vật mừng thọ nối tiếp nhau kéo đến. Trương Băng Am mang tất cả những lễ vật nhận được dùng vào việc in ấn phẩm Phổ Môn [trong kinh Pháp Hoa] và chú Đại Bi, số lượng rất nhiều. Trong việc chiêu đãi đáp tạ những người đến chúc mừng, ông cũng học theo việc làm tốt đẹp của Hứa Thái phu nhân, hoàn toàn đãi chay không giết hại bất cứ con vật nào.

LỜI BÀN

Bạn bè, thân quyến mang lễ vật đến mừng thọ, mọi người đều cho là việc làm tốt đẹp nhưng không biết rằng như thế thật vô lý. Nếu là người tu thiện tích đức, tự nhiên được hưởng thọ mạng dài lâu, nên việc sống thọ chỉ là chuyện đương nhiên đã biết, đâu cần phải tỏ ra vẻ ngạc nhiên xưng tụng chúc mừng? Từ thời Đường, Ngu trở về trước, người ta ai ai cũng sống đến trăm mấy mươi tuổi còn chưa nói đến chuyện chúc mừng. Về sau, phước đức của con người ngày càng kém cỏi, tuổi thọ giảm dần, nên việc mừng thọ ngày càng tổ chức sớm hơn. Than ôi! Đến lúc ba tai kiếp[5] sắp xảy ra, tuổi thọ con người ngắn ngủi

---

1 Việc này do chính tôi được tận mắt chứng kiến. (Chú giải của soạn giả)

2 Trương Lập Liêm chính là người viết Lời nói đầu cho sách Vạn thiện tiên tư này.

3 Tức là năm 1636, niên hiệu Sùng Trinh năm thứ 9, vào triều Minh Tư Tông.

4 Tức năm 1679, niên hiệu Khang Hy năm thứ 18. Theo chi tiết này thì Trương Băng Am sinh năm 1620, và như vậy ông thi đỗ vào năm chỉ mới 16 tuổi.

5 Ba tai kiếp (tam tai): tức hỏa tai (nạn lửa), thủy tai (nạn nước) và phong tai (nạn gió). Ba tai

chính là điềm báo, không thể không rõ biết. Việc làm của tiên sinh [Trương Băng Am] có thể nói là vượt xa hẳn những kẻ tầm thường.

Không mở tiệc mừng, dùng tiền giúp người nghèo[1]

Viên Ngọ Quỳ, tên húy là Tư, người Vũ Lâm,[2] đến ngụ cư ở huyện Côn Sơn. Ông thường ưa thích làm việc thiện không biết chán mệt.

Vào đầu mùa hạ năm Kỷ Mão thuộc niên hiệu Khang Hy,[3] ông vừa được 50 tuổi. Những thân hữu từng giao du với ông rủ nhau góp tiền tổ chức tiệc rượu mừng, ông cố từ chối nhưng không được. Ông liền mời tất cả đến chùa Cảnh Đức, nhận hết các khoản mừng thọ rồi phân phát cho những người nghèo khổ, cùng những người cô độc, tàn tật... Ông lại tự bỏ tiền ra đóng góp một phần vào Hội từ thiện và tổ chức [tiệc chay tại chùa] để đáp tạ tấm lòng của tất cả thân hữu.

LỜI BÀN

Trái cây già chín, ắt đợi ngày rơi rụng; cây gỗ đã lớn, ắt phải đợi ngày đốn dùng. Cho nên, người có trí tuệ thì từ khi bước qua tuổi trung niên phải thường tỉnh giác, đang sống trong nhà nên quán tưởng như đó là quán trọ, đối với thân quyến họ hàng nên quán tưởng như những người bè bạn, mỗi ngày trôi qua nên quán tưởng mình như con cá nằm trong vũng nước cạn, đang khô kiệt dần, [mạng sống chẳng còn được bao lâu].[4] Nếu

kiếp này sẽ xảy ra vào thời mạt kiếp, khi thế giới sắp đến giai đoạn hủy diệt.

[1] Việc này do chính tôi được tận mắt chứng kiến. (Chú giải của soạn giả)

[2] Tức Hàng Châu.

[3] Tức năm 1699, niên hiệu Khang Hy năm thứ 38.

[4] Đoạn này lấy ý trong kinh Pháp cú (法句經), 2 quyển, được xếp vào Đại Chánh tạng thuộc Tập 4, kinh số 210. Nội dung này nằm trong quyển 1, trang 559, tờ a, dòng 26 - 27: 是日已過，命則隨減，如少水魚，斯有何樂？- Thị nhật dĩ quá,

như đã đến lúc mắt mờ răng rụng, tóc bạc lưng còm mà vẫn còn phóng túng buông thả làm việc giết hại sinh mạng, si mê không chịu tỉnh ngộ thì quả thật là người ngu si kém cỏi![1]

Khuyên người không nên giết hại vật mạng vào những dịp lễ mừng

Người ta gặp những ngày tốt lành, cảnh tươi đẹp thì vẻ mừng vui lộ ra sắc mặt, nhưng loài vật vào những ngày ấy lại đau đớn trong lòng. Vì sao vậy? Vì con người khi ấy thì nhộn nhịp ăn uống mừng vui, còn loài vật thì hồn xiêu phách lạc; con người thì sum họp một nhà, còn loài vật thì mẹ con ly tán; con người thì mặc áo đẹp, chúc mừng nhau những điều tốt đẹp, món ngon vật quý bày ra nhiều như cỏ rác, còn loài vật thì máu me lênh láng, ruột đứt từng đoạn, tim gan óc não vung vãi trên mặt đất lẫn cùng cát bụi... Cho nên có thể nói rằng, vào những ngày nhân dịp mừng vui mà giết hại vật mạng chính là việc làm tàn nhẫn nhất của con người. Ví như đang lúc xuống dao giết hại mà bất chợt dừng tay tự xét lại mình, thì cho dù có món ngon vật lạ bày ra trước mắt, trong lòng cũng không khỏi thấy buồn đau thương xót. Kinh Phạm võng có nói đến giới "không thận trọng những lúc có việc tốt đẹp", chính là muốn nói đến việc không biết răn ngừa hành vi giết hại vật mạng trong những dịp lễ mừng.

Ngỗng chết thay người[2]

Vào cuối đời nhà Minh, tại Phủ Tường thuộc Hàng Châu có người họ Triệu vốn giàu lòng nhân từ, không hề giết hại vật

mạng tắc tùy giảm, như thiểu thủy ngư, tư hữu hà lạc? (Một ngày đã qua rồi, mạng sống cũng theo đó mà giảm bớt, như con cá thiếu nước, liệu có gì là vui?)

1 Câu này lấy ý từ một câu nói của Khổng tử: "民斯為下矣 - Dân tư vi hạ hĩ." (Ấy là hạng người thấp kém nhất rồi vậy.)

2 Trích từ sách Giới sát hiện báo (戒殺現報). (Chú giải của soạn giả)

mạng. Cuối năm, có kẻ mang đến biếu một con ngỗng, người nhà muốn giết thịt, ông hết sức ngăn cản. Đêm rằm tháng giêng, người nhà lại xin giết ngỗng, ông vẫn không cho. Lần lữa cho đến tiết Đoan Dương mồng 5 tháng 5,[1] người nhà lại xin giết ngỗng, ông nạt bảo thôi, nhờ đó ngỗng lại thoát chết.

Ngày 17 trong cùng tháng đó, ông ngã bệnh, đến mồng một tháng sáu thì trở bệnh rất nặng. [Ông mộng] thấy có người áo xanh bắt ông đưa đến một chốn nha môn, lại có ba người đến dâng cáo trạng, vị trưởng quan tiếp nhận tất cả. Sau đó lại thấy có hai người quen cùng một bà họ Dương cũng bị dẫn đến.

Vừa đến lúc họ Triệu bị gọi ra chất vấn thì bỗng có một con ngỗng chạy đến nằm lăn trên đất, thốt ra tiếng người, bảo họ Triệu rằng: "Ông hãy đi đi, tôi đến đây thay thế cho ông." Họ Triệu liền theo đường cũ mà về, nhìn thấy thi hài của chính mình đang còn được giữ lại chưa liệm vào quan tài đậy nắp, liền nhập hồn vào xác mà sống lại.

Ngày hôm ấy, con ngỗng bỗng tự lăn ra chết trong lồng. Hai người quen với bà họ Dương mà ông đã gặp trong mộng cũng đều chết trong cùng ngày hôm ấy.

LỜI BÀN

Chuyện sống chết, dù là cha con cũng không thể thay thế cho nhau. Họ Triệu tuy có ân đức với ngỗng, nhưng ngỗng làm sao có thể chết thay cho họ Triệu?

Nhưng tuy là như vậy, xét kỹ lại thì tánh pháp viên dung sáng suốt, trọn đủ nghĩa dung thông tương nhiếp, nên chỗ cảm ứng của tâm thành đâu có gì là không tương thông. Việc con ngỗng cứu họ Triệu, cũng không thể nói là không có lý.

---

[1] Ta cũng gọi là ngày tết Đoan ngọ.

Mừng sinh con không nên giết hại

Nhà giàu nếu sinh được một đứa con thì trân quý như ngọc báu, nhưng thấy một con vật lạc khỏi bầy liền [nghĩ ngay đến việc] bắt lấy làm món ăn. Đêm khuya thanh vắng thức giấc [tự xét mình], không khỏi thấy rằng tâm địa như thế thật tàn độc thái quá. Mong sao quý vị thường đọc kinh Địa Tạng [ắt sẽ thấy ra lẽ ấy].

Kinh dạy rằng: "Người ở cõi Diêm-phù-đề này, lúc mới sinh con phải biết thận trọng đừng làm việc giết hại vật mạng rồi tụ tập thân thích đông đảo cùng nhau ăn uống, như vậy sẽ khiến cho cả mẹ lẫn con đều không được an ổn vui vẻ."

Theo đó mà xét thì muốn cầu cho con cháu lớn khôn, sống lâu hưởng phước, an ổn khỏe mạnh, chắc chắn là không nên giết hại vật mạng.

Người đời mỗi khi sinh con liền lập tức có không ít kẻ thô lậu phàm ăn tạp uống tranh nhau đến đòi uống rượu. Tuy miệng luôn nói là muốn chúc mừng mà trong lòng thật chỉ vì miếng ăn ngon ngọt. Người ngu si không thấy được động cơ thật sự của bọn ấy, nên mở tiệc nhỏ thì mổ gà giết vịt, tiệc lớn thì xẻ lợn đâm dê, khiến từ đời này cho đến kiếp sau, oán thù cứ nối nhau vay trả, thật hết sức vô nghĩa.

Làm thịt dê bị quả báo ngay[1]

Vào đời nhà Đường, trong khoảng niên hiệu Hiển Khánh,[2] tại Trường An[3] có người sinh con vừa đầy tháng, mở tiệc rất lớn chiêu đãi bạn bè thân quyến, định giết một con dê. Con dê ấy nhiều lần hướng đến người đồ tể mà bái lạy cầu xin, nhưng người ấy không quan tâm, cuối cùng cũng ra tay giết. Lát sau mang thịt dê cho vào nồi nấu. Người mẹ bế con đến xem, nồi nấu thịt dê tự nhiên vỡ

---

[1] Trích từ sách Pháp uyển châu lâm. (Chú giải của soạn giả)

[2] Niên hiệu Hiển Khánh kéo dài trong khoảng các năm từ 656 đến 661.

[3] Nay là Tây An.

tung, nước sôi đổ tràn xuống lửa nóng rồi bắn vọt lên như nhắm thẳng vào đầu, mặt của hai mẹ con. Chỉ trong chốc lát, cả hai đều bỏ mạng.

LỜI BÀN

Vào thời đức Phật còn tại thế, một quỷ vương nọ có 500 đứa con. Đứa nhỏ nhất tên là Tần-già-la. Quỷ mẹ rất hung bạo, thường bắt con trai, con gái của người mà ăn thịt. Đức Thế Tôn liền bắt lấy quỷ con Tần-già-la nhốt bên trong một cái bát úp xuống. Quỷ mẹ bay đi tìm khắp thiên hạ, đến bảy ngày vẫn không tìm được, liền đến thưa hỏi Phật xem quỷ con giờ ở đâu. Đức Phật hỏi: "Nhà ngươi có 500 đứa con, chỉ mất mỗi một đứa, sao buồn đau sầu khổ đến thế? Người đời sinh con, lẽ nào không thương yêu, sao ngươi nỡ ăn thịt?" Quỷ mẹ đáp: "Nếu con tìm được Tần-già-la, từ nay về sau thề không giết hại con cái của người đời." Đức Phật liền chỉ chỗ để cái bát có giấu Tần-già-la bên trong. Quỷ mẹ và tất cả các con cùng nhau dùng hết thần lực để giở bát lên nhưng không thể lay động chút nào, liền quay sang cầu cứu đức Phật. Phật dạy: "Hãy thọ Tam quy, phát nguyện giữ theo Năm giới, con ngươi sẽ trở về." Quỷ liền vâng lời Phật dạy. Đức Phật lại nói: "Hãy giữ giới cho tốt. Vào thời Phật Ca-diếp trước đây, ngươi từng là Vương nữ Yết-cơ. Bởi không giữ giới nên nay mới phải chịu quả báo đọa vào loài quỷ."[1]

Than ôi, người đời [hung bạo] như quỷ mẹ kia, [ăn thịt con cái của muôn loài] nào phải ít đâu?

---

[1] Trích từ kinh Tạp bảo tạng (雜寶藏經). (Chú giải của soạn giả) Tuy nhiên, chúng tôi không tìm thấy đoạn trích này trong kinh Tạp bảo tạng, mà tìm được trong sách Thích Ca Như Lai Ứng Hoá Lục (釋迦如來應化錄), được xếp vào Vạn tục tạng, Tập 75, kinh số 1511, gồm 6 quyển. Nội dung trích dẫn thuộc quyển 2, trang 88, tờ c, bắt đầu từ dòng thứ 11 với câu: "Tạp bảo tạng kinh vân - 雜寶藏經云" Có lẽ tiên sinh An Sĩ đã căn cứ câu này để dẫn chú. Nội dung trích dẫn có lược đi một số chi tiết nhưng không quan trọng.

Khuyên những người thờ cúng tổ tiên[1]

Việc cúng kính ông bà tổ tiên, bất quá chỉ là hết lòng bày tỏ sự tưởng nhớ ân đức nguồn cội, còn như ông bà tổ tiên có đến hay không thật cũng chưa thể biết được. Vì sao vậy? Ông bà tổ tiên của chúng ta, nếu có tu phước ắt đã sinh vào hai cõi trời người, đang thọ hưởng phước báo, nếu tạo các nghiệp ác, ắt phải đang chịu khổ trong ba đường dữ.

Tuy nhiên, những trường hợp được hưởng phước báo an vui e rằng chỉ có ít, mà những trường hợp đang chịu khổ não thật rất nhiều. Cho nên, con cháu có lòng hiếu thảo thì mỗi khi đến ngày kỵ giỗ, cúng kính ông bà tổ tiên, nên thành tâm kiên trì trai giới, niệm Phật tụng kinh, hồi hướng công đức [cầu cho ông bà tổ tiên sớm được siêu thoát] về Tây phương Tịnh độ, giúp ông bà tổ tiên được thoát khỏi nỗi khổ luân hồi. Như vậy mới là sự báo ân chân thật.

Còn như việc giết hại vật mạng để cúng tế linh đình, chỉ càng làm tăng thêm nghiệp chướng của người chết. Người hiểu biết chân chánh, [nhìn thấy những việc ấy] thật không thể không khởi lòng thương xót.

Giết hại vật mạng liên lụy đến người chết[2]

Vào thời Tiền Đường,[3] có người cư sĩ họ Kim, thành tín kiên trì giữ gìn trai giới. Sau khi chết, người này có lần nhập vào một bé trai nói với người nhà rằng: "Ta tuy có tu hành nhưng nghiệp lành vẫn còn chưa đủ để được vãng sinh Tịnh độ. Nay đang ở cõi âm nhưng được an vui lắm, có thể tự do đi lại."

[1] Dưới đây khuyên việc không nên giết hại vật mạng để cúng giỗ ông bà tổ tiên.

[2] Trích từ sách Trúc song tùy bút (竹窗隨筆). (Chú giải của soạn giả)

[3] Nhà Đường cai trị từ năm 618, đến năm 690 thì Võ Tắc Thiên lập ra nhà Võ Chu. Đến năm 705, Đường Trung Tông lên ngôi nối lại nhà Đường nên gọi là Hậu Đường. Giai đoạn trước nhà Võ Chu được gọi là Tiền Đường.

Sau đó một thời gian, họ Kim cũng nhập vào đứa bé trai ấy mà trách mắng vợ con rằng: "Tại sao lúc xây mộ cho ta lại giết gà cúng tế? Vì việc ấy mà bây giờ ta đi đâu cũng có hai người theo giám sát, không còn được tự do nữa."

Khi ấy, đứa con dâu của họ Kim đang mang thai, người nhà liền đem việc ấy ra hỏi, họ Kim nói: "Lần này sẽ sinh con trai, mẹ tròn con vuông. Nhưng lần sau cũng sinh con trai nữa, mẹ con đều chết." Mọi người đều lấy làm lạ, liền ghi chép lại lời ấy. Sau quả nhiên xảy ra đúng như vậy.

LỜI BÀN

Cúng tế không thể chỉ dùng rau cải sơ sài, [có thể bày biện thêm các loại bánh trái, nhưng] quan trọng nhất là không được giết hại vật mạng.

Người đời mỗi khi thành tựu công danh, được như ý muốn, liền mổ lợn giết dê cúng tế tổ tiên thật linh đình. Bản thân người làm việc ấy vốn đã dương dương tự mãn, xem đó là việc làm vinh dự tổ tiên dòng tộc, mà những kẻ đứng ngoài cũng luôn dòm ngó vào, lao xao xưng tụng. Nhưng thử hỏi vào lúc ấy liệu ông bà tổ tiên có thực sự chạm đũa thọ hưởng được miếng nào chăng?

Giết hại vật mạng như thế thật vô ích, chỉ khiến ông bà cha mẹ [quá cố] phải đắm chìm sâu hơn trong nghiệp chướng. Người chết mà biết được, ắt không khỏi đau đớn ôm lòng oán hận nơi chín suối. Thật không bằng những người nghèo khó chỉ dùng hoa quả canh rau đơn sơ mà thành tâm cúng tế tổ tiên, như thế chẳng phải lại là tốt hơn đó sao?

Khuyên những người cầu đảo thần linh

Người đời làm việc tạo tội mà cho là cung kính, lấy việc trái ngược với đạo trời mà cho là tu phúc, trong số đó không gì [sai lầm] hơn việc [giết hại vật mạng để] cúng tế đáp tạ thần linh. Trong việc cúng tế ấy, đáng giận hơn cả là những kẻ chuyên đứng ra thay thế người khác cúng tế cầu phúc.

Nói chung, việc sống thọ hay chết yểu đều do nhân tạo từ đời trước, nghiệp quả đã đến thì không thể trốn chạy. Ví như quan chức vâng lệnh bắt người, những kẻ thi hành công vụ lẽ nào lại chỉ vì chút miếng ăn mà thay thế người bị bắt phản hồi lên trên, hủy bỏ án lệnh hay sao?

Bên trong các miếu tế thần đều u uất ngột ngạt, khắp nơi đều như thế. Chỉ vì người đời đã lâu quen thành thói tục, nên thảy đều bị bọn tiểu nhân tham ăn lừa bịp. Những kẻ tiểu nhân ấy thấy có người bị bệnh liền lập tức đến nhà thu tiền mua vật giết hại để cúng tế tà thần. Gia chủ si mê, không biết rằng việc ấy khiến cho người bệnh phải âm thầm chịu thêm tai họa, lại cho là tạo phúc, chẳng phải hết sức đáng thương đó sao?

Xin có lời khuyên hết thảy người đời, mỗi khi trong nhà có người bệnh tật, nên khuyến khích làm thiện tích đức để giảm nhẹ tai ách, tụng kinh lễ sám. Nếu thấy bệnh nguy kịch, nên khuyên người bệnh chuyên tâm niệm Phật, cầu nguyện được vãng sinh, như vậy thật là công đức vô lượng vô biên. Hãy thận trọng đừng nghe theo lời dối trá của bọn bói toán, chỉ khiến cho người bệnh đã khổ càng thêm khổ mà thôi.

Tế trời gặp Phật[1]

Vào thời đức Phật còn tại thế, có vị quốc vương tên là Hòa Mặc, kính tin và thờ phụng ngoại đạo. Khắp trong nước ấy,

[1] Trích theo kinh Pháp cú (法句經). (Chú giải của soạn giả) Tuy nhiên, chúng tôi không tìm thấy đoạn trích này trong kinh Pháp cú, mà tìm được trong sách Thích Ca Như Lai Ứng Hoá Lục (釋迦如來應化錄), được xếp vào Vạn tục tạng, Tập 75, kinh số 1511, gồm 6 quyển. Nội dung trích dẫn thuộc quyển 2, trang 86, tờ b, bắt đầu từ dòng thứ 3 với câu: "Pháp cú kinh vân - 法句經云" Có lẽ tiên sinh An Sĩ đã căn cứ câu này để dẫn chú.

người dân đều tin theo tà thuyết, giết hại vật mạng để cúng tế.

Một lần mẹ vua bị bệnh, kéo dài đã lâu không thuyên giảm, vua liền triệu các thầy bà-la-môn đến hỏi nguyên nhân. Các bà-la-môn đáp rằng: "Do các vì sao bị đảo lộn, âm dương không điều hòa nên có bệnh như vậy."

Vua hỏi: "Có cách nào để khỏi bệnh chăng?"

Bọn bà-la-môn ấy đáp: "Phải chuẩn bị các con vật trâu, ngựa, dê, lợn cho đủ số một trăm, giết để tế trời, sau đó sẽ khỏi bệnh."

Nhà vua lập tức cho chuẩn bị đủ số như vậy mang đến chỗ lập đàn tế trời. Đức Phật biết chuyện, khởi tâm đại từ, thương xót nhà vua ngu mê, liền hiện đến chỗ ấy. Vua vừa nhìn thấy đức Phật từ xa liền vội thi lễ. Đến bên rồi thưa rằng: "Mẹ con bệnh đã lâu, nay con muốn tế trời để cầu xin cho mẹ."

Đức Phật dạy: "Nếu muốn được lúa thóc, ắt phải cày ruộng; muốn được giàu có, phải tu tập bố thí; muốn được sống lâu, phải tu tập tâm đại từ; muốn được tri thức, phải chăm học hành. Bốn việc như thế, đều tùy nơi việc làm mà có được kết quả. Việc cúng tế cầu đảo rối loạn lẽ thường, lấy tà làm chính, giết hại sự sống để cầu được sống, thật quá xa với lẽ sống còn."

Ngay khi ấy, đức Phật liền phóng hào quang chiếu sáng khắp đất trời. Đức vua được nghe thuyết pháp và nhìn thấy hào quang của Phật, liền sinh lòng hổ thẹn, sám hối tội lỗi, cuối cùng không tế trời nữa. Mẹ vua nghe qua sinh lòng vui mừng, bệnh tật tự nhiên tiêu trừ.

Đức vua Hòa Mặc từ đó về sau kính tin Tam bảo, thương dân như con, thường tu Mười nghiệp lành, trong nước luôn được mưa thuận gió hòa, mùa màng bội thu.[1]

---

[1] Mười nghiệp lành (Thập thiện nghiệp): Bao gồm: 1. Không sát sanh, thường làm việc tha thứ và phóng sanh. 2. Không trộm cắp, thường tu hạnh bố thí, giúp đỡ, san sẻ với mọi người. 3. Không tà dâm, luôn giữ lòng chung thủy một vợ một chồng. 4.

LỜI BÀN

Tất cả chúng sinh [đủ phước đức] sinh lên cõi trời đều có đầy đủ sắc thân thanh tịnh, hào quang chói sáng rực rỡ, không có những thứ ô uế như máu mủ, đờm dãi, phân, nước tiểu... Món ăn là chất cam lộ, tự nhiên hóa hiện tùy ý. Chư thiên nhìn xuống cõi Diêm-phù-đề đầy những gai góc gò nỗng, máu thịt tanh hôi, thật không hề muốn thấy, muốn nghe, lại cầu mong các vị ấy cưỡi mây đến thọ hưởng [việc cúng tế máu thịt], quả thật là chuyện vô lý.

Con gà do người nuôi, tuy ưa thích ăn loài rết, nhưng không thể vì thế lại mang rết đến dâng lên người mà cho đó là món ăn ngon. Còn như nói rằng chư thiên [tuy không ăn nhưng] chỉ thọ hưởng mùi vị món ăn, thì khắp cõi thiên hạ này lúc nào cũng có người nấu nướng thịt cá, mùi vị xông lên không dứt, hẳn chư thiên đã có thể thọ hưởng từ lâu, đâu phải đợi người cúng tế? Như nói rằng do có ý đặc biệt vì chư thiên mà giết hại vật mạng cúng tế thì chư thiên sẽ thọ hưởng, nhưng quốc vương Hòa Mặc nếu có cúng tế bất quá cũng chỉ trong một ngày, vậy những ngày sau đó chư thiên chẳng có gì để thọ hưởng sao?

Kinh Thư có câu: "Ngũ cốc [dâng cúng] thật không có hương thơm, chỉ riêng đạo đức chói sáng [của con người] mới có hương thơm." Kinh Dịch lại nói rằng: "Nhà phía đông giết trâu, chẳng bằng nhà phía tây cúng kính đơn sơ nhưng chân thành." Chỉ tiếc rằng người đọc sách không nhận hiểu được những ý nghĩa ấy [nên mới tin vào chuyện giết hại vật mạng để cúng tế cầu phúc.]

Không nói dối, luôn nói lời chân thật. 5. Không nói lời trau chuốt, thô tục, thường nói những lời có ý nghĩa, có ích lợi. 6. Không nói đâm thọc, gây chia rẽ, thường nói những lời tạo ra sự đoàn kết, thương yêu nhau. 7. Không nói lời độc ác, gây tổn hại, thường nói những lời ôn hòa, nhu thuận. 8. Không tham lam, luôn quán xét rằng mọi thứ của cải vật chất đều chỉ là giả tạm, không thường tồn. 9. Không sân hận, thường tu tập hạnh từ bi, nhẫn nhục. 10. Không ngu mê, tà kiến, thường sáng suốt tu tập theo chánh kiến.

Giả tế thần cây phải sinh làm dê[1]

Xưa có một ông lão[2] hết sức giàu có, một hôm bỗng muốn ăn thịt, liền chỉ vào một cái cây mọc ở đầu đám ruộng nhà mà bảo các con rằng: "Nhà ta có được sản nghiệp như hôm nay là nhờ vị thần cây ấy ban phúc. Các con hãy giết một con dê trong bầy mang đến cúng tế thần cây."

Các con ông nghe lời, liền giết một con dê cúng tế thần cây, lại lập một miếu thờ thần ngay dưới gốc cây ấy.

Về sau, ông lão chết đi liền phải sinh làm một con dê trong nhà ấy. Đến lúc các con ông muốn cúng tế thần cây, liền chọn đúng con dê ấy định mang đi giết. Khi ấy, dê bỗng nói thành tiếng người rằng: "Cái cây ấy chẳng có thần linh nào cả. Ngày xưa ta vì muốn ăn thịt nên bày chuyện nói dối, bảo các con cúng tế, phần thịt cúng tế ấy các con đều cùng ăn với ta, nhưng không ngờ quả báo lại riêng ta phải gánh chịu trước nhất."

Lúc bấy giờ có một vị tỳ-kheo đã chứng quả A-la-hán vừa đến đó khất thực, liền dùng thần thông giúp cho những người con đều nhìn thấy được con dê ấy chính là cha họ ngày trước. Sau khi biết rõ sự thật, họ liền phá bỏ miếu thờ thần cây. Từ đó về sau sám hối tội lỗi, tu tạo phước đức, từ bỏ không bao giờ giết hại vật mạng nữa.

---

[1] Trích từ kinh Tạp bảo tạng (雜寶藏經), quyển 7. (Chú giải của soạn giả) Tuy nhiên, chúng tôi không tìm thấy câu chuyện này trong kinh Tạp bảo tạng, mà tìm được trong sách Pháp uyển châu lâm (法苑珠林), được xếp vào Đại Chánh tạng, Tập 53, kinh số 2122, gồm 100 quyển. Câu chuyện này thuộc quyển 62, trang 753, tờ b, bắt đầu từ dòng thứ 6 với câu: "Hựu Tạp bảo tạng kinh vân -又雜寶藏經云" Có lẽ tiên sinh An Sĩ đã căn cứ câu này để dẫn chú. Chúng tôi đã so sánh nội dung với nguyên bản, tuy có khác biệt một số chi tiết nhưng không quan trọng.

[2] Nguyên bản chỉ nói "Tích hữu lão công - 昔有老公", nhưng An Sĩ toàn thư chép là: "Phật thế hữu nhất lão nhân - 佛世 有一 老人." (Vào thời Phật tại thế có một ông lão...) Chúng tôi chọn dịch theo nguyên bản trong Pháp uyển châu lâm.

LỜI BÀN

Kinh Tăng nhất A-hàm dạy rằng: "Có năm loại bố thí không hề được phước. Một là giúp cho người khí giới để giết hại, hai là giúp cho người thuốc độc để hại người khác, ba là giúp cho người trâu dữ không thuần tính [có thể gây hại], bốn là giúp cho người phụ nữ dâm loàn [khiến người hư hỏng], năm là xây dựng miếu thờ tà thần."[1]

Người đời có những kẻ si mê, được gặp ruộng phước Tam bảo thì không chịu cúng dường bố thí, nhưng đối với những miếu thờ quỷ thần tà vạy thì mừng vui góp sức xây dựng. Đó là vì con mắt chân chánh chưa được khai mở. Một khi xây dựng thành tựu, lại cho ghi khắc tên tuổi rằng "ngày ấy tháng ấy năm ấy, do tên tuổi ấy kiến lập", rồi dương dương tự mãn cho rằng mình đã bỏ tiền tạo được phúc lớn. Than ôi, đâu biết rằng từ đó về sau, lễ cúng lớn thì giết dê mổ lợn, lễ cúng nhỏ thì gà, vịt, cá, tôm... phải đau đớn rên xiết vì dao thớt cắt xẻ, phải tuyệt vọng giãy giụa trong nước sôi dầu nóng, không thể biết được đã lên đến số lượng là bao nhiêu trăm ngàn vạn ức. Quả thật là: "Thiên đường còn chưa thành tựu, địa ngục trước đã nên hình." Khổng tử có nói: "Đối với những thần linh không đáng cúng tế mà cúng tế, đó gọi là tà vạy. Cúng tế tà vạy thì không có phúc đức." Lành thay lời dạy của bậc thánh nhân, thật không khác biệt với lời Phật dạy.

Thần Đông Nhạc xin thọ giới[2]

Vào đời nhà Đường có thiền sư Nguyên Khuê, vốn họ Lý,

---

[1] An Sĩ toàn thư dẫn chú kinh Tăng nhất A-hàm (51 quyển), quyển 28. Tuy nhiên, chúng tôi tìm thấy đoạn trích này hiện nay nằm trong quyển 27, thuộc Đại Chánh tạng, Tập 2, kinh số 125, trang 699, tờ a, từ dòng thứ 13 đến dòng thứ 15.

[2] Trích từ sách Truyền đăng lục (傳燈錄). (Chú giải của soạn giả) Tên gọi đầy đủ là Cảnh Đức Truyền Đăng Lục (景德傳燈錄), được xếp vào Đại Chánh tạng, thuộc Tập 51, kinh số 2076, tổng cộng 30 quyển. Nội dung trích dẫn này thuộc quyển 4, trang 233, tờ b, bắt đầu từ dòng thứ 7.

quê ở Y Khuyết.[1] Ngài thọ giới cụ túc[2] vào niên hiệu Vĩnh Thuần năm thứ hai.[3] Về sau, ngài yết kiến Quốc sư Huệ An, có chỗ tỏ ngộ về thiền được Quốc sư ấn chứng, liền chọn đất Bàng Ổ ở núi Thái làm nơi ẩn cư.

Một hôm, có người tìm đến chỗ thiền sư, trông dáng vẻ khác thường, đầu đội mão quan, lại có tùy tùng theo hầu đông đảo, oai vệ. Vừa gặp nhau, người ấy liền hỏi: "Thầy có thể biết được ta là ai chăng?" Thiền sư đáp: "Ta xem tất cả chúng sinh đều bình đẳng như nhau, không có sự phân biệt."

Người lạ nói: "Ta là Nhạc đế,[4] nắm giữ quyền sinh sát đối với người đời, có thể ban sống, có thể bắt chết, sao thầy có thể xem đồng như những kẻ tầm thường?"

Thiền sư nói: "Ta vốn không sinh, ông làm sao bắt ta chết được? Thân ta như hư không, ông có thể hủy hoại được hư không chăng?"

Nhạc đế liền cúi đầu lạy, thưa rằng: "Bạch thầy, con là một vị thần thông minh chính trực, hơn hẳn những vị thần khác. Xin thầy truyền thụ cho con giới luật chân chánh, giúp con có thể thoát khỏi luân hồi."

Thiền sư liền lên tòa cao, đốt hương trầm, thần thái trang nghiêm, gọi thần hỏi: "Nay truyền thụ cho ông năm giới. Thứ nhất, ông có thể giữ giới dâm được không?"

Thần thưa: "Con đã có vợ."

---

[1] Nay là Hà Nam, Lạc Dương.

[2] Thọ giới Cụ túc, cũng gọi là thọ Đại giới, nghĩa là chính thức được thọ nhận đầy đủ giới luật của một vị tỳ-kheo.

[3] Tức là năm 683.

[4] Nhạc đế: nói đủ là Đông nhạc Thái sơn Thiên tề Nhân thánh đại đế, cũng gọi là Đông Nhạc Thánh đế, là một trong Ngũ Nhạc Đại đế, tức 5 vị thần chủ quản 5 ngọn núi lớn, bao gồm: Thái sơn, Hành sơn, Tung sơn, Hằng sơn và Hoa sơn. Thần Đông Nhạc chủ quản núi Thái sơn, được xem là quan trọng nhất, đứng đầu trong Ngũ Nhạc.

Thiền sư nói: "Không ngăn việc ông có vợ, chỉ là không được có lòng tà vạy với nữ nhân nào khác."

Thần cúi lạy thưa: "Vậy con có thể giữ được."

Thiền sư lại hỏi: "Ông có thể giữ giới không trộm cướp được chăng?"

Thần nói: "Con không hề đói thiếu, có lý nào lại phải làm việc trộm cướp?"

Thiền sư đáp: "Không phải như ông nghĩ. Giới này có nghĩa là không được vì nhận sự cúng tế thờ phụng mà ban phúc cho kẻ ác, hoặc vì không được cúng tế mà giáng họa cho người hiền lành."

Thần cúi lạy thưa: "Vậy con có thể giữ được."

Thiền sư lại hỏi: "Ông có thể giữ giới không giết hại được chăng?"

Thần nói: "Con nắm giữ đại quyền sinh sát, làm sao có thể không giết người?"

Thiền sư đáp: "Không phải vậy. Giới này có nghĩa là không được giết người quá mức cần thiết, hoặc giết nhầm lẫn, hoặc giết vì nghi ngờ, hoặc giết vì cẩu thả, chưa tra xét kỹ."

Thần cúi lạy thưa: "Vậy con có thể giữ được."

Thiền sư lại hỏi: "Ông có thể giữ giới không nói dối được chăng?"

Thần nói: "Con là thần minh chính trực, làm sao lại có thể nói dối?"

Thiền sư nói: "Không phải vậy. Giới này có nghĩa là phải thận trọng lời nói, trước sau đều phải hợp với lòng trời."

Thần cúi lạy thưa: "Vậy con có thể giữ được."

Thiền sư lại hỏi: "Ông có thể giữ giới không uống rượu được chăng?"

Thần lại cúi lạy thưa: "Con có thể giữ được."

Thiền sư dạy: "Như vậy là ta đã truyền thụ cho ông năm giới, là những giới căn bản nhất do đức Phật chế định."

Thiền sư cùng với thần tiếp tục đàm đạo hồi lâu. Thần lại thưa với thiền sư: "Con đã được thầy dạy dỗ giáo huấn, mong được đền đáp ơn thầy. Xin thầy sai bảo con làm một việc ở thế gian này, để con hiển lộ chút thần thông, khiến những người chưa có lòng tin đều sinh khởi tín tâm."

Thiền sư từ chối, thần cố sức thỉnh cầu. Cuối cùng, thiền sư liền nói: "Phía đông chùa cần chắn gió nhưng trống trải không có cây. Núi phía bắc lại rất nhiều cây cối, nhưng không phải hướng cần che chắn. Ông có thể dời cây cối ở núi phía bắc sang phía đông chùa được không?"

Thần nói: "Xin vâng lệnh thầy. Chỉ có điều trong đêm nay sẽ có sự chấn động ồn náo, xin thầy đừng sợ." Nói rồi liền lễ bái xin từ biệt. Thiền sư tiễn ra cửa, đưa mắt nhìn thấy tùy tùng nghi vệ như bậc vua chúa, mây lành ráng hồng vây phủ, sương khói ẩn hiện, cờ phướn lọng ngọc uy nghi, từ từ bay lên không trung rồi biến mất.

Đêm hôm đó, quả nhiên có gió bão nổi lên, sấm nổ ầm ầm, mây đen cuồn cuộn, sét đánh chói lòa. Đến sáng sớm ra nhìn thì thấy bao nhiêu tùng bách bên núi phía bắc quả nhiên đều đã dời cả sang phía đông, sum suê rậm rạp.

Đến năm Bính Thìn thuộc niên hiệu Khai Nguyên năm thứ tư,[1] thiền sư có lời dặn lại đệ tử rằng: "Ta từ trước đến giờ vẫn ở nơi ngọn núi phía đông chùa, sau khi chết có thể dựng tháp ở đó."

Dặn dò xong, thiền sư an nhiên thị tịch.

---

[1] Tức là năm 716.

LỜI BÀN

Các vị thần linh trên đất liền hay dưới vùng sông nước, hết thảy đều đã từng tu phúc trong những đời trước. Chỉ có điều vì không phát tâm Bồ-đề nên một khi thọ hưởng phước báo liền trở thành mê muội, [không còn phân biệt rõ chánh tà]. Lại có những vị tỳ-kheo thọ trì giới luật, khi được tái sinh làm người quyền quý thì rơi vào việc ăn thịt uống rượu, hủy báng Tam bảo. Đó đều là do họ chỉ biết tu phúc lành mà không tu tập trí huệ.

Thuở xưa, đức Thế Tôn khi chưa thành đạo, thiền tọa đoan nghiêm dưới cội Bồ-đề. Ma vương Ba-tuần lo sợ về sự thành đạo của ngài nên mang theo tám triệu chúng ma muốn đến làm hại. Ma vương nói với Phật rằng: "Thái tử Tất-đạt-đa, ông mau đứng lên rời đi nơi khác. Nếu ông không đi, ta sẽ nắm chân ông ném ra ngoài biển."

Đức Phật bảo Ma vương: "Ta quán xét thấy trong khắp cõi thế gian này không ai có thể ném ta ra ngoài biển. Đời trước ông từng xây dựng một ngôi chùa,[1] thọ trì Bát quan trai giới[2] trong một ngày đêm, lại từng cúng dường thức ăn cho một vị Phật Bích-chi, do những phước báo đó mà được sinh lên tầng thứ sáu cõi trời Dục giới, làm Đại Ma vương.[3] Còn ta đã trải qua vô số

[1] Nguyên bản Hán văn khắc là: "曾作一寺主 - tằng tác nhất tự chủ", có thể hiểu là "đã từng làm người chủ trì (hay trụ trì) một ngôi chùa". Tuy nhiên, đối chiếu nguyên bản trong Tạp bảo tạng kinh thì câu này là: "但曾作一寺- đãn tằng tác nhất tự" (trang 481, tờ b, dòng thứ 21), nghĩa là "chỉ từng xây dựng một ngôi chùa". Như vậy, An Sĩ toàn thư đã khắc thừa một chữ dễ gây hiểu lầm, tuy rằng câu trên vẫn có thể được hiểu là "người chủ trì việc xây dựng chùa".

[2] Giới Bát quan trai là giới do đức Phật chế định cho phép người cư sĩ có thể thọ trì trong một ngày đêm, bao gồm tám điều giới và một trai pháp. Tám điều giới là: 1. Không giết hại, 2. Không trộm cắp, 3. Không dâm dục, 4. Không nói dối, 5. Không uống rượu, 6. Không dùng hương hoa trang điểm, 7. Không đàn ca, hát xướng hoặc nghe người khác đàn ca hát xướng... 8. Không ngồi, nằm trên giường ghế cao rộng. Và một trai pháp là không ăn quá giờ ngọ (12 giờ trưa).

[3] Dục giới có 6 tầng trời, tầng trời thứ sáu là cao nhất, bao gồm: 1. Tứ đại vương chúng thiên, 2. Tam thập tam thiên (hay Đao-lợi thiên), 3. Dạ ma thiên, 4. Đâu-suất thiên, 5. Lạc biến hóa thiên, 6. Tha hóa tự tại thiên. Ma vương Ba-tuần là thiên chủ ở Tha hóa tự tại thiên.

kiếp rộng tu các công đức, cúng dường vô số đức Phật, ông sao có thể làm hại được ta?"

Ma Ba-tuần liền hỏi: "Lời ông nói đó có gì làm chứng cứ?"

Đức Phật chỉ tay xuống đất, nói: "Cõi đất này làm chứng cho lời nói của ta."

Đức Phật vừa dứt lời thì cõi đất chấn động, vô số địa thần từ dưới lòng đất cùng phóng vọt lên, quỳ gối chắp tay bạch Phật rằng: "Bạch Thế Tôn, chúng con xin làm chứng. Lời Phật nói đó hoàn toàn chân thật, không hề hư dối."[1]

Cho nên có thể biết rằng, hai việc tu phước và tu huệ phải đồng thời chú trọng, không được thiên lệch hay bỏ sót một bên. Như Đông nhạc Thánh đế,[2] có thể nói là không mê mờ nhân lành chân chánh [đời trước]. Vì thế nên trong lời dạy của thiền sư có nói: "Không được vì nhận sự cúng tế thờ phụng mà ban phúc cho kẻ ác, hoặc vì không được cúng tế mà giáng họa cho người hiền lành." Rõ ràng là lời dạy [cho người] sau khi thọ giới. Người đời không suy xét kỹ, giết hại oan uổng biết bao sinh linh vật mạng, thật đáng buồn thay!

Quan Công hộ trì Chánh pháp[3]

Quan Công tên húy là Vũ, tự là Vân Trường, sống vào đời Hậu Hán. Sau khi chết, ông vâng theo sắc chỉ của Ngọc đế làm vị thần cai quản những việc thuộc phạm vi văn chương khoa cử, cùng những sổ sách ghi chép việc thiện ác của người đời. Trải qua các triều đại, ông luôn được ban phong, xưng tụng bằng các danh hiệu cao quý. Ông quy y Tam bảo, phát nguyện cứu giúp người đời.

---

[1] Chuyện này có ghi chép trong Tạp bảo tạng kinh. (Chú giải của soạn giả) Tạp bảo tạng kinh (雜寶藏經) được xếp vào Đại Chánh tạng, Tập 4, kinh số 203, trang 481, tờ b, bắt đầu từ dòng thứ 16.

[2] Tức thần Đông Nhạc.

[3] Trích từ sách Quan đế kinh chú (關帝經註) của Đạo gia (tức Lão giáo). (Chú giải của soạn giả)

Khoảng đầu triều Minh, ông từng giáng bút[1] tại một nhà quan lớn, khuyên người đời tu tập việc thiện. Nhân đó có nói rằng: "Ta đã quy y với Đại sĩ Quán Âm, cùng Thiên tôn Vi Đà lo việc hộ trì Chánh pháp. Vì thế, người đời khi cúng tế ta không được dùng rượu thịt." Câu chuyện ấy truyền khắp xa gần, nên trong các chùa, miếu đều có thờ tượng Quan thánh Đế quân. Những sự cảm ứng hiển linh xưa nay rất nhiều.

LỜI BÀN

Tôi từng đọc qua những sách vở của Đạo gia, thấy trong đó có sách "Văn Xương sám" gồm 3 quyển, được cho là do Đế Quân giáng bút viết thành. Trong sách ấy hầu hết đều dùng những lời dạy trong Kinh điển nhà Phật, tuy sự rộng lớn viên dung không thể sánh được với sách "Lương hoàng sám", nhưng sự quy ngưỡng, tin tưởng vào Tam bảo cũng không kém so với lời của Quan Công. Nhân đó cảm thấy cả hai vị đều thật đáng ca ngợi, cùng chưởng quản việc văn chương, khoa cử, những người tham gia thi cử đều phải thông qua sự soát xét chọn lựa của các ngài. Ra cổng nhà trời, vào cửa địa phủ, uy quyền của các ngài thật hiển hách lớn lao, thế mà cũng phải khâm phục quy ngưỡng, hướng về theo Phật, thì sự rộng lớn mênh mông của Phật pháp không cần biện luận cũng đã có thể thấy được rõ ràng.

Mạnh tử từng xem Bá Di, Thái Công như bậc cha già của cả thiên hạ, nói rằng: "Cha già của thiên hạ [là Bá Di, Thúc Công] đều đã quy phục [Văn vương] thì [người trong thiên hạ là] con cháu còn theo ai khác được?"

Tôi đối với hai vị Đế quân là Văn Xương và Quan Công, cũng muốn nói lời tương tự như Mạnh tử. [Uy dũng như các vị còn quy ngưỡng theo về cửa Phật, thì người trong thiên hạ còn theo ai khác được?]

---

[1] Giáng bút (降筆): cũng gọi là giáng cơ (降箕), là một nghi thức của Đạo gia, sử dụng một bàn gỗ chứa gạo tấm hoặc cát. Người giáng cơ sẽ vạch lên đó thành chữ để hiển thị ý muốn nói.

Khuyên những người xem sao bói toán

Dùng dao gậy để giết hại, thật rõ ràng dễ thấy. Dùng lời nói để giết hại, thật kín đáo khó lường. Hãy xét như việc các thầy bói đoán bệnh cho người, thế nào cũng nói "do bị thần nọ, thần kia... bắt tội", rồi xúi giục những kẻ ngu mê nhầm tin theo, giết hại đủ các loài tôm, cá, gà, ngỗng... không việc gì không làm. Do đó mà những con vật bị giết hại không khỏi nhiều đời oán hận người bệnh, cũng đời đời oán hận thầy bói đoán bệnh kia. Như vậy, chẳng phải một lời nói của thầy bói thật đã gây hại lớn lao đó sao? Dám khuyên hết thảy những người làm nghề bói toán, mỗi khi gặp người nhờ đoán bệnh, hãy khuyên người ta nên làm thiện tích phước, ăn chay niệm Phật. Ví như cho rằng quả thật có quỷ thần bắt tội, không thể không cúng tế, thì vẫn có thể khuyên người dùng các món hương hoa, rau cải chay lạt để thay cho thịt cá.

Thầy bói chịu quả báo[1]

Vùng Giang Lăng[2] có một thầy bói họ Lữ, mỗi khi bói việc cho người ta đều bảo họ phải giết vật mạng [cúng tế]. Hôm nọ đến một nhà có bệnh, vừa sắp đoán bệnh cho chủ nhà thì bỗng ngã lăn ra đất chết. Hai hôm sau tự sống lại. Có người hỏi nguyên nhân, liền kể lại rằng:

"Tôi nhìn thấy một ác quỷ cao hơn một trượng,[3] bắt tôi dẫn đến chỗ Diêm vương. Diêm vương bảo rằng tôi nói bừa chuyện họa phúc của người khác, hại chết nhiều sinh linh vật mạng, nên hết lời quát mắng, quở trách. Lại nhìn thấy có hàng trăm tù quỷ, khóc lóc thảm thiết rồi mắng tôi: 'Bọn ta vì lầm tin lời ông mà nay phải chịu tội.' Bọn họ mắng rồi kéo nhau mang cả gông cùm đến mà đánh tôi. Tôi lại nhìn thấy vô số cầm thú, tất cả đều gầm thét, trừng mắt giận dữ, tranh nhau kéo đến bắt lấy tôi mà

1 Trích từ sách Quảng nhân lục (廣仁錄). (Chú giải của soạn giả)

2 Thuộc tỉnh Hồ Bắc.

3 Mỗi trượng ngày xưa có 10 thước, mỗi thước khoảng 33 cm. Như vậy một trượng khoảng 3,3 mét.

cắn xé. Bấy giờ, Diêm vương muốn xua tôi vào ngục, bỗng có một người mặc áo xanh thưa rằng: 'Người này tuổi thọ dương gian chưa dứt, hãy tạm thả ra, sau này sẽ truy xét.' Do đó mà được sống lại. Còn về người bệnh nhà này, tôi nghe đã có tên rồi, e rằng sẽ không qua khỏi."

Quả nhiên, chỉ mấy ngày sau thì người bệnh ấy chết. Thầy bói từ đó bỏ nghề, lại ghi chép chuyện này truyền rộng khắp nơi để khuyên răn người đời.

LỜI BÀN

Thành hoàng, thổ địa, thần sông, hà bá... người đời có nhiều kẻ sai lầm tôn xưng là Bồ Tát. Thậm chí giết hại vật mạng cúng tế mà cũng gọi là cúng Phật! Than ôi, những hàng quỷ thần nhỏ nhoi ấy mà lạm xưng tôn hiệu của chư Phật, Bồ Tát, thì có khác nào gỗ mục mà xem như chiên-đàn quý giá! Lại cũng như trong các sách lịch sử đều thấy có ghi: "Tây vực có vị thần gọi là Phật." Đó là rõ ràng Phật hiệu mà trở ngược lại xem như quỷ thần. Chỉ vì không có được cái nhìn chân chánh nên mới rơi vào sai lầm đến mức như thế.

Khuyên những người mở tiệc đãi khách[1]

Người đời đều ghét sự tổn hại, nhưng ai ai cũng làm những chuyện gây tổn hại. Người đời đều sợ đọa lạc, nhưng ở đâu cũng gieo trồng nhân đọa lạc. Có người vô cớ bị cha mẹ mắng là đồ chó, lợn, đồ súc vật, liền buồn rầu không vui, giận cha mẹ đã sỉ nhục mình. Đối với cái tên gọi "chó, lợn, súc vật" mà còn căm ghét, chỉ sợ bị gán ghép cho mình, thì lẽ ra đối với việc thực sự sa đọa làm chó lợn, súc vật ắt phải hết sức sợ sệt, chỉ e không biết cách nào để dứt khoát tránh xa. Thế mà chỉ riêng một việc đãi đằng quan khách liền luộc cá, nấu tôm, mổ gà, giết vịt, [dù biết] quả báo nhất định phải chịu khổ đau trong ba đường dữ

[1] Dưới đây khuyên không nên giết hại vật mạng để chiêu đãi quan khách.

mà vẫn không chịu tỉnh ngộ, như vậy chẳng phải là chỉ ghét cái danh xưng mà không biết sợ mối họa thực sự [phải làm súc vật] đó sao?

Kinh Lăng nghiêm dạy rằng: "Vì người ăn thịt dê nên dê chết sinh làm người, người chết sinh làm dê [để trả món nợ ăn dê]. Ăn thịt các chúng sinh khác cũng vậy, sinh ra rồi chết đi, đời này sang đời khác ăn thịt lẫn nhau, cùng tạo nghiệp ác, tiếp nối mãi không dứt." Đức Phật không nói lời dối gạt, sao có thể ngờ vực không tin? Cho nên biết rằng, mổ gà thì chịu quả báo làm gà, giết chó ắt chịu quả báo làm chó, lẽ ấy tất nhiên. Than ôi, trước đây cha mẹ mắng [ta là chó, lợn] thì không muốn nhận, nay chỉ vì miếng ăn trong miệng của người khác mà tự mình [tạo nhân để phải] làm chó, lợn. Chỉ vì một lúc vui đùa yến tiệc mà tự mình [tạo nhân để phải] làm chó, lợn. Đó chẳng phải là điều không nên làm mà đã làm rồi đó sao?

Chồng giết dê hóa ra giết vợ[1]

Đời Bắc Tống, Lưu Đạo Nguyên từng làm quan huyện lệnh Bồng Khê. Sau khi thôi việc về quê, một hôm đến chơi nhà họ Tần, nghỉ lại một đêm. Nửa đêm nằm mộng thấy một phụ nữ khóc nói với ông rằng: "Tôi là vợ của chủ nhà họ Tần này, từng đánh chết một người thiếp của chồng, âm phủ xử tôi sau phải chết để đền mạng, lại phải đọa làm thân dê. Hiện đang bị nhốt trong chuồng, sáng mai sẽ bị giết để đãi ông. Thân tôi dù chết cũng đáng tội chẳng tiếc gì, hiềm vì trong bụng đang có dê con, nếu lại vì tôi mà chết thì tội của tôi càng thêm nặng."

Lưu Đạo Nguyên đợi đến sáng mới đem chuyện ấy ra nói thì dê đã bị giết rồi. Cả nhà họ Tần nghe chuyện đều hết sức kinh sợ, liền đặt dê con trở lại vào bụng mẹ rồi mang ra đồng chôn cất.

---

1 Trích từ sách Quảng nhân lục (廣仁錄). (Chú giải của soạn giả)

LỜI BÀN

Xưa, ở thành Xá-vệ có một vị trưởng giả tên là Đô-đề. Một hôm, lúc ông ấy đi vắng, đức Thế Tôn đến nhà ấy nhìn thấy một con chó trắng đang nằm trên giường, ăn vụng thức ăn lấy trên bàn ăn. Con chó thấy Phật đến liền nhảy xuống giường mà sủa. Đức Phật bảo nó: "Đời trước ngươi tham tiếc tài sản, không chịu bố thí giúp người, nên ngày nay phải chịu đọa như vậy."

Con chó nghe vậy ra vẻ buồn giận, nằm lỳ dưới đất không chịu ăn. Ông Đô-đề quay về nhà, thấy [con chó như] vậy thì khởi tâm sân hận, liền tìm đến chỗ đức Phật [cật vấn]. Phật dạy: "Con chó ấy vốn là cha ông ngày trước. Nếu ông không tin cứ về nhà hỏi nó, bảo nó chỉ chỗ giấu vàng bạc châu báu thì biết." Ông Đô-đề nghe vậy thì vừa thẹn vừa sợ, liền theo đúng lời Phật dạy về nhà hỏi con chó chỗ giấu vàng bạc châu báu. Con chó lập tức chạy nhanh đến chui vào dưới giường, dùng chân ra sức bới đất, quả nhiên đào chỗ ấy lên tìm được rất nhiều vàng bạc châu báu. Ông Đô-đề khi ấy mới tin lời Phật dạy, phát tâm quy y Tam bảo.[1]

Vì thế nên đức Phật dạy rằng, các loài có mạng sống đều có thể là cha mẹ, thân quyến từ nhiều đời trước của chúng ta. Mỗi kiếp sinh ra làm người, tất nhiên đều có cha mẹ, quyến thuộc. Từ vô thủy đến nay, nếu chúng ta thác sinh qua số kiếp nhiều như số cát một sông Hằng, ắt phải từng có số cha mẹ, thân bằng quyến thuộc của số kiếp nhiều như số cát một sông Hằng; nếu thác sinh qua số kiếp nhiều như số cát trăm ngàn sông Hằng, ắt phải từng có số cha mẹ, thân bằng quyến thuộc của số kiếp nhiều như số cát trăm ngàn sông Hằng, lẽ nào có thể mê muội giết bừa được sao?

Lấy như việc con dê của nhà họ Tần, trong lúc bị giết, cả nhà đều chỉ cho đó là một con dê. Người chồng không biết là đang giết vợ để đãi khách, con không biết là đang giết mẹ để vui chén cùng người, người giúp việc cũng không biết là đang giết bà chủ

[1] Chuyện này được ghi chép trong kinh Trung A-hàm.

mình để làm vật nấu nướng. Cho đến khi sự đã rồi, chồng mới biết đó là kẻ trước đây từng chung chăn gối, con mới biết đó là người trước đây từng thương yêu bảo bọc mình, người giúp việc mới biết con vật có miệng không nói được, phải ôm hận mà chết kia chính là bà chủ trước đây từng lo liệu đảm đang việc nhà. Nhưng đến lúc ấy thì dù có tan xương nát thịt cũng không thể nào chuộc lại được lỗi lầm, vãn hồi sinh mạng cho dê kia.

Giá như nhà họ Tần có giữ giới không giết hại, ắt là chồng đã cứu được vợ, con đã cứu được mẹ, người giúp việc đã cứu được bà chủ, đâu đến nỗi chỉ vì một người khách quen biết sơ sài mà giết hại chính người thân cốt nhục của mình!

Cho nên, những ai thường giết hại vật mạng để đãi đằng quan khách phải biết đau lòng mà nhất thiết từ bỏ không làm nữa.

Giết hại quá nhiều biến thành lợn

Trong khoảng niên hiệu Chánh Đức triều Minh,[1] có một người đã đỗ cử nhân, gia đình hết sức giàu có, thường giết hại vật mạng, mỗi lần đãi khách giết đến ba, bốn con lợn. Một đêm nọ, người này mộng thấy thần Thành hoàng hiện đến nói: “Nhà ngươi giết hại vật mạng không đếm xuể, rồi đây sẽ bị biến thành lợn.”

Nhưng rồi vẫn chứng nào tật nấy, không chịu răn ngừa. Trải qua khoảng nửa năm sau, ông ta đột ngột lăn ra chết. Sau khi đã liệm vào quan tài, bỗng nghe bên trong có tiếng động, mọi người liền mở nắp quan ra xem thì thấy thi hài đã biến thành lợn.

LỜI BÀN

Người đời giết hại vật mạng, phần nhiều là để đãi đằng quan khách, không biết xét lại rằng những bạn bè thân mật đó,

[1] Tức vào triều Minh Vũ Tông. Niên hiệu Chánh Đức kéo dài từ năm 1506 đến năm 1521.

trong khi cùng ta ăn uống thì người nào cũng xưng là thân thiết, nhưng ngày sau gặp gỡ trên đường, bất quá cũng chỉ chào nhau một tiếng rồi đi. Nếu gặp hoạn nạn cần người tương trợ thì trong số ấy ngàn người cũng khó tìm được một, hai. Trong khi đó, khổ báo trong ba đường dữ [do nghiệp ác giết hại] thì cõi âm đã định sẵn rồi. Một khi đến trước điện Diêm vương, liệu có thể viện dẫn bọn quan khách ấy ra để giảm tội được chăng?

Xét như việc ông cử nhân kia đãi khách, ắt không khỏi luôn tự cho mình là hào hiệp phóng khoáng, nhiều tình cảm. Đến khi thi hài bị hóa thành lợn, tiếng xấu lan truyền khắp nơi, chẳng biết lúc ấy có còn gì là đắc chí?

Khói đen báo trước tai họa[1]

Ở Côn Sơn[2] có người họ Hứa, nhà giàu có, tính hiếu khách, chuyện ăn uống luôn đòi hỏi phải ngon miệng, thịnh soạn, nên giết hại vật mạng nhiều không đếm xuể.

Khoảng năm Ất Dậu thuộc niên hiệu Thuận Trị,[3] trong nhà bếp bỗng xuất hiện một đám khói đen lớn như cái bánh xe, bay quanh sân một vòng rồi tan mất. Không bao lâu sau xảy ra việc quân phương bắc kéo đến vây hãm thành, cả nhà ấy có 40 người đều bị giết sạch.

LỜI BÀN

Nhà giàu có thì bếp núc chính là nơi hội tụ những oan nghiệp oán hận lớn lao. Tuy chỉ vuông vức mỗi bề chừng ba, bốn mét, nhưng tiếng khóc la cầu cứu thường xuyên vang lên trong ấy. Mẹ con ly tán cũng thường xuyên xảy ra nơi ấy; banh gan mổ ruột, moi tim móc phổi cũng thường xuyên xảy ra nơi ấy. Oán khí tích lũy lâu ngày có thể thấy chứa đầy nơi ấy. Ma

[1] Chuyện này do một người bạn tôi trực tiếp kể lại. (Chú giải của soạn giả)

[2] Nguyên bản khắc là Ngọc Phong, tên gọi khác của Côn Sơn, quê hương của tiên sinh Chu An Sĩ.

[3] Tức là năm 1645, niên hiệu Thuận Trị năm thứ hai.

quỷ oán hận khóc than, tiếng buồn đau vang suốt đêm thâu. Có khi chúng hiện hình thành ma không đầu, hoặc hiện thân hình đầy máu me, hoặc hiện hình hai mắt nhắm nghiền, hoặc mắt trợn trừng, hoặc hiện hình lắc đầu đập cánh, hoặc phát âm thanh phì phò như phun máu, hoặc tiếng rên rỉ đau đớn, hoặc tiếng than vãn khổ sở, tất cả đều nghiến răng đấm ngực, nhe nanh múa vuốt, quyết được đối mặt trả oán mới cam lòng. Cho nên, trời đất linh thiêng, quỷ thần qua lại, đều đã ghi chép tội lỗi đành rành, khiến cho kẻ ác lúc sống phải chịu vô vàn nạn khổ, chết đi phải đọa trong ba đường dữ, không ai có thể cứu thoát được. Như thế thì chỗ bếp núc kia chẳng phải là nơi hội tụ bao oan nghiệp oán hận lớn lao đó sao? Những người có lòng hiếu khách, phải hết sức thận trọng đừng bước theo con đường này.

Khuyên những người khoản đãi thầy giáo

Người đời không ai không thương yêu con cái, nhưng lại thường không biết cách thương yêu cho thích hợp. Hãy xét như việc mời thầy về dạy cho con, vốn có lòng mong con thành danh, được đứng vào hàng kẻ sĩ chân chánh, nhưng vì muốn khoản đãi thầy giáo mà lại thường xuyên luộc cá, nấu tôm, giết gà, mổ vịt... Ví như mỗi năm giết hại đến ngàn sinh mạng, ắt trong mười năm phải giết hại đến hàng vạn chúng sinh. Tích lũy lâu ngày như thế, con em mình dù có phúc đức lớn e cũng phải hao tổn đi nhiều, huống hồ những trường hợp không đủ phúc đức sâu dày?

Nếu cho rằng việc đãi ăn không thật thịnh soạn e không vừa lòng, thì có thể đem hết số tiền dành cho việc giết gà mổ vịt đó mà tăng thêm lương bổng cho thầy giáo, khiến cho người làm thầy luôn được hài lòng vui vẻ trong việc dạy dỗ con em mình. Như vậy thì sự thiếu sót khoản rượu thịt kia ắt có thể châm chế, mà con em mình thì mỗi ngày đều tự nhiên được thêm phúc đức, tăng tuổi thọ. Thế thì cần chi phải giết hại vật mạng để rồi phải vì đó mà đọa vào trong ba đường ác?

Vì lo bữa ăn làm hại đến con[1]

Tại huyện Thường Thục[2] có một người dùng súng bắn chim rất giỏi, đã giết hại không biết bao nhiêu con chim. Đến năm 40 tuổi sinh được một đứa con trai dáng vẻ khôi ngô tuấn tú, trong lòng hết sức thương yêu, nhân đó liền tự hối lỗi ngày trước, từ bỏ không bắn chim nữa.

Đến khi con lớn mời thầy dạy học, vì lo bữa ăn cho thầy nên quay lại nghề cũ. Được hơn một năm thì đứa con mắc bệnh đậu mùa, toàn thân nổi đầy những mụn bọc đỏ, da thịt cháy bỏng, các lỗ chân lông trên người đều trồi ra những viên sắt nhỏ [như đạn bắn chim] rồi chết.

LỜI BÀN

Những viên sắt nhỏ ấy từ đâu mà có? Chẳng phải là tất cả đều do tâm thức tạo ra đó sao?

Làm thịt dê chuốc họa cho con

Ở Huy Châu có người tên Phương Thượng Hiền, nhà rất giàu, có hai đứa con trai, mỗi đứa đều thỉnh riêng thầy dạy học. Đứa con nhỏ do người thiếp yêu quý sinh ra, ông thương yêu lắm, nên càng đặc biệt hậu đãi thầy dạy nó. Ông thầy họ Điền, thích ăn thịt dê nên mỗi ngày Thượng Hiền đều đãi món này, đến nỗi trong chuồng lúc nào cũng nuôi sẵn ba, bốn con dê, chọn con béo nhất mà giết.

Vào năm Bính Ngọ thuộc niên hiệu Khang Hy,[3] đứa con trai nhỏ ấy bỗng phát một cái ung nhọt lớn phía trước cổ, kêu khóc đau đớn suốt nửa tháng mà nhọt vẫn chưa vỡ. Ngày nọ, đứa con ấy bỗng kêu lên như tiếng dê rồi chết.

---

[1] Trích từ sách Quảng nhân lục (廣仁錄). (Chú giải của soạn giả)

[2] Thuộc tỉnh Giang Tô.

[3] Tức là năm 1666, niên hiệu Khang Hy năm thứ 5.

LỜI BÀN

Họ Phương kia đã chịu quả báo, thầy giáo họ Điền cũng khó tránh khỏi!

Khuyên những người làm thầy dạy ở tư gia

Người thầy dạy học tất nhiên là có khó khăn, nhưng đâu biết rằng gia đình học trò cung phụng miếng ăn cho thầy lại càng khó hơn. Cơm nước sáng tối tinh tươm, ngày ngày tốn kém. Thầy đi ra có kẻ theo hầu, bước vào nhà có người phục dịch, tận tình chu đáo. Thậm chí việc phụng dưỡng cha mẹ đôi khi còn có chỗ thiếu sót sơ sài, nhưng đối với thầy giáo thật không dám để có tiếng than phiền cơm canh đạm bạc, lúc nào cũng vậy.

Người đời nay không nghĩ thấu những chuyện như thế, nên vừa được thỉnh mời đến làm gia sư, liền cho rằng chủ nhà ấy theo đúng lễ đương nhiên phải phụng sự mình. Ví như thấy người không đủ kính lễ, liền giận dữ lộ ra nét mặt, nhưng còn việc học hành của học trò thì gạt sang một bên, chẳng hề quan tâm suy nghĩ đến.

Dám thưa cùng các bậc tri thức hiền thiện có sự đồng tâm, nên làm sao cho công lao dạy dỗ của mình lớn hơn mức thù lao nhận được, chớ để mức thù lao lại lớn hơn công lao dạy dỗ của mình. Ví như gặp học trò thực sự ngu tối không thể dạy dỗ thành tựu, cũng nên nghĩ đến việc ngoài giờ học mang những thuyết đạo lý nhân quả, phúc họa thiện ác mà nhiều lần khuyên nhủ nhắc nhở, khuyến khích răn dạy, để cho chủ nhà ít ra cũng có được người nối nghiệp được vun bồi đức tốt, đó mới thật là công đức lớn lao của bậc làm thầy.

Đến như việc cung phụng miếng ăn thức uống, vốn đã tự có hạn định. Nếu thọ hưởng đã hết thì mạng sống cũng theo đó mà mất đi. Ví như có một ngàn đồng tiền, mỗi ngày dùng một trăm thì kéo dài được mười ngày. Nếu sử dụng nhiều hơn số đó thì thời gian ắt phải ngắn đi. Nên biết rằng, canh rau đạm bạc cũng đủ no lòng, lại được tăng thêm tuổi thọ; tham ăn dê béo gà tơ, quả thật là người đọa lạc.

Ví như có thể đem lý lẽ không nên giết hại vật mạng mà khuyên bảo, khuyến khích gia chủ, khiến cho cả nhà gia chủ đều nhờ có lời khuyên của ta mà lo việc tu tích phước đức, thì có thể nói là không uổng nhận sự cung phụng chu cấp của người.

Tu phúc được tăng tuổi thọ[1]

Tại Phúc Kiến có người tên Tào Thuấn Thông, nhận lời đến dạy học cho nhà họ Trịnh ở Đinh Châu. Thầy giáo họ Tào nghiêm cẩn thọ trì thập trai,[2] đối với hết thảy các loại cá thịt tươi sống đều từ bỏ không ăn, vì sợ chủ nhà có thể vì mình mà giết hại. Nếu trong mâm ăn bày ra các thứ thực phẩm chế biến sẵn như thịt khô, cá ướp muối... thì ông vui vẻ dùng trước khi về.

Vào năm Bính Thân thuộc niên hiệu Thuận Trị,[3] ông bị đau đường ruột, toàn thân lạnh cứng đến ba ngày đêm, cả nhà đều than khóc, tang lễ đã chuẩn bị xong. Bỗng nhiên ông sống lại, bảo vợ con rằng: "Ta lẽ ra đã bị bọn giặc loạn chém chết vào đầu mùa hạ năm Giáp Thân,[4] nhưng vì từ khi ta dạy học đến nay thật lòng thương yêu bảo vệ mạng sống cho loài vật, chủ nhà chưa từng vì ta mà giết hại bất cứ sinh mạng nào, nên tuổi thọ của ta được tăng thêm một kỷ,[5] cũng không phải chết theo cách bất đắc kỳ tử. Vào mùa hạ năm Canh Dần,[6] ta lại có khuyên người khắc in ba trang kinh Kim Cang, tuổi thọ do đó được tăng thêm ba năm. Vì thế, đến nay ta còn sống thêm hai năm nữa."

Quả nhiên, đúng hai năm sau ông qua đời.

---

1 Trích từ sách Nhân quả mục kích biên (因果目擊編). (Chú giải của soạn giả)

2 Thập trai: ăn chay mỗi tháng 10 ngày.

3 Tức là năm 1656, niên hiệu Thuận Trị năm thứ 13.

4 Tức là năm 1644.

5 Một kỷ là 12 năm.

6 Tức là năm 1650.

LỜI BÀN

Tôi có người bạn ở Sùng Xuyên,[1] bản tính nhân từ, giữ giới không giết hại. Chỉ có điều ông ấy không ăn chay được, nên [hạn chế bằng cách] đối với tất cả các loại thịt cá tươi sống đều tuyệt đối không ăn. Bạn bè muốn chiêu đãi ông ta đều phải dùng các loại thực phẩm chế biến sẵn như thịt khô, cá ướp muối... Vì thế, dù ông có đến chơi những nhà thường giết hại, cũng không ai có thể vì ông mà giết hại bất kỳ sinh mạng nào.

Ví như tất cả mọi người đều có thể bắt chước làm theo như thế thì vĩnh viễn không phải chịu những khổ đau hệ lụy của việc giết hại.

Tham ăn mất mạng[2]

Tại quận Tùng Giang[3] có người tên Quách Chỉ Nhất. Năm 36 tuổi, ông mạo nhận bài thi của một người họ Hà, nhờ đó được nhận vào trường học. Vào niên hiệu Khang Hy năm thứ 14,[4] ông nhận lời đến dạy học cho một nhà nọ. Chủ nhà thấy họ Quách thích ăn thịt chó nên thường giết chó làm thịt chiêu đãi. Một hôm, họ Quách chỉ con chó vàng nuôi trong nhà nói với chủ nhà: "Con chó này xem cái đùi mập đến thế, không biết ông chủ có thể giết thịt biếu tôi được chăng?" Chủ nhà vui vẻ làm theo lời.

Mấy ngày sau, họ Quách bỗng nhiên ngã lăn ra hôn mê rồi chết, thấy mình bị quỷ bắt dẫn đến miếu Thành hoàng trong quận ấy, lại thấy con chó vàng đã đến đó trước rồi. Thần trong miếu quát hỏi: "Gã họ Hà kia, vì sao ngươi xúi giục chủ nhà giết chó?" Họ Quách cãi lại: "Tôi họ Quách, không phải họ Hà. Họ ấy bất quá chỉ tạm dùng khi vào trường học thôi." Thần quay sang

[1] Nay là huyện Nam Thông thuộc tỉnh Giang Tô.

[2] Người ở Vân Gian đều biết rõ chuyện này.

[3] Thuộc tỉnh Giang Tô.

[4] Tức là năm 1675.

quở trách quỷ bắt lầm người. Họ Quách sau đó được sống lại, kể lại sự việc rồi hết lời khoe khoang tài biện thuyết của mình.

Chẳng bao lâu, họ Hà liền đột tử, thấy mình bị quỷ bắt dẫn đi. Sáng hôm sau sống lại, kể rằng: "Tôi bị họ Quách vu oan tội giết chó. Tôi hết sức cãi lại, rằng xưa nay tôi không hề ăn các loại thịt trâu, thịt chó. Con chó ấy cũng nhận rằng nghe giọng nói của tôi không giống, nên thần tạm tha về, đợi sau bắt cả họ Quách đến sẽ cùng đối chất. Nhưng nay tuổi thọ của tôi cũng đã hết, e rằng lần tới chết đi không thể sống lại được nữa." Sau đó ông liền thu xếp dặn dò việc nhà chu đáo rồi chết.

Chiều tối hôm đó, có người hàng xóm của họ Quách đang đi trên đường bỗng gặp họ Quách bị một toán quỷ bắt xích lại, dẫn đi hướng về trong thành. Người ấy về đến nhà liền chạy ngay sang nhà họ Quách dò la thì đã nghe tiếng kêu khóc trong nhà.

LỜI BÀN

Các món thịt cá đãi đằng thầy giáo, tuy là chủ nhà tự tay giết hại, nhưng đó là vì thầy giáo mà giết, nên thầy giáo cũng không thể không gánh một phần tội lỗi. Ví như thầy giáo một mực đổ tội ấy cho chủ nhà, chủ nhà lại đổ tội cho thầy giáo, thì những vật mạng bị giết hại kia lẽ nào cứ phải im lặng mà chịu oan khuất hay sao?

QUYỂN HAI

NHỮNG LỜI KHUYÊN VỀ NHÂN QUẢ PHẦN HẠ

Khuyên những người cầu công danh[1]

Người chuyên cần đọc sách trong thiên hạ, sáng sớm đã thức dậy, đêm khuya còn chưa ngủ, ngày đêm nối tiếp, như thế cũng chỉ vì cầu được công danh sự nghiệp. Cha khuyên con, thầy khích lệ học trò, trọn ngày không cho là đủ, như thế cũng chỉ vì cầu được công danh sự nghiệp. Nhưng có kẻ tuổi còn niên thiếu đã sớm đỗ đạt cao, lại có người văn tài uyên bác cổ kim nhưng thi hoài chẳng đỗ. Chẳng phải chuyện sang hèn được mất đều do trời định đó sao? Đã do trời định thì lẽ đương nhiên là những người thuận ý trời sẽ được trời giúp, mà những kẻ nghịch ý trời ắt phải bị trời loại bỏ.

Chỉ riêng một điều giới không giết hại, hàng trí thức nho sĩ mỗi khi nhắc đến thường cho là chuyện không cấp thiết, bất quá chỉ riêng là lời dạy của nhà Phật mà thôi. Than ôi, đâu chỉ riêng nhà Phật thương xót bảo vệ mạng sống muôn loài, còn nhà Nho lại ưa thích chuyện giết hại hay sao?

[1] Dưới đây khuyên không nên giết hại vật mạng để cầu được phước đức.

Xưa kia, tiên sinh Trình Minh Đạo[1] khi giữ chức huyện bạ ở Thượng Nguyên, thấy dân làng nhiều người dùng chất keo dính bôi vào đầu cây sào để bắt chim, liền ra lệnh chặt gãy hết những cây sào ấy, sau lại ra lệnh cấm hẳn việc dùng sào bắt chim.[2]

Lại như Lữ Nguyên Minh[3] [cũng là một nhà Nho] được chân truyền sở học của họ Trình, gia đình nhiều đời thờ Phật, giữ giới không giết hại và thường làm việc phóng sinh. Khi ông làm quận thủ,[4] trong nhà lúc nào cũng sẵn có măng khô, nấm bào ngư khô... để dùng làm thức ăn, thay thế cho việc giết hại vật mạng.[5]

Các vị Nho gia ấy đều thực sự nhận thấy rằng tham sống sợ chết [là tâm lý chung của muôn loài,] là thuận theo ý trời, không thể làm ngược lại. Những ai có thể lấy tâm nguyện [hiếu sinh] của trời đất làm tâm nguyện của mình, ắt phúc lộc cũng theo đó mà đến với họ.

Vì thích ăn sò không thi đỗ[6]

Vào những năm đầu triều Tống, ở Trấn Giang[7] có người tên Thiệu Bưu, một hôm nằm mộng thấy mình đi đến Minh phủ, có vị trưởng quan ở đó hỏi rằng: "Ông có biết nguyên nhân vì sao đến giờ ông vẫn chưa thi đỗ hay không?" Thiệu Bưu đáp: "Không biết."

---

1 Tức Trình Hạo (1032-1085), cùng với em là Trình Di (1033-1107) đã phát triển học thuyết của Chu Đôn Di. Họ Chu và họ Trình đã có những đóng góp đáng kể vào học thuyết cũng như tư tưởng của Nho giáo.

2 Xem chuyện này trong sách Tống sử (宋史). (Chú giải của soạn giả)

3 Tức Lữ Hy Triết (呂希哲), sống vào đời Bắc Tống.

4 Chức quan đứng đầu một quận.

5 Xem trong sách Thánh học tông truyền (聖學宗傳). (Chú giải của soạn giả)

6 Trích từ Long Thư Tịnh độ văn (龍舒淨土文). (Chú giải của soạn giả)

7 Thuộc tỉnh Giang Tô.

Vị quan ấy liền đưa Thiệu Bưu đến một nơi, nhìn thấy có một cái chảo lớn đang nấu đầy sò. Những con sò ấy thấy Thiệu Bưu đến thì đồng thanh gọi tên ông. Thiệu Bưu sợ quá chắp tay niệm "A-di-đà Phật". Những con sò trong chảo [nghe niệm Phật xong] đều biến thành chim sẻ vàng bay đi mất.

Từ đó về sau, Thiệu Bưu phát nguyện giữ giới không giết hại vật mạng. Sau [ông thi đỗ,] làm đến chức quan An Phủ Sứ.[1]

LỜI BÀN

Việc công danh khoa bảng của con người, tuy là do thiên tào ban xuống, nhưng nếu có oan gia cản trở chống đối, quỷ thần cũng không thể ngăn được. Những ai muốn được đường mây thênh thang, công danh rộng mở, sao có thể không suy ngẫm kỹ việc này?

Đế Quân hiện mộng[2]

Vào cuối triều Minh, có người thư sinh đất Thục[3] tên là Lưu Đạo Trinh. Một hôm có khách đến nhà thăm, Đạo Trinh định giết một con gà đãi khách, bỗng tìm không thấy gà đâu nữa. Khách ngồi chơi rất lâu, Đạo Trinh liền định giết một con vịt khoản đãi, lúc ấy lại cũng không thấy vịt đâu cả. Đạo Trinh đi tìm, thấy cả gà và vịt đang cùng trốn kỹ trong một chỗ tối, vịt lấy đầu đẩy gà ra, gà cũng lấy đầu đẩy vịt ra, hai bên cố hết sức xô đẩy nhau nhưng đều im thin thít không có một tiếng kêu nào.

Lưu Đạo Trinh quan sát cảnh ấy bỗng nhiên ngộ ra [rằng "tham sống sợ chết" là tâm lý chung của muôn loài]. Sau đó ông liền viết bài văn "Giới sát" khuyên người đời từ bỏ sự giết hại vật mạng.

---

[1] Chức quan An Phủ Sứ vào đời Tống là người đứng đầu chịu trách nhiệm chưởng quản cả hai mặt quân sự và dân sự trong một địa phương, cũng gọi là Kinh lược An Phủ Sứ, thường do các vị Tri châu, Tri phủ kiêm nhiệm.

[2] Xem trong sách Hộ sinh biên (護生編). (Chú giải của soạn giả)

[3] Tức vùng Tứ Xuyên.

Vào tháng bảy năm Tân Dậu,[1] có người bạn của Lưu Đạo Trinh nằm mộng thấy đi đến điện Văn Xương, gặp Đế Quân đưa cho xem một tờ giấy, bảo rằng: "Đây là bài văn Giới sát, khuyên người đời từ bỏ sự giết hại, do Lưu Đạo Trinh viết ra. Khoa thi năm nay Đạo Trinh sẽ đỗ."

Người bạn ấy tỉnh dậy vẫn nhớ, đem sự việc kể lại cho Lưu Đạo Trinh nghe, nhưng Đạo Trinh không tin. Đến khi bảng vàng đề tên, quả đúng như vậy.

LỜI BÀN

Các loài cầm thú với con người, tuy hình thể khác nhau nhưng sự nhận biết, cảm giác thật không khác. Hãy xem khi các con thú bị đuổi bắt, chúng cũng kinh sợ trốn chạy, phát tiếng kêu la thảm thiết, cố sức vượt rào leo tường để mong chạy thoát. Nếu đem so với con người chúng ta, gặp khi bị lệnh vua bắt bớ đuổi giết, cha mẹ kinh hoàng chẳng biết phải làm sao, vợ con gia quyến bị đẩy vào cảnh chết không đường thoát, nỗi hãi hùng kinh sợ ấy nào có khác gì nhau?

Lại xem khi con vật bị giết hại, như lúc cắt tiết một con gà, cả bầy gà kinh hãi kêu la, mổ thịt một con lợn, cả đàn lợn buồn bã bỏ ăn. Nếu đem so với con người chúng ta, gặp lúc loạn lạc giặc cướp lộng hành, trước mắt nhìn thấy cha mẹ bị giết hại, vợ con bị bắt bớ đưa đi, tình cảnh bi thương ấy cũng tương đồng không khác.

Lại hãy xem khi con vật bị cắt xẻ giết mổ, ruột gan phơi ra mà nơi miệng còn thều thào hơi thở, hoặc cổ họng đã bị cắt đứt mà đôi mắt vẫn còn mở to chưa kịp nhắm. Nếu đem so với con người chúng ta, lúc lâm chung đớn đau thống khổ, toàn thân bất động, chỉ biết đưa mắt nhìn, đành cam tâm bất lực nào có khác chi nhau?

---

[1] Tức là năm 1621.

Thế nên, người đời nghe chuyện gà vịt xô đẩy nhau né tránh cái chết, phải biết đau lòng mà ghi nhớ mãi!

Nhờ phóng sinh cùng được thi đỗ[1]

Huyện Cối Kê thuộc tỉnh Chiết Giang có người tên Đào Thạch Lương, một hôm cùng đi với Trương Chi Đình ngang qua chùa Đại Thiện, nhân đó mua lươn phóng sinh lên đến hàng vạn con.

Năm ấy, vào mùa thu Thạch Lương nằm mộng thấy một vị thần hiện ra bảo rằng: "Khoa thi này lẽ ra ông chưa đỗ, nhưng nhờ công đức phóng sinh nên sẽ thi đỗ, sớm hơn một khoa."

Đến khi bảng vàng đề tên, quả nhiên đúng thật. Nhân đó Thạch Lương liền nghĩ: "Việc phóng sinh cũng dựa vào sự tán trợ của Trương Chi Đình, lẽ nào công đức chỉ mình ta được hưởng?"

Cách mấy hôm sau, có danh sách từ Nam Kinh đưa đến, hóa ra Trương Chi Đình cũng đỗ.

LỜI BÀN

Gần đây có một tập tục xấu, mỗi khi có người dự thi Hương, thi Hội thì thân quyến cùng nhau góp tiền tổ chức cúng tế cầu đảo, giết hại vật mạng nhiều không kể xiết, gọi là để cầu thần ban phúc, nhưng thật ra chính là tạo tội. Những người sáng suốt phải hết sức trừ bỏ tệ nạn này.

Khuyên những người cầu có con

Nhà giàu không có con, có nhiều người bỏ tiền cưới thêm vợ lẽ, lại cũng có nhiều người tốn kém chạy chữa thuốc thang. Cho dù mong cầu hết sức thiết tha, nhưng được toại nguyện cũng

---

[1] Trích từ sách Quảng từ biên (廣慈編). (Chú giải của soạn giả)

hết sức khó khăn. Vì sao vậy? Vì nói chung thì những nghiệp quả đã xác định trong Ba cõi, nếu không làm được việc thiện hết sức lớn lao thì không thể thay đổi được. Xưa nay thường có những người không con, khi hiểu ra đạo lý, nỗ lực dũng mãnh làm thiện tích đức, nhờ đó mà được liên tiếp sinh quý tử. Những trường hợp như thế nhiều không kể xiết. Có những người cầu con không biết noi theo đạo lý ấy, không cầu được con, rồi quay sang oán trời trách người, lại than thở không người nối dõi tông đường, thật hết sức mê lầm.

Có con nhờ biết phóng sinh[1]

Vào triều Nguyên có một nhà buôn giàu có đang muốn cầu con, nghe nói vị chân nhân ở núi Thái có thể triệu thỉnh thần tiên, đoán việc linh nghiệm, liền tìm đến lễ bái thưa hỏi chuyện cầu con. Vị ấy nói rằng: "Ông đời trước giết hại vật mạng rất nhiều, khiến cho loài vật không duy trì được cháu con nòi giống, nên phải chịu quả báo không có con. Nay nếu ông có thể cứu vật phóng sinh đủ số tám trăm vạn thì có thể chuyển được tội cũ. Nếu vô ý làm chết một con côn trùng, phải phóng sinh đủ số một trăm vật mạng mới đền lại được. Nếu ông muốn thay đổi vận mạng thì đây là điều thiết yếu phải nhanh chóng làm ngay."

Nhà buôn nọ nghe lời khuyên liền phát nguyện giữ giới không giết hại, lại bỏ tiền mua vật phóng sinh. Không bao lâu liền sinh được một đứa con trai, sau thi đỗ cử nhân, được bổ làm quan.

LỜI BÀN

Kinh Hoa nghiêm dạy rằng: "Quả báo của việc giết hại khiến

[1] Trích từ sách Quảng nhân lục (廣仁錄). (Chú giải của soạn giả)

cho người phạm tội phải đọa vào ba đường dữ.[1] [Sau khi ra khỏi đó,] nếu được sinh làm người phải chịu hai loại quả báo: một là nhiều bệnh tật, hai là chết yểu."

Nhà buôn giàu có này tạo nghiệp giết hại rất nhiều, nay chỉ chịu quả báo không con, có thể biết rằng ông ta hẳn đã phải chịu quả báo trong ba đường dữ rồi, giờ chịu thêm phần dư báo làm người không có con. Hoặc nếu không phải như thế thì hẳn đời trước ông ta đã từng tích tạo phúc đức hết sức sâu dày, nên ngày nay trước tiên chịu phần hoa báo[2] làm người không con, sau này lại sẽ tiếp tục chịu khổ trong ba đường dữ. Nay có thể chuộc lại lỗi lầm xấu ác ngày xưa, hồi tâm hướng thiện, lẽ tất nhiên sẽ tránh được họa hại, thêm phúc đức.

Hối lỗi cứu mạng con[3]

Ngô Hằng Sơ là người Hàng Châu, ngày thường rất thích ăn thịt trâu, con trai con gái nối nhau mà chết. Sau lại có một đứa con trai mắc bệnh đậu mùa, thuốc thang cầu đảo đều vô hiệu.

Một đêm, Ngô Hằng Sơ nằm mộng thấy mình đi đến âm ty. Có người tố cáo ông giết trâu, ông ra sức tranh cãi không nhận. Vị trưởng quan ở đó liền gọi cả bầy trâu, cho đến ngửi toàn thân Hằng Sơ. Bọn trâu ngửi xong không nói gì. Ngô Hằng Sơ khi ấy liền tự nhận mình có ăn thịt trâu nhưng quả thật không hề giết trâu, lại phát lời thề từ nay vĩnh viễn không ăn thịt trâu nữa. Vị trưởng quan liền gọi bầy trâu bảo lui ra. Cuối cùng, Hằng Sơ được thả về. Vừa ra khỏi cửa quan thì nhìn thấy một cái lầu nhỏ, trên lầu có người gọi tên ông. Hằng Sơ ngẩng nhìn lên thì bỗng thấy trên lầu ném xuống một vật, có tiếng nói rằng: "Trả cho ông đấy!" Hằng Sơ nhìn kỹ, hóa ra là đứa con trai của mình.

[1] Tức các cảnh giới: địa ngục, ngạ quỷ và súc sinh.

[2] Hoa báo: quả báo phụ thuộc vào chánh báo. Loại quả báo này chưa phải kết quả cuối cùng, như cây trước khi có quả đã có hoa trước.

[3] Trích từ sách Cảm ứng thiên đồ thuyết (感應篇圖說). (Chú giải của soạn giả)

Ngô Hằng Sơ vừa tỉnh giấc mộng thì đứa con trai bỗng nhiên khỏi bệnh.

LỜI BÀN

Chỉ ăn thịt trâu thôi mà đến nỗi con trai con gái phải nối nhau chết, có thể biết rõ việc tự tay giết trâu thì quả báo sẽ đến mức như thế nào.

Không ăn thịt trâu, nuôi được con[4]

Tại kinh thành có người tên Trạch Tiết, đã 50 tuổi vẫn chưa có con. Ông liền nhờ người vẽ một bức tranh tượng Bồ Tát Quán Thế Âm rồi thờ phụng, chí thành lễ bái cầu khẩn.

Không lâu, vợ ông có thai, ông nằm mộng thấy có một phụ nữ áo trắng bế đứa con trao cho, nhưng vợ ông vừa sắp nhận lấy thì có con trâu chen vào giữa ngăn lại, do đó không nhận được đứa bé. Sau đó, vợ ông sinh được một đứa con trai nhưng vừa đầy tháng tuổi đã chết.

Trạch Tiết lại chí thành cầu khẩn như trước. Có người thấy vậy nói với ông: "Ông vốn thích ăn thịt trâu, việc ấy thật nhẫn tâm, lẽ nào chẳng phải nguyên nhân đó sao?" Trạch Tiết bừng hiểu ra, liền phát nguyện cả nhà từ đó không ăn thịt trâu nữa.

Không bao lâu, ông lại mộng thấy người phụ nữ bế con trao cho, liền nhận lấy. Sau quả nhiên vợ ông sinh được một đứa con trai, nuôi dưỡng đến khôn lớn.

LỜI BÀN

Đó chính là [Bồ Tát Quán Thế Âm] hiện thân phụ nữ thuyết pháp, [như trong phẩm Phổ Môn, kinh Pháp Hoa đã nói.]

[4] Trích từ sách Hộ sinh lục (護生錄). (Chú giải của soạn giả)

Ăn thịt ba ba phải chết[1]

Vào cuối triều Minh, ở Hàng Châu có một người tên Phan Đức Trai, tuổi đã già vẫn chưa có con. Tình cờ đọc một quyển sách thấy chép rằng: "Người ăn thịt ba ba sẽ sinh được con trai." Ông liền mua ba ba về nuôi, lại dùng những con lươn nhỏ làm thức ăn cho ba ba. Nuôi lớn rồi, ngày nào cũng giết thịt ba ba mà ăn.

Như vậy được hơn một năm thì toàn thân sưng phù, sinh nhiều ghẻ độc. Mỗi cái ghẻ độc đều lở ra nhiều miệng, trông giống như miệng ba ba, đau nhức đến tận xương tủy. Không bao lâu thì chết, rốt cùng không con nối dõi.

LỜI BÀN

Những kẻ tà kiến, buông lời nói bậy chỉ làm hại người trong nhất thời, nhưng viết thành sách vở thì di hại đến nhiều đời sau. Đó chính là như trong câu chuyện này. Vì thế, đối với việc đưa ra luận thuyết hay viết sách, dù là người quân tử hiền thiện cũng phải hết sức thận trọng, huống chi là những hạng người khác?[2]

Khuyên những người muốn tránh tai nạn

Người đời gặp phải thời ly loạn, trốn chạy vào những nơi núi sâu, đồng trống, nguy cấp đủ điều. Xa trông cờ chiến tung bay, ắt đến lúc mẹ con ly tán; vẳng nghe trống trận vang rền, ắt rụng rời

---

[1] Chuyện này do chính tiên sinh Viên Ngọ Quỳ thuật lại.

[2] Ví như có những kẻ góp sức cùng các nhà Nho thiển cận mà bài xích Phật giáo, hoặc lưu truyền các phương thuốc sử dụng việc giết hại vật mạng, hoặc khắc in kinh Phật hay các sách khuyến thiện nhưng không có kiến giải, thấy biết chân chánh, tự mình đưa ra những luận thuyết mù quáng, khiến người nghe phải nghi ngờ hoặc nhận hiểu sai lầm... Hết thảy những kẻ như thế đều không tự biết mình đã rơi vào tà kiến, lại còn dẫn dắt theo người khác đi vào tà kiến, thật là uổng đi tấm lòng tốt lại chỉ tạo thành nghiệp ác lớn lao, nhất định sẽ phải đọa vào cảnh giới xấu ác. (Chú giải của soạn giả)

kinh hồn táng đởm. Những cảnh lưu lạc chia lìa đảo điên như thế, tuy là vận mệnh chung của cả đất nước, nhưng cũng không ngoài sự chiêu cảm nghiệp riêng của mỗi người.

Thiền sư Từ Thọ có bài kệ rằng:

Người đời thường giết hại,
Nên thọ nghiệp chiến tranh.
Giết hại, phải đền mạng,
Cướp của, bị cháy nhà.
Nay vợ con ly tán,
Do đào hang, phá tổ.
Hãy lắng nghe Phật dạy:
Nhân quả đều tương ứng.

Theo đó mà xét thì bất kể là tự mình gặp họa sát thân hay nhà tan cửa nát, hết thảy đều do nghiệp đã tạo từ trước. Thậm chí những chuyện nhỏ nhặt như chảy máu ngón tay hay đánh mất một cây kim, cho đến phải chịu sự khiếp sợ trong giây lát, không một chuyện gì lại không do nhân đã tạo từ trước.

Nay rộng khuyên hết thảy người đời, khi gặp cảnh chiến tranh loạn lạc, nên hồi tâm tự xét lại rằng: “Ta nay còn chưa bị buộc trói mà đã hốt hoảng khiếp sợ thế này, thì những con vật lúc bị trói chặt [chờ đem giết thịt] sẽ hốt hoảng khiếp sợ đến mức nào? Ta nay gia đình thân quyến vẫn chưa bị chia cách mà đã thê lương thảm hại thế này, thì những con vật lúc bị phân cách, mẹ con ly tán sẽ thê lương thảm hại đến mức nào? Ta nay tay chân chưa bị cắt xẻ mà đã đau đớn khổ sở thế này, thì những con vật lúc bị chặt xương lóc thịt, cắt xẻ phân thây sẽ đau đớn khổ sở đến mức nào?”

Tự suy xét như vậy rồi thì đối với bao nhiêu nghiệp giết hại trong quá khứ đều thành tâm niệm Phật, cầu cho những con vật bị mình giết đều được siêu thoát, đối với sự giết hại trong tương lai thì quyết tâm dứt trừ không tái phạm.

Suy xét và phát tâm được như thế thì đời sau nhất định được sinh vào thời đại thái bình, không phải chịu cảnh tao loạn. Ví như có sinh vào thời loạn, cũng không phải sinh vào những vùng có chiến sự. Đó chẳng phải là phương cách tốt nhất để né tránh tai nạn đó sao? Nên biết rằng, dù trốn lên núi cao hay chạy xuống biển sâu, cũng đều không phải kế vẹn toàn. Cho nên, người xưa có dạy rằng:

Muốn cho thiên hạ thái bình,
Phải ngưng ăn thịt chúng sinh các loài.

Quả báo giết hại, gặp nạn binh đao

Vào đời vua Tống Huy Tông,[1] giặc ngoại xâm từ phương bắc thường đánh vào Trung Nguyên,[2] đi đến đâu cũng đốt phá, giết hại dân thường. Tuy nhiên, chỉ thấy riêng một trấn An Dương là bị giết hại tàn phá thê thảm nhất.

Về sau có một vị tăng tu tập định lực cao thâm, có thể quán chiếu rõ biết nguyên nhân sự việc. Dân chúng nhiều người thưa thỉnh, vị ấy liền nhập định quán chiếu rồi nói: "Dân vùng ấy trước đây tạo nghiệp giết hại rất nặng, nên nay chiêu cảm nghiệp báo phải bị giết hại thê thảm cũng chính tại nơi ấy. Nhưng nghiệp báo đến nay chưa dứt, e rằng toàn dân vùng ấy vẫn còn chưa được an ổn."

Sau đó liên tiếp nhiều năm binh lửa, người dân vùng ấy nhiều lần bị thảm sát, quả nhiên cuối cùng không một ai sống sót.

LỜI BÀN

Người đời thấy kẻ chài lưới bắt được con cá to thì vỗ tay tán thưởng, đâu biết rằng đang kết thêm một mối oán cừu. Nhìn thấy con vật bị bắt mà khởi lòng thương xót lập tức tìm cách giải

[1] Tống Huy Tông trị vì trong khoảng thời gian từ năm 1100 đến năm 1125.

[2] Ở đây chỉ quân đội của người Nữ Chân, sau khi diệt nhà Liêu lập nên nhà Kim thì bắt đầu mang quân sang đánh nhà Tống vào năm 1125.

cứu, e rằng vẫn còn không kịp, huống chi lại còn tán thưởng, ưa thích? Tán thưởng việc ấy là ngợi khen sự giết hại; ưa thích việc ấy là vui mừng với sự giết hại. Dùng trí tuệ mà quán xét thì đó đều là những hạt giống gây nạn binh đao về sau.

Rồng cứu nạn

Tại vùng Cổ Sào,[1] một hôm nước sông đột ngột dâng lên rất cao, không bao lâu liền rút nhanh xuống, nơi cảng sông có một con cá rất to mắc cạn, nặng đến mười ngàn cân, nằm lại đó ba ngày thì chết. Dân cả quận kéo nhau ra xẻ thịt ăn, chỉ duy nhất có một bà lão không ăn.

Sau đó, bà lão bỗng nhiên gặp một ông lão đến nói: "Cá chết đó là con của ta, không may gặp nạn ở đây. Chỉ riêng bà có lòng thương không ăn thịt nó, ta sẽ báo đáp cho bà. Hãy lưu ý con rùa đá ở cửa thành phía đông, nếu thấy mắt nó có màu đỏ thì bà phải gấp rút đi ra khỏi thành. Cả thành này sẽ bị chìm lấp."

Bà lão nghe lời, mỗi ngày đều đến cửa thành phía đông xem chừng con rùa đá. Có đứa bé thấy lạ gạn hỏi, bà nói thật cho nó biết. Thằng bé tinh nghịch liền lấy son đỏ lén bôi lên mắt rùa đá. Bà lão vừa thấy thế liền gấp rút ra khỏi thành, gặp một đứa trẻ mặc áo xanh đón lại nói: "Cháu là con của Long vương." Rồi đưa bà lên một ngọn núi. Quả nhiên, cả thành ấy bị lún sụp xuống thành một cái hồ lớn.

LỜI BÀN

Vào thời đức Phật còn tại thế, có năm vị đại thần.[2] Đêm nọ, một vị đến thỉnh Phật hôm sau thọ trai. Phật không nhận lời, vị ấy ra về. Lát sau, nhà vua cũng đến thỉnh Phật thọ trai, Phật nói: "Đại thần kia đêm nay sẽ chết, ngày mai đâu còn có thể tạo phúc được nữa?"[3]

---

[1] Thuộc tỉnh An Huy.

[2] Kinh văn ghi là大臣五 人 - đại thần ngũ nhân, nhưng An Sĩ toàn thư khắc là 有一 大臣 - hữu nhất đại thần. Tuy nhiên, đoạn sau An Sĩ toàn thư mới đề cập đến 4 người còn lại.

[3] Chúng tôi dịch theo đúng kinh văn. Trong An Sĩ toàn thư thì những chi tiết này được đảo ngược về sau.

Vị đại thần kia thường nói với tướng sĩ: "Ta thế nào cũng chết vì binh khí." Vì thế luôn cho quân lính canh phòng cẩn mật, cho đến bản thân ông khi ngủ cũng mang gươm. Đêm ấy,[1] lúc ông quá buồn ngủ liền trao thanh gươm cho người vợ để thay thế canh phòng. Không bao lâu, bà ngủ gục để rơi thanh gươm làm đứt đầu chồng. Bà giật mình hốt hoảng la lên: "Chồng tôi chết rồi." Đức vua nghe chuyện liền triệu tập cả bốn vị đại thần còn lại, hỏi rằng: "Các ngươi cùng theo bảo vệ, cốt yếu là để đề phòng kẻ gian gây biến, làm sao vợ ông ấy có thể gây nên tội như thế này, lúc đó bọn các ngươi sao không có ai bên cạnh?" Liền ra lệnh trị tội bằng cách chặt đứt cánh tay phải của cả bốn người.[2]

Ngài A-nan qua việc này liền thưa hỏi nguyên nhân. Đức Phật dạy: "Người chồng kia đời trước là một trẻ chăn dê, còn người vợ khi ấy là một con dê mẹ lông trắng. Bốn vị đại thần đó, ngày xưa là bốn tên giặc cướp. Lúc gặp đứa trẻ chăn dê, cả bốn người đều đưa cánh tay phải chỉ con dê mẹ lông trắng mà quát bảo nó phải giết thịt cho mình ăn. Đứa trẻ khóc lóc mà làm theo, giết dê cho cả bọn cùng ăn thịt. Trải qua nhiều kiếp sinh tử, đến nay bọn họ mới gặp lại nhau để đền trả nợ cũ."[3]

---

[1] Chỗ này An Sĩ toàn thư có thêm vào chi tiết: 是夕，有四臣亦在其家防守 - Thị tịch, hữu tứ thần diệc tại kỳ gia phòng thủ. (Đêm ấy, có bốn đại thần cũng đến nhà ấy phòng thủ.) Trong kinh văn không nói đến việc này, và khi nhà vua trách tội thì chính là vì bốn vị này đã không có mặt khi xảy ra chuyện.

[2] Đoạn này An Sĩ toàn thư chép khác hơn: "國王聞之，疑四臣與婦有私 - Quốc vương văn chi, nghi tứ thần dữ phụ hữu tư." (Đức vua nghe chuyện, nghi ngờ rằng bốn vị đại thần với người vợ có âm mưu.) Chi tiết khác biệt này không hợp lý, vì theo kinh văn thì nhà vua chỉ trừng phạt tội tắc trách nên mới chặt tay họ, còn người vợ không có hình phạt. Nếu ghép họ tội âm mưu giết hại đại thần thì người vợ không thể vô can, và bốn người này cũng không chỉ bị chặt tay.

[3] Trích từ Tạp thí dụ kinh (雜譬喻經), quyển thượng. (Chú giải của soạn giả) Chúng tôi đã đối chiếu với nguyên bản kinh văn trong Đại Chánh tạng, Tập 4, kinh số 206 (tổng cộng 2 quyển). Câu chuyện này nằm trong quyển 1, tại trang 516, tờ a, bắt đầu từ dòng thứ 25. Xét thấy có nhiều chi tiết không theo đúng kinh văn nên khi Việt dịch chúng tôi có chỉnh sửa lại.

Việc đứa trẻ tinh nghịch bôi sơn đỏ vào mắt rùa đá, cũng là do nhân duyên nghiệp lực mà có, [nên chuyện giả hóa thật]. Khi nhân duyên hội đủ thì mọi việc sẽ tự nhiên xảy ra, [nếu không thì] không thể gượng ép mà được.

Khuyên những người ăn thịt trâu, thịt chó[1]

Khuyên người không ăn thịt trâu, thịt chó, chẳng bằng là khuyên người đừng giết trâu, giết chó. Khuyên các lò mổ đừng mổ trâu giết chó, chẳng bằng khuyên các quan địa phương ban lệnh cấm giết trâu, chó.

Vì sao vậy? Khuyên người đừng ăn thịt trâu, thịt chó, tuy trước mặt ta họ chịu nghe lời, nhưng đến lúc món ngon bày ra trước mặt, mấy ai có thể tự kiềm chế được? Cho nên biết rằng, khuyên người không ăn chẳng bằng khuyên người đừng giết.

Lại như những người giết mổ, nghe lời khuyên mà chịu thay đổi cũng rất khó khăn, trong mười người chưa hẳn đã được một. Nếu không bắt đến cửa quan, dùng hình luật nghiêm khắc để trừng trị, thì cho dù ngày ngày đều đến lò mổ để khuyên bảo cũng chỉ là vô ích. Như vậy sao bằng ban ra lệnh cấm rõ ràng nghiêm minh, khiến cho những kẻ hung bạo phải tức thời buông đao giấu kỹ. Huống chi việc cấm giết mổ đó, cho dù anh học trò nghèo cũng có thể nhờ sự hỗ trợ của quan binh mà làm nên việc. Một khi bảng cấm đã treo lên, sau đó liền theo dõi kiểm soát nghiêm ngặt, vâng làm theo thành nề nếp quy tắc, thì dù chẳng khuyên người không ăn thịt trâu chó, tự nhiên cũng không còn thịt trâu chó để ăn.

Than ôi, chỉ tiếc là những kẻ làm quan khi gặp việc mang lại danh lợi cho mình thì nỗ lực làm ngay, gắng gổ không ngừng, nhưng đối với việc cấm giết mổ này thì lại ngậm miệng líu lưỡi.

[1] Dưới đây khuyên việc không nên giết hại vật mạng để tự nuôi dưỡng mình.

Phút lâm chung còn trả nghiệp[1]

Nước Tề có một quý tộc kia được phong chức quan tượng trưng,[2] tính tình phóng túng, xa xỉ, thích ăn thịt trâu, thịt chó, mỗi lần ăn đều tự tay mình giết.

Vào năm ông ta được hơn ba mươi tuổi, một hôm bỗng nhiên nhìn thấy một con trâu lớn thình lình xông đến, lập tức toàn thân đau đớn như dao cắt, rồi gào thét, phát điên lên mà chết.

LỜI BÀN

Có nhiều công lao với con người nhất, thật không loài vật nào hơn trâu, chó. Hao tổn âm đức nhiều nhất cũng không gì bằng ăn thịt trâu, chó. Thế mà người đời lại cứ muốn ăn thịt trâu, thịt chó, thật không hiểu nổi là vì sao?

Kiêng ăn thịt trâu đỗ trạng nguyên[3]

Vùng Kim Lăng[4] có người tên Chu Chi Phiền, lúc còn chưa đỗ đạt, một hôm nằm mộng thấy vị thần đến bảo ông rằng: "Trạng nguyên năm nay lẽ ra là Từ Hy Mạnh, người ở Trấn Giang, nhưng anh ta vì việc tư tình với một cô gái không đúng lễ giáo nên bị phế truất. Người tiếp theo lẽ ra là ngươi, nhưng Từ Hy Mạnh cả nhà đã ba đời không ăn thịt trâu, còn cha con nhà ngươi thì chưa bỏ được thịt trâu. Nếu ngươi biết hối lỗi thì vẫn còn kịp đó."

---

[1] Trích từ sách Nhan thị gia huấn (顏氏家訓). (Chú giải của soạn giả) Sách này do Nhan Chân Khanh viết ra. Ông sinh năm 709, mất năm 785, quê ở Lâm Nghi, thuộc tỉnh Sơn Đông, từng được phong tước Lỗ quận công nên còn có tên gọi là Nhan Lỗ Công.

[2] Nguyên tác dùng 奉朝請 (phụng triều thỉnh) để chỉ một chức quan tượng trưng, tuy có định kỳ tham gia các buổi triều kiến nhưng không thực sự nắm giữ quyền hạn gì. Chức quan này thường phong cho những người có họ hàng xa với nhà vua, chỉ mang tính chất tượng trưng.

[3] Trích từ sách Quảng từ hội yếu (廣慈會要). (Chú giải của soạn giả)

[4] Vào thời ấy thuộc Nam kinh.

Tỉnh mộng, Chi Phiền đem việc ấy kể lại với cha nhưng người cha không tin. Nhưng rồi đêm ấy, chính ông cũng nằm mộng thấy y hệt như vậy. Khi ấy mới kinh sợ, liền thề từ đó không ăn thịt trâu nữa.

Năm ấy quả nhiên Chu Chi Phiền đỗ trạng nguyên, còn Từ Hy Mạnh chỉ đỗ tiến sĩ, hạng ba.

LỜI BÀN

Có người nói, trâu là con vật để cúng tế, chỉ người có phúc mới được ăn. Nếu theo như chuyện này mà xét thì không thể biện bạch gì thêm nữa.

Quỷ hiện nghiệp nhân[1]

Vào triều Thanh, tại huyện Vô Tích, tỉnh Giang Tô có một viên thư lại họ Vương. Vào năm Đinh Dậu thuộc niên hiệu Thuận Trị,[2] vì chuyện ghi chép lương tiền có sai sót nên bị giam rồi chết trong ngục Bắc Đô.

Đến tháng tư niên hiệu Khang Hy năm thứ hai,[3] có con trai của Kim Thái là Hán Quang, người Tô Châu, từ kinh thành đi thuyền về quê. Thuyền vừa đi qua bến Trương Gia bỗng nghe có tiếng người gọi: "Tôi là người họ Vương ở Vô Tích, xin được đi nhờ thuyền." Hán Quang đồng ý, cho thuyền ghé vào, nhưng chẳng thấy ai cả. Thuyền ra đi, lại nghe có tiếng gọi như trước. Hán Quang lên tiếng hỏi, liền nghe tiếng họ Vương đáp thật rằng: "Tôi là quỷ chết oan, thuyền ông đậu xa bờ quá nên tôi không lên được." Người trên thuyền nghe như vậy đều kinh hãi. Quỷ họ Vương liền nói: "Không sao đâu, cho tôi ngồi ở mạn thuyền là được."

Hán Quang cho ghé thuyền vào sát bờ, liền nghe như có

---

1 Trích từ sách Quan cảm lục (觀感錄). (Chú giải của soạn giả)

2 Tức là năm 1657.

3 Tức là năm 1663.

người nhảy lên thuyền. Thuyền vừa đi chưa bao lâu, chợt lại nghe tiếng quỷ kêu lên. Hán Quang hỏi việc gì, quỷ đáp: "Tôi bỏ quên cái túi nhỏ trên bờ sông rồi. Trong đó có sổ ghi chép lương tiền các khoản, về nhà có người tra hỏi, cần phải lấy đó làm bằng chứng. Xin cho tôi trở lại để lấy." Hán Quang liền chiều ý.

Sau đó thuyền đi tiếp được ba ngày, lúc trời sắp tối bỗng nghe quỷ nói: "Xin tạm dừng thuyền, trên bờ chỗ kia có đàn phổ trai, tôi muốn đến dự."

Hán Quang không hiểu, hỏi: "Phổ trai là gì?" Quỷ đáp: "Người đời thường gọi là thí thực, tức là bố thí thức ăn." Hán Quang liền ghé thuyền cho quỷ đi. Vừa đi được chốc lát đã trở lại ngay, nói: "Bồ Tát Quán Âm làm chủ đàn, không có phần cơm cho tôi, vì ngày trước tôi thích ăn thịt trâu. Mỗi khi Bồ Tát chủ đàn, tất cả những người ham thích thịt trâu đều không được vào ăn."

Hán Quang nghe thế kinh hãi nói: "Có chuyện như vậy thật sao? Tôi vốn thường ăn thịt trâu, từ nay xin chừa bỏ."

Chốc lát sau, nghe tiếng quỷ khóc lớn. Hán Quang hỏi việc gì, quỷ đáp: "Vì ông phát tâm giữ giới không ăn thịt trâu, nên thần chứng giới đàn từ cõi trời sắp đến, tôi không thể ở đây được nữa." Hán Quang liền hỏi: "Vậy ông làm sao về nhà?" Quỷ đáp: "Tôi phải chờ thuyền khác thôi." Hán Quang dừng thuyền, quỷ lẳng lặng rời đi.

LỜI BÀN

Pháp vị Du-già thí thực của nhà Phật có khả năng cứu tế khắp hai cõi trời, người: trên là tám bộ trời, rồng,[1] dưới cho đến chúng sinh trong ba đường địa ngục, ngạ quỷ, súc sinh, hết thảy đều nằm trong phạm vi rộng thí của pháp thí thực này, lẽ

[1] Tám bộ trời, rồng (thiên long bát bộ): chỉ chung 8 cảnh giới chúng sinh bao gồm: chư thiên, loài rồng, a-tu-la, ca-lâu-la, khẩn-na-la, ma-hầu-la-già, con người và loài phi nhân.

nào lại có việc Bồ Tát làm chủ đàn mà người ham ăn thịt trâu không được thí thực? Quỷ họ Vương kia không được ăn, đó là do nghiệp riêng chiêu cảm mà thành chỗ thấy riêng mà thôi.

Thí như loài quỷ đói, trải qua nhiều kiếp không được nghe đến tên gọi "nước", dù có đi trên mặt nước, đưa mắt nhìn cũng chỉ thấy đó toàn là máu mủ, chẳng phải là do nghiệp lực của họ mà thành như thế đó sao?

Thuở xưa, Tôn giả Mục-kiền-liên dùng thiên nhãn nhìn khắp thế gian, thấy được người mẹ đã qua đời của ngài đang ở trong cảnh giới của loài quỷ đói, liền mang đến cho bà một bát cơm. Mẹ ngài nhận được liền dùng tay trái che bát [vì sợ những quỷ khác nhìn thấy], tay phải bốc lấy cơm. Bà vừa đưa cơm vào đến miệng, cơm ấy liền lập tức hóa thành than lửa. Ngài Mục-kiền-liên đau đớn khóc than, tìm đến cầu cứu với đức Phật. Phật dạy: "Mẹ của ông tội nặng, không phải sức một người có thể cứu độ được. Lòng hiếu thảo của ông tuy cảm động trời đất, nhưng dù trời đất quỷ thần cũng không thể giúp được việc này. Ông nên nhờ cậy đến sức oai thần của chư tăng trong mười phương, mẹ ông mới có thể được giải thoát."

Ngài Mục-kiền-liên liền tổ chức Phật sự lớn lao, cúng dường tất cả chư tăng mười phương. Mẹ ngài ngay trong ngày ấy liền được thoát khỏi cảnh khổ trong loài quỷ đói.[1]

Theo đó mà xét thì việc quỷ họ Vương không được ăn, lẽ nào không phải do nghiệp báo tự thân của ông ta chiêu cảm?

Có người hỏi: "Nếu đã như vậy thì việc thí thực ở thế gian thật cũng chẳng ích lợi gì?" Đáp rằng: "Mối tương quan giữa chúng sinh với Phật pháp phân thành hai hạng: một là có duyên, hai là vô duyên. Những chúng sinh có duyên ắt sẽ được thấm nhuần ân huệ. Nếu không thể tiếp nhận được, ấy là vô duyên. [Như vậy, có

[1] Chuyện này được kể trong kinh Vu Lan Bồn. (Chú giải của soạn giả)

kẻ vô duyên, cũng có người hữu duyên,] không thể cố chấp vào một lẽ duy nhất mà luận việc."[1]

Giễu cợt Phật pháp sớm lãnh tai ương[2]

Ở Ma thành[3] có hai người đã đỗ cử nhân, một người hết lòng tin Phật, một người thì chê bai báng bổ. Một hôm, cả hai cùng đọc sách trong điện thờ Bồ Tát Địa Tạng, bỗng có một người mang thịt chó đến biếu. Người tin Phật liền xua tay bảo đi nơi khác, không cho vào điện thờ, lại hốt hoảng chạy tránh ra bên ngoài cửa.

Người báng Phật thấy vậy liền nói: "Ta theo cái học của nhà Nho, không biết đến cái gì là Phật giáo hay Lão giáo cả." Rồi ông ta leo lên tòa cao, giễu cợt gắp thịt đút vào miệng Bồ Tát. Nhưng vừa nhấc đũa lên thì cảm thấy giữa khoảng không có một luồng sức mạnh đẩy tới, khiến ông ta ngã nhào xuống đất chết ngay.

Chốc lát sau, vị cử nhân đã tránh ngoài cửa cũng lăn ra chết. Ngay khi ấy ông ta nhìn thấy người báng Phật kia đang chịu hàng trăm thứ hình phạt, trên cổ đeo gông rực lửa đỏ, khắp thân hình đều bị lửa dữ thiêu đốt.

Diêm vương nói với người tin Phật rằng: "Ông có lòng tin, lẽ ra không phải đến chốn này. Ta đưa ông đến đây là muốn ông nhìn thấy kẻ kia chịu hình phạt khổ sở, để ông kể lại cho người đời được biết." Nói rồi ra lệnh trả về dương gian, ông ta liền sống lại.

LỜI BÀN

Bồ Tát Địa Tạng ở nơi thế giới Ta-bà này đã có phát lời thệ

---

[1] Chỉ cần có lòng tin nơi Phật pháp, ắt thành người có duyên. Không có lòng tin nơi Phật pháp, ấy là vô duyên. Lẽ nào có thể không sớm phát khởi lòng tin vào Phật pháp? (Chú giải của soạn giả)

[2] Trích từ sách Hiện quả tùy lục (現果隨錄). (Chú giải của soạn giả)

[3] Thuộc tỉnh Hồ Bắc.

nguyện lớn lao rằng: "Nếu có một chúng sinh còn chưa được giải thoát, ta xem như chính mình đã đẩy họ rơi vào hầm hố."

Đức Thế Tôn khi thuyết pháp tại cung trời Đao-lợi đã ngợi khen Bồ Tát Địa Tạng rằng: "Ví như mười phương chư Phật cùng xưng tán công đức của ông, trải qua ngàn vạn kiếp cũng không hết được." Phật lại dạy rằng: "Ví như có chúng sinh cõi trời đã hưởng hết phước báo, hiện ra năm tướng suy,[1] sắp đọa lạc vào các cảnh giới xấu ác như địa ngục, ngạ quỷ, súc sanh, nếu được thấy hình tượng Bồ Tát Địa Tạng rồi hết lòng chiêm ngưỡng, lễ bái, liền có thể không đọa lạc nữa mà được tăng thêm phước báo nơi cõi trời."

Đức Phật cũng dạy rằng: "Nếu có chúng sinh nào chuyên tâm thành kính cúng dường Bồ Tát Địa Tạng, suốt một đời không thối chuyển, thì trong đời vị lai sẽ thường được sinh nơi các cõi trời, thọ hưởng phúc lạc. Khi phước báo cõi trời đã hết, sinh vào cõi người thì trăm ngàn vạn kiếp đều được làm bậc đế vương.[2]

Than ôi, bậc Đại Sĩ có thần lực không thể nghĩ bàn như thế, phương danh chấn động khắp vô số thế giới, oai thần thâu nhiếp vạn ức chư thiên, hết thảy chúng sinh được nghe danh hiệu, được thấy hình tượng ngài thì đều được phước báo thù thắng, thế mà kẻ phàm phu ngu mê uế trược, hiểu biết cạn cợt nhỏ nhoi lại dám hủy báng, khác nào lấy ánh sáng đom đóm mà so với mặt trời chói lọi, lấy cánh ruồi mà che cả bầu trời, thật không biết tự lượng sức mình!

---

1 Chư thiên cõi trời khi hết phước, sắp chết đi để tái sinh vào cảnh giới khác thì hiện ra năm tướng suy. Đó là: 1. Quần áo thường dơ bẩn; 2. Đầu tóc rối bời, hoa trên đầu tàn tạ; 3. Thân thể hôi hám và nhơ nhớp; 4. Dưới nách thường ra mồ hôi; 5. Không thấy ưa thích ngai vị, chỗ ngồi của mình.

2 Những điều trên đều được ghi chép trong kinh Địa Tạng Bồ Tát Bổn nguyện (地藏菩薩本願經). (Chú giải của soạn giả) Kinh này gồm 2 quyển, được xếp vào Đại Chánh tạng, thuộc Tập 13, kinh số 412, trang 777, tờ c.

Khuyên người đừng ăn cua

Người đời nghe nói đến những nỗi khổ trong địa ngục đều cho là chuyện mơ hồ, không biết rằng khi người ta luộc cua để ăn, ấy chính là cảnh tượng của đại địa ngục Phí thang [được mô tả trong kinh điển], chỉ vì người ta làm mãi thành quen nên xem đó như chuyện bình thường mà không nhận biết được.

Khi củi vừa bắt lửa bốc lên một lúc đầu, nhiệt độ trong nồi nóng dần lên, những con cua trong nồi bắt đầu kinh hoàng khiếp sợ, toàn thân cảm thấy ngày càng khó chịu. Thế rồi nước trong nồi ngày càng nóng hơn, cả bầy cua rối loạn bò quanh, con nào cũng muốn tìm lối thoát ra. Lát sau, nước càng thêm nóng, thế là cả bầy qua lại vướng víu, thần thức hôn mê. Lúc bấy giờ, nổi lên mặt nước, nóng bức đau đớn không chịu nổi, chìm xuống đáy nồi cũng nóng bức đau đớn không chịu nổi, nằm yên xếp lớp lên nhau cũng nóng bức đau đớn không chịu nổi. Không bao lâu, nước trong nồi sôi lên, khắp quanh thân hình đều có nước sôi sùng sục. Nước sôi vào mắt, như đinh sắt trui nóng đâm nơi nhãn cầu; nước sôi trên lưng, như sắt nấu chảy nung nóng khắp thân thể. Chịu đựng khổ sở đau đớn như thế không sao nói hết, để rồi ôm mối oán hờn mà chết, toàn thân chuyển thành màu đỏ.

Than ôi, người ta bất quá cũng chỉ vì miếng ngon trong chốc lát mà tạo thành nghiệp chướng nặng nề rộng sâu không bờ bến như thế. Ví như chư Phật, Bồ Tát dùng thiên nhãn mà quán sát sự việc này, ắt sẽ thấy rõ người với cua từ vô số kiếp đến nay đều đã từng là cha mẹ, anh em, thân bằng quyến thuộc của nhau, chỉ vì lăn lộn tái sinh, thay hình đổi dạng, nên không thể biết nhau đó thôi. Vì thế mới qua lại trong luân hồi mà thay nhau tạo nghiệp, giết hại lẫn nhau, cho đến báo oán lẫn nhau vô cùng vô tận.

Dám xin có lời rộng khuyên khắp thảy, nếu muốn phát tâm từ bi, trước hết phải mạnh mẽ thực hành khoan thứ, điều mình không muốn, chớ làm cho kẻ khác.[1] Hãy tự đặt mình vào hoàn cảnh của muôn loài mà quán xét, thì sự tham ăn sẽ được chuyển hóa thành tâm từ ái.

Chịu quả báo trong núi cua[2]

Ở Hồ Châu[3] có một thầy thuốc tên là Sa Trợ Giáo. Mẹ ông rất thích ăn cua, đã giết hại số lượng nhiều không đếm xuể. Niên hiệu Thiệu Hưng năm thứ 11,[4] bà bị bệnh nặng qua đời. Sau đó, có một đứa cháu nhỏ nhìn thấy bà đứng ngoài cửa, thân hình đầy máu me, nói với cháu rằng: "Bà lúc còn sống giết cua quá nhiều, nay phải chịu quả báo trong núi cua. Cháu nói với cha cháu, hãy mau mau làm việc phúc đức mà hồi hướng cho ta." Nói vừa dứt lời thì không thấy đâu nữa.

LỜI BÀN

Người ta làm món cua muối, bắt con cua còn đang sống mà móc bỏ yếm rồi ướp muối tiêu vào đó. Sự đau đớn khổ sở mà con cua ấy phải chịu đựng thật không thể hình dung nổi! Quả báo trong núi cua, chính là do nghiệp lực chiêu cảm mà thành.

Quan sát con cua bò ngang trên đất, có thể biết rằng đời trước ắt phải quen theo con đường tà kiến, không hướng theo nẻo chánh Bồ-đề. Nhìn dây buộc trên lưng, có thể biết rằng đời

---

1 Nguyên tác dùng "先行強恕 – tiên hành cường thứ". Chữ thứ (恕) ở đây lấy theo ý của Nho gia, xuất phát từ lời dạy của Khổng tử. Sách Luận ngữ, chương Vệ Linh Công, tiết 23 kể chuyện Tử Cống thưa hỏi Khổng tử: "Có một lời nào có thể theo đó làm theo suốt đời chăng?" (有一言而可以終身行之者乎？) Khổng tử đáp: "Có một chữ thứ: Điều mình không muốn, chớ làm cho kẻ khác." (其恕乎！己所不欲，勿施於人。) Vì thế, chữ "thứ" được hiểu theo Nho gia là "xem người khác cũng như chính mình", hay "đặt mình vào hoàn cảnh của người khác". Từ quan điểm nền tảng này mà hình thành đức khoan thứ, có thể khoan dung, tha thứ cho người khác vì cảm thông được hoàn cảnh của họ.

2 Trích từ sách Nam dương quảng ký (南陽廣記). (Chú giải của soạn giả)

3 Thuộc tỉnh Chiết Giang.

4 Tức là năm 1147.

trước ắt phải buông thả cho ái dục trói buộc, không giải thoát ra khỏi những ràng buộc tình cảm, phiền não. Đó chính là: "Muốn biết nhân đời trước, hãy xem quả đời này."

Khuyên người không ăn ếch nhái

Những kẻ đi bắt ếch nhái, phần lớn đều là hạng thuyền chài thiếu hiểu biết. Khuyên họ giữ giới không giết hại, ắt tự thân họ không chịu nghe theo. Nhưng thế gian có biết bao món ngon lạ, mà loài ếch nhái đến nay số lượng còn lại hết sức ít ỏi, [sao nỡ giết ăn?]

Nếu như số người ăn thịt ếch nhái có thể giảm đi, thì số người đi bắt cũng sẽ tự nhiên ít dần. Vì thế nên khuyên người đời không nên ăn thịt ếch nhái, xin hãy thận trọng suy xét.

Ếch kêu oan[1]

Họ Vương giữ chức quan Đồng Tri,[2] vốn người Tô Châu, một hôm đang ở tại Cú Dung,[3] bỗng nhìn thấy một bầy ếch nhảy nhót ngay trước mặt mình. Vương Đồng Tri liền nói với chúng: "Nếu quả có điều oan khuất thì hãy chỉ cho ta biết là ở nơi nào."

Bầy ếch khi ấy liền tụ tập cả lại một chỗ. Vương Đồng Tri ra lệnh cho thuộc hạ đến đào xuống chỗ ấy liền phát hiện một xác chết vẫn còn nguyên vẹn, miệng ngậm chặt một cây roi, nơi cán roi có khắc tên họ một người.

Vương Đồng Tri sai nha dịch đến Đan Dương, dùng tên họ ấy điều tra qua một lần đã tìm bắt ngay được hung thủ là một tên phu xe. Tra hỏi ra liền biết rõ sự việc. Nguyên là có một

[1] Trích từ sách Hiện quả lục (現果錄). (Chú giải của soạn giả)

[2] Đồng Tri: chức quan phụ tá cho trưởng quan, cấp phó.

[3] Thuộc tỉnh Giang Tô.

thương gia mua ếch đi phóng sinh, do để lộ tiền bạc mang theo nên bị tên phu xe này tham tiền giết chết. Vương Đồng Tri lập tức xử tội tên phu xe đền mạng. Người Giang Tô nhân sự việc này thường gọi ông là Vương Ếch.

LỜI BÀN

Con ếch khi bị người giết, phải chịu nỗi khổ của tám địa ngục nhỏ. Con người khi giết ếch, đó là tạo ra nhân của tám địa ngục nhỏ:

- Vào lúc ếch bị người giết thịt, trước hết chặt bỏ đầu. Đó là địa ngục nhỏ thứ nhất: địa ngục chặt đầu.
- Sau khi đã chặt, liền lột da ếch. Đó là địa ngục nhỏ thứ hai: địa ngục lột da.
- Tiếp theo chặt đứt bốn chân. Đó là địa ngục nhỏ thứ ba: địa ngục chặt chân.
- Sau đó moi ruột móc gan. Đó là địa ngục nhỏ thứ tư: địa ngục mổ ruột.
- Xong, cho vào nồi nấu đun lửa nóng. Đó là địa ngục nhỏ thứ năm: địa ngục dầu sôi.
- Nêm nếm gia vị vào nồi. Đó là địa ngục nhỏ thứ sáu: địa ngục ướp muối.
- Cho vào miệng nhai ngấu nghiến. Đó là địa ngục nhỏ thứ bảy: địa ngục đá nghiền.
- Nuốt vào trong ruột, lẫn cùng các thứ ô uế. Đó là địa ngục nhỏ thứ tám: địa ngục phẩn dơ.

Theo như trên mà xét, thì người bắt ếch đem đi bán là tự tạo nhân của bốn địa ngục đầu tiên, đó là *tự tác*. Đối với bốn địa ngục cuối cùng, tuy không tự mình làm nhưng lại khiến cho người khác làm, đó là *giáo tha tác*.

Đối với người mua ếch về ăn thì bốn địa ngục đầu tiên là khiến cho người khác làm, [vì mình không mua thì không người khác không bắt ếch,] đó là *giáo tha tác*. Bốn địa ngục sau cùng lại là tự mình tạo nhân, đó là *tự tác*.

Nếu người tự mình bắt ếch về ăn thịt, đó là tự tạo nhân của cả tám loại địa ngục, tất cả đều là *tự tác*.

Nếu tự mình không bắt ếch cũng không ăn thịt ếch, nhưng đối với việc bắt ếch ăn thịt của người khác lại không phản đối mà phụ họa theo, khiến cho người khác có thể thuận lợi mà làm, đó cũng là tạo nhân của tám địa ngục nhưng bằng cách *giáo tha tác*.

Nếu có thể quán xét rõ ràng như vậy, mới biết là mắt nhìn, tai nghe, miệng nói, tay làm, mỗi mỗi động tĩnh trong đời [nếu không tỉnh giác] đều tạo thành tội nghiệp. Cho nên, thế giới Ta-bà này có đủ năm sự uế trược,[1] thật không dễ sống!

Khuyên những người cầu tăng tuổi thọ[2]

Con người vốn đã quý tiếc mạng sống, khiếp sợ cái chết, thì theo lý phải hiểu rõ được cái khuynh hướng "tránh nguy tìm an" giống nhau ở muôn loài. Chúng ta với loài vật đều cùng thọ nhận khí tiết của trời đất. Nếu ta biết thương yêu vạn vật do trời đất sinh ra, thì trời đất ắt cũng thương yêu sự sống của ta. Nếu ta mong muốn cho loài vật được sống, thì loài vật cũng sẽ mong cho ta được sống.

Người đời nay từ thiếu thời cho đến trưởng thành, từ trưởng thành cho đến già nua, không có giai đoạn nào là không giết hại loài vật.

Ngay khi con vừa ra khỏi bụng mẹ, cả nhà liền cho đó là việc rất vui mà giết vật để ăn mừng. Không bao lâu vừa đầy tháng tuổi, lại vì ăn mừng nên giết vật. Đến lúc thôi nôi lại cũng

1 Năm sự uế trược (ngũ trược ác thế): bao gồm kiếp trược, kiến trược, phiền não trược, chúng sanh trược và mạng trược.

2 Dưới đây khuyên việc không nên giết hại vật mạng để cầu khỏi bệnh.

giết vật ăn mừng. Lớn lên, mời thầy dạy học cũng giết vật đãi đằng. Đến khi bàn việc hôn nhân, từ lúc thăm nhà cho đến lễ cưới, bao nhiêu nghi lễ cũng đều giết vật đãi đằng. Huống chi đến lúc con sinh ra cháu, rồi cháu cũng đầy tháng, thôi nôi, cũng mời thầy dạy học, cũng lo việc hôn nhân... cứ thế tiếp nối không lúc nào không có duyên cớ để giết hại vật mạng.

Người sinh con gái thì lúc gả chồng cũng không khỏi giết hại vật mạng. Kẻ tin tà thuyết thì cúng tế quỷ thần ắt phải giết hại vật mạng. Người có lòng hiếu khách, chiêu đãi ắt phải giết vật. Người nhiều bệnh [cần tẩm bổ] cũng như kẻ tham ăn, đều vì miếng ngon vào miệng mình mà giết hại vật mạng. Lại thêm những lúc đi đường không khỏi vô ý giẫm đạp côn trùng, hoặc trong khi làm nghề nghiệp kiếm sống cũng có lúc không tránh khỏi làm tổn hại mạng sống muôn loài, cho đến những trường hợp thấy người khác giết hại mà vui mừng theo, hoặc ngợi khen khuyến khích...

Gộp lại trong một đời, những sinh mạng bị ta giết chết ắt phải có đến hàng trăm, hàng ngàn, hàng vạn... Dựa vào những điều ấy mà cầu được trường thọ, liệu có thể được chăng?

Xin rộng khuyên hết thảy người đời, nếu muốn được tăng thêm tuổi thọ, trước hết phải giữ giới không giết hại. Giới sát đã giữ trọn thì tự nhiên chắc chắn sẽ được tăng thêm tuổi thọ.

Cứu kiến được tăng tuổi thọ[1]

Thuở xưa có một vị tỳ-kheo đã chứng đắc lục thần thông, cùng sống với một chú sa-di. Ngài nhập định quán xét thấy chú sa-di ấy chỉ trong bảy ngày nữa ắt phải chết, liền bảo chú về quê thăm cha mẹ, đến ngày thứ tám hãy trở lại chùa, ý muốn cho chú sa-di ấy được chết tại quê nhà.

[1] Trích từ sách Kinh luật dị tướng (經律異相). (Chú giải của soạn giả)

Không ngờ đúng ngày thứ tám chú sa-di vẫn còn sống trở lại chùa.

Vị tỳ-kheo liền nhập định quán sát nguyên do, mới biết chú sa-di lúc đang trên đường về quê bỗng gặp một tổ kiến sắp bị nước dâng tràn vào, lập tức cởi áo cà-sa đắp chặn xung quanh để cứu, nhờ đó mà cả đàn kiến được thoát chết. Nhờ việc này mà chú sa-di chẳng những không chết yểu, về sau lại sống thọ đến 80 tuổi, chứng quả A-la-hán.

LỜI BÀN

Trong kinh dạy rằng: "Người không giết hại thì được quả báo sống lâu." Xem như câu chuyện của chú sa-di này thì càng tin sâu lời ấy.

Cứu cá được thoát tội[1]

Vào đời Đường, ở quận Ngụy Châu có người tên Mã Gia Vận. Vào mùa xuân niên hiệu Trinh Quán năm thứ sáu,[2] Mã Gia Vận bỗng nhiên nhìn thấy có hai người cưỡi ngựa đến đón mình, ngay khi đó liền ngã lăn ra chết. Khi ấy, Gia Vận thấy mình được đưa đến gặp chủ nhân của bọn họ, tức là Đông Hải Công. Vị này có ý mời ông giữ chức quan Ký thất.[3] Mã Gia Vận từ chối, viện lẽ mình học vấn kém cỏi. Đông Hải Công cố nài ép, ông liền tiến cử một văn sĩ là Trần Tử Lương thay mình. Mã Gia Vận sau đó liền được sống lại, còn Trần Tử Lương đột nhiên ngã lăn ra chết.

Một hôm, Mã Gia Vận cùng đi với một người bạn, bỗng nhiên nhìn lên không trung dáng vẻ kinh sợ. Người bạn thấy vậy gạn hỏi, ông liền nói: "Tôi nhìn thấy sứ giả của Đông Hải

[1] Trích từ sách Pháp uyển châu lâm (法苑珠林). (Chú giải của soạn giả)

[2] Tức là năm 632.

[3] Ký thất: chức quan ngày xưa phụ trách những việc liên quan đến giấy tờ sổ sách, văn kiện.

Công đang đến Ích Châu bắt người. Sứ giả bảo tôi rằng Trần Tử Lương đã hết lời tố cáo anh, nên xem ra anh đã gần như không thể thoát tội. Nhưng trước đây khi ở đất Thục,[1] anh có lần nhìn thấy cá trong hồ sắp bị bắt giết liền bỏ ra mười tấm lụa để cứu chúng. Nhờ việc ấy nên vừa rồi anh không bị bắt."

Về sau, Mã Gia Vận làm thầy dạy học trong trường Quốc tử giám cho đến cuối đời.

LỜI BÀN

Khi vua Đường Thái Tông ngự tại cung Cửu Thành[2] có nghe biết việc này, liền sai quan Thị lang Sầm Văn Bản đến hỏi, nhờ đó mới biết rõ.

Sắp chết được tăng tuổi thọ[3]

Ở Hoa Đình[4] có người tên Triệu Tố, một hôm đến Thanh Phố để thăm bà con, bỗng nhìn thấy người nô bộc đã chết của mình đứng trên thuyền. Ông kinh sợ, đến hỏi, người ấy nói: "Tôi hiện là nha dịch của âm ty, hôm nay đến đây để bắt 3 người. Một người ở Hồ Quảng, một người nữa là người bà con mà ông đi thăm đó." Hỏi thêm về người thứ ba, ông ta im lặng không đáp, Triệu Tố có ý ngờ người thứ ba là mình.

Tiếp đó vừa đến nhà người bà con thì từ xa đã nghe tiếng than khóc. Họ Triệu kinh hãi, lập tức quay trở về. Trên đường lại gặp người nô bộc cũ, nói: "Ông đừng sợ, nếu đêm nay mà tôi không đến thì ông được thoát rồi." Triệu Tố gạn hỏi nguyên nhân, người ấy đáp: "Vì trên đường đi tôi có gặp một người vì ông biện giải, nói rằng cả nhà ông đều giữ giới không giết hại."

---

[1] Tức vùng Tứ Xuyên.

[2] Cung Cửu Thành: cung điện lớn vào đời nhà Đường, nằm ở phía tây huyện Lân Du thuộc tỉnh Thiểm Tây, trước đây vốn là cung Nhân Thọ của nhà Tùy. Vào niên hiệu Trinh Quán năm thứ năm, Đường Thái Tông cho trùng tu và đổi tên thành cung Cửu Thành.

[3] Trích từ sách Trúc song tam bút (竹窗三筆). (Chú giải của soạn giả)

[4] Nay là Tùng Giang, Thượng Hải.

Đến tối, quả nhiên vẫn không thấy người ấy đến, Triệu Tố được bình an vô sự.

LỜI BÀN

Đó chính là [nhờ giữ giới không giết hại mà] được thần linh bảo vệ.

Tiết chế ăn uống được tăng tuổi thọ[1]

Có vị quan tự thừa[2] là Tiêu Chấn, thuở nhỏ một hôm nằm mộng thấy có người đến bảo rằng: "Ông chỉ sống đến năm mươi tám tuổi."

Khi cha ông được bổ làm chủ soái đất Thục,[3] ông đi theo đến nhậm chức. Quan địa phương mở đại tiệc mừng chủ soái đến nhậm chức, ông cũng theo cha đến dự, tình cờ đi ngang nhà bếp thấy ở đó đang buộc một con bò sữa, liền gạn hỏi. Người nhà bếp thưa rằng: "Theo lệ ở vùng này thì sau khi chiêu đãi qua ba tuần rượu sẽ dâng món 'đũa ngọc'. Cách làm món này là dùng đũa sắt đốt nóng đỏ rồi đâm xuyên qua vú bò sữa, sữa bò chảy ra đọng lại trên đôi đũa thành món ăn mùi vị rất ngon."

Ông nghe qua kinh hãi, gấp rút đến trình với cha. Cha ông yêu cầu nhà bếp mang thực đơn lên xem trước, thấy đúng như vậy liền truyền bãi bỏ và hạ lệnh vĩnh viễn cấm hẳn món ăn tàn khốc này.

Năm ấy, Tiêu Chấn vừa được mười bảy tuổi, lại nằm mộng thấy có vị thần đến bảo: "Ông có âm đức lớn, chẳng những được khỏi chết yểu mà còn có thể được sống lâu." Về sau, quả nhiên Tiêu Chấn sống đến hơn chín mươi tuổi.

---

1 Trích từ Cảm ứng thiên đồ thuyết (感應篇圖說). (Chú giải của soạn giả)

2 Chức quan phụ tá cho huyện lệnh.

3 Tức vùng Tứ Xuyên.

LỜI BÀN

Từ một món ăn mà có thể [khởi tâm từ bi] được tăng tuổi thọ, cũng từ một món ăn ấy [nếu không có tâm từ] ắt phải giảm tuổi thọ!

Khuyên những người làm thầy thuốc

Nghề thuốc sở dĩ đáng quý là vì có thể cứu người. Tuy nhiên, thuốc men chỉ có thể chữa trị được bệnh tật mà không thể tạo thành mạng sống. Nếu dùng cách giết hại vật mạng để hỗ trợ tẩm bổ người bệnh, chẳng những làm cho bệnh ấy tăng thêm oan nghiệt, mà quả báo đau khổ trong tương lai của chính mình cũng không thể tránh được. Vì sao vậy? Dù người hay vật cũng đều tham sống sợ chết chẳng khác gì nhau. Nếu giết chết một mạng để cứu một mạng, người có đức nhân cũng không nỡ làm, huống chi không chỉ giết một mạng? Huống chi vẫn chưa chắc đã cứu được người?

Nếu bệnh tình đã đến mức bất trị, không nỡ khoanh tay ngồi nhìn, thì nên dùng pháp môn Tịnh độ mà khuyên dạy, giúp người được vĩnh viễn thoát ly sinh tử. Cứu giúp được như vậy, chẳng phải là lớn lao lắm sao?

Thông thường, con người trong lúc đang mang tật bệnh sẽ dễ dàng tiếp nhận những lời khuyên dạy tốt đẹp. Bình thường có thể hung hăng bài bác, không tin Phật pháp, nhưng đến lúc băng tan ngói lở, tính mạng lâm nguy, ta có thể nhân dịp ấy mà tận tình khuyên giải, dẫn dắt giúp người chuyển hóa, đó mới là phương thuốc linh diệu bậc nhất.

Sửa sách chuộc lỗi[1]

Đào Hoành[2] Cảnh, tên tự là Thông Minh. Mẹ ông họ Hoắc,

[1] Trích từ sách Lương thư (梁書). (Chú giải của soạn giả)

[2] An Sĩ toàn thư dùng chữ hoành (宏), cũng có sách chép tên vị này dùng chữ hoằng

nằm mộng thấy thiên thần mang lư hương đến nhà, sau đó liền sinh ra ông. Vào cuối đời Lưu Tống,[1] ông được mời thỉnh làm chức Thị độc, là thầy của các vị vương gia, hoàng tử. Sang đời Tề, vào khoảng niên hiệu Vĩnh Minh,[2] ông cởi triều phục treo ở Thần Vũ Môn, bỏ quan tước về ở ẩn nơi động Hoa Dương thuộc núi Cú Khúc.

Ông với vua Lương Võ Đế[3] từng có giao tình, những việc quốc gia đại sự vua đều tìm đến hỏi ông. Người đương thời gọi ông là vị "tể tướng trong núi".

Đào Hoành Cảnh có người học trò là Hoàn Khải, tu hành đắc đạo đã thoát tục.[4] Một hôm, Đào Hoành Cảnh bỗng thấy Hoàn Khải hiện về bảo ông: "Quyển sách thuốc do thầy chỉnh sửa có sử dụng một số côn trùng làm thuốc, tuy có lợi cho con người nhưng lại giết hại vật mạng, Thượng đế do đó đã trách tội."

Đào Hoành Cảnh nghe vậy thì hối lỗi, liền soạn lại sách ấy, dùng các loại dược liệu thực vật thay thế. Ông lại đặc biệt soạn thêm vào sách ấy ba quyển nữa để chuộc lỗi cũ. Ông cũng đến lễ tháp thờ xá-lợi Phật ở huyện Mậu và thọ trì Năm giới. Tháp ấy trước đây do vua A-dục xây dựng.

Ông từng mộng thấy được Phật thọ ký, danh hiệu là Bồ Tát Thắng Lực. Khi lâm chung, ông dùng áo cà-sa che thân, ra đi một cách an nhiên, thọ 85 tuổi, thụy hiệu là Trinh Bạch Tiên sinh.

(弘).

1 Nhà Lưu Tống mất vào năm 466.

2 Niên hiệu Vĩnh Minh đời Tề kéo dài trong khoảng năm 483 đến năm 493.

3 Lương Võ Đế tên thật là Tiêu Diễn, sinh vào năm 464, mất năm 549. Ông sáng lập nhà Lương và cầm quyền cai trị từ năm 502 cho đến khi qua đời.

4 Ông này tương truyền tu theo Đạo giáo.

LỜI BÀN

Giết vật cứu người, người đời thấy có vẻ như không sai đạo lý, nhưng vì việc ấy mà bị trời cao trách tội, thật đáng sợ thay!

Khuyên người không nên đánh rắn[1]

Người đời đều cho rằng rắn là loài hại người, chỉ sợ không giết được hết, thậm chí còn cho rằng đánh rắn không chết sẽ để lại tai họa về sau. Thế nhưng lại không xét kỹ rằng, nếu đánh không chết sợ rắn báo oán, vậy đánh chết đi chẳng phải thù oán càng sâu nặng hơn sao? Chẳng qua là chỗ thấy biết của người đời hết sức nhỏ nhoi cạn cợt, chỉ biết chuyện đời nay, không biết chuyện đời sau, nên mới nảy sinh quan niệm đoạn diệt, cho rằng mọi việc chỉ xảy ra trong một đời này rồi chấm dứt.

Huống chi, nếu rắn làm hại ta, ắt phải có nguyên nhân từ đời trước. Nếu không có nhân đời trước, chắc chắn rắn sẽ không hại ta, cần gì phải lo liệu trước việc rắn gây hại cho ta mà giết nó? Ví như rắn có muốn hại ta, cũng không nên giết nó. Vì sao vậy? Rắn ấy hẳn là do nhân đời trước bị ta làm hại nên đời này mới đến báo oán, nếu ta giết nó thì oán thù đời trước xem như chưa trả được, lại kết thêm oán thù đời này, chẳng phải là tạo nhân để phải chịu tai họa trong hai đời nữa sao? Vì sao người đời không chịu suy xét kỹ?

Đốt hang rắn chịu quả báo diệt tộc[2]

Phương Hiếu Nho là người đời Minh.[3] Cha ông khi chuẩn

[1] Dưới đây khuyên những việc nhỏ nhặt không nên giết hại vật mạng.

[2] Trích từ sách Hiếu sinh lục (好生錄). (Chú giải của soạn giả)

[3] Phương Hiếu Nho sinh năm 1357, mất năm 1402, tên tự là Hy Trực, Hy Cổ, hiệu Tốn Chí, là một bậc thầy nổi tiếng, được người đời tôn xưng là Câu Thành Tiên sinh. Tên vị này đã xuất hiện một lần trong quyển hạ của phần Giảng rộng bài văn Âm chất, mục “Đường sá gập ghềnh đã lâu năm thì góp sức tu sửa, san phẳng” và được khắc bằng chữ Nho (儒), nhưng ở phần này lại khắc là chữ Nhụ (孺). Chúng tôi vẫn đọc là Phương Hiếu Nho như phần trước để tạo sự nhất quán cho độc giả tiện theo dõi, vì đây chỉ là một người mà thôi.

bị chỗ đất để cải táng phần mộ tổ tiên thì nằm mộng thấy một cụ già mặc áo đỏ đến chắp tay vái lạy và nói: "Chỗ huyệt táng mà ông đã chọn đó chính là nơi ở của chúng tôi. Mong ông hoãn lại cho 3 ngày, đợi con cháu tôi kịp dời hết đi nơi khác rồi hãy làm, sau này tôi xin hết lòng báo đáp." Nói xong lại dập đầu lạy ông ba lạy.

Người cha của Phương Hiếu Nho thức dậy không tin, cho đó chỉ là mộng mị, liền tiếp tục cho người đào huyệt. Khi đào đất lên có đến hàng trăm con rắn đỏ, liền thiêu chết hết. Đêm ấy lại mộng thấy cụ già hiện đến, vừa khóc vừa nói: "Tôi đã chí thành cầu khẩn ông, sao ông lại khiến cho con cháu tôi 800 đứa đều phải chết trong lửa dữ? Ông đã diệt hết dòng họ tôi, tôi cũng sẽ diệt hết dòng họ của ông."

Sau ông sinh ra Phương Hiếu Nho, nhìn đầu lưỡi có hình dạng uyển chuyển như con rắn. Hiếu Nho làm quan đến chức Hàn Lâm Học sĩ, xúc phạm đến Minh Thành Tổ, vua hạ lệnh tru di mười họ.[1] Tính hết những người bị giết vừa bằng với số rắn đã chết trước đây.

LỜI BÀN

Đức Phật có dạy rằng: "Đứa con sinh ra có ba nhân duyên: Một là cha mẹ đời trước đã từng thiếu nợ đứa con, hai là đứa con đời trước từng thiếu nợ cha mẹ, ba là do có oán thù đời trước nên sinh làm con."[2] Người đời chỉ biết những đứa con bê

[1] Phương Hiếu Nho văn chương lừng lẫy, uyên bác vô cùng, nên khi Yên Vương Chu Lệ giành được ngôi hoàng đế từ đứa cháu là Chu Doãn Văn, lên ngôi lấy hiệu Minh Thành Tổ, liền triệu Phương Hiếu Nho vào cung để viết chiếu lên ngôi. Hiếu Nho nhất định không viết. Vua dọa sẽ giết sạch 9 họ, Hiếu Nho khẳng khái đáp: "Dù giết hết 10 họ cũng không viết." Vua sai người ép đưa bút vào tận tay, Hiếu Nho liền phóng bút viết 4 chữ: "Giặc Yên cướp ngôi." Vua nổi giận sai mang ra hành hình giữa chợ, giết sạch 9 họ, lại tìm giết thêm môn nhân học trò, xem như cho đủ 10 họ.

[2] Xem trong kinh Thập nhị nhân duyên. (Chú giải của soạn giả) Tuy nhiên, chính xác là đoạn trích này nằm trong A-hàm khẩu giải Thập nhị nhân duyên kinh (阿含口解十二因緣經), được xếp vào Đại Chánh tạng, Tập 25, kinh số 1508, trang 53,

tha cờ bạc rượu chè là oan gia, không biết rằng có những đứa con thành đạt uy quyền lớn rồi gây họa lấy đến cả tộc họ, đó cũng là oan gia. Người đời chỉ biết những đứa con làm cho cha mẹ mất thể diện, gia đình nhục nhã là oan gia, nhưng không biết rằng có những đứa con làm vinh dự tổ tiên, rạng rỡ dòng tộc, được thọ hưởng sự cúng tế ngàn đời, đó cũng là oan gia. Người đời tranh giành cướp đoạt tài sản, ai ai cũng vì tính toán cho con cháu sau này. Nhưng nếu nghĩ cho thật thấu đáo đến những kết cục trong tương lai, thì dù hiện nay con đàn cháu đống liệu có ích lợi gì? Cả một đời vất vả, khổ nhọc tích cóp, chỉ uổng tự làm khổ thân mình. Mưu đoạt tài sản của người này, người khác, để rồi đời sau cũng chính những người ấy lại sinh vào làm con mình, khiến cho mình hao tài phá sản. Người đời ngày nào còn thấy biết một cách điên đảo, ngày ấy vẫn còn bị trói buộc ràng rịt tiếp nối. Xưa nay chìm đắm mãi trong mê lầm mà không chịu tỉnh ngộ, thật đáng sợ biết bao!

Rắn chết được cứu độ[1]

Ông Tào Lỗ Xuyên ở Tô Châu có đứa con gái gả về nhà họ Văn. Một hôm, có con rắn rượt đuổi theo con chim câu, gia nhân trông thấy liền đánh chết. Qua mấy hôm sau, rắn nhập hồn vào cô con gái của Tào Lỗ Xuyên, mượn xác nói rằng: "Ta vốn là Thái thú Kinh Châu, gặp lúc Hầu Cảnh làm loạn,[2] đuổi ta đến chỗ bờ sông, ta bị té xuống sông mà chết, không biết cha mẹ, vợ con ta lúc này có được bình an hay không?"

Tào Lỗ Xuyên nghe vậy kinh hãi, nói: "Hầu Cảnh là người của thời Lục triều,[3] nay là đời Minh, đã trải qua các đời Trần,

tờ a, dòng 18 và 19.

[1] Trích từ sách Trúc song tùy bút (竹窗隨筆). (Chú giải của soạn giả)

[2] Loạn Hầu Cảnh diễn ra từ tháng 8 năm 548 đến tháng 4 năm 552, chống lại triều đình nhà Lương. Cuộc chiến ở Kinh Châu xảy ra vào khoảng năm 551.

[3] Lục triều là giai đoạn lịch sử Trung quốc gồm 6 triều đại nối tiếp nhau. Đó là: 1. Tào Ngụy (220-265), 2. Tấn (265-420), 3. Lưu Tống (420-479), 4. Nam Tề

Tùy, Đường, Tống, Nguyên." Khi ấy, hồn ma mới biết mình chết đã quá lâu, liền nói: "Tôi đã phải sinh làm thân rắn, nay chết cũng không oán hận gì. Chỉ mong các người vì tôi thiết lễ sám hối, tụng cho một bộ Lương Hoàng Bảo Sám, tôi sẽ rời đi."

Tào Lỗ Xuyên cho thiết lễ sám hối xong, hồn ma lại xin được cúng chay, Lỗ Xuyên liền lập đàn thí thực theo pháp Du-già diệm khẩu. Hôm sau, cô con gái liền được bình thường như trước.

LỜI BÀN

Cuộc đời con người sống chết luân chuyển như hơi thở vào ra, thoắt chốc đã nhập bào thai, thoắt chốc ra khỏi bào thai, cho đến thoắt chốc đã trải qua vô số lần xuất nhập như thế. Sinh ra chẳng biết từ đâu đến, chết đi chẳng biết về đâu, mờ mờ mịt mịt qua ngàn đời vạn kiếp mà vẫn không biết được. Thoắt chốc sinh lên cõi trời, thoắt chốc sa vào địa ngục; thoắt chốc trở thành quỷ đói, súc sinh, cho đến làm người, làm chư thiên... vượt lên rồi chìm xuống, chìm xuống lại vượt lên, qua ngàn đời vạn kiếp vẫn không biết được.

Xưa, ông Tu-đạt có lần đang ở trong tịnh thất cùng đức Phật, Phật chỉ một con kiến bò trên mặt đất mà nói với ông: "Con kiến này từ thời đức Phật Tỳ-bà-thi ra đời cho đến nay, trải qua bảy đức Phật ra đời mà vẫn còn đọa làm thân kiến."[1]

Thông thường, mỗi một vị Phật ra đời trải qua thời gian rất lâu xa, huống chi đến bảy vị Phật? Sau khi đức Phật Thích-ca ra đời, phải trải qua hơn 1.725.000 năm thì đức Bồ Tát Di-lặc mới từ cung trời Đâu-suất đản sinh.[2] Chẳng biết đến lúc ấy liệu con kiến kia đã thoát được thân kiến hay chưa?

Theo đó mà xét thì con rắn trong chuyện này trải qua từ thời

(479-502), 5. Lương (502-557), 6. Trần (557-589).

[1] Trích từ kinh Hiền ngu nhân duyên. (Chú giải của soạn giả)

[2] Xem kinh Di-lặc hạ sinh. (Chú giải của soạn giả)

Lục triều đến nay[1] đã được thoát thân rắn, kể cũng không phải chậm. Than ôi, luân hồi đáng sợ như thế mà không chịu phát tâm cầu sinh Tịnh độ để vĩnh viễn thoát ly, thì có khác gì những loài vật si mê trôi dạt trong biển lớn sinh tử?

Khuyên người đừng nuôi dế, cá cảnh

Kinh Chánh pháp niệm xứ dạy rằng:

Mạng người chẳng được lâu,
Như vỗ tay vang tiếng.
Vợ con cùng tài sản,
Đều chẳng thể mang theo.

Chỉ có nghiệp thiện, ác,
Thường bám theo không rời.
Như chim bay trời cao,
Bóng không rời mặt đất.[2]

Cho nên biết rằng, việc nuôi dế hay cá cảnh tuy làm vui mắt trong chốc lát, nhưng xét cho cùng thì chẳng có lợi ích gì, chỉ tạo thành nghiệp ác giết hại mãi mãi bám theo ta. Vì sao phải khổ sở làm thỏa mãn đôi mắt ngắm nhìn để rồi kết oán đời đời, mang thù kiếp kiếp với những con vật kia?

Sâu đỏ báo ứng[3]

Vào cuối triều Minh, ở huyện Vô Tích[4] có người tên Tiết Tử Lan rất thích nuôi cá vàng, thường bắt sâu đỏ cho cá ăn. Cứ như

---

[1] Tức là vào thời tiên sinh An Sĩ, đời nhà Thanh. Theo câu chuyện thì Tào Lỗ Xuyên sống vào đời Minh.

[2] Kinh Chánh pháp niệm xứ (正法念處經), tổng cộng 70 quyển, được xếp vào Đại Chánh tạng thuộc Tập 17, kinh số 721. Bài kệ này thuộc quyển 1, trang 5, tờ c, bắt đầu từ dòng thứ 25, nội dung có lược bớt một số câu trong nguyên bản.

[3] Trích từ sách Hiếu sinh lục (好生錄). (Chú giải của soạn giả)

[4] Thuộc tỉnh Giang Tô.

vậy, đã giết hại loài sâu nhiều không kể xiết. Về sau Tử Lan mắc bệnh lạ, hai tay quơ cào khắp thân hình, như thể liên tục bốc nắm lấy vật gì ném ra, miệng nói: "Ôi, có ngàn vạn con sâu đỏ đang bò trên người tôi." Ông rên la đau đớn cùng cực không chịu nổi, cào cấu nát cả người rồi chết.

LỜI BÀN

Ngày xưa tướng Bạch Khởi cho đào hố chôn sống quân nước Triệu, chỉ trong một đêm giết chết 400.000 người. Hạng Vũ chôn sống quân Tần, trong một đêm giết 200.000 quân. Quân giặc loạn Trương Hiến Trung ở Tứ Xuyên chặt chân tay người chất lại thành núi. Những lúc như thế, hãy xem máu thịt chúng sinh khi thối rữa, giữa con người với loài sâu đỏ kia có khác gì nhau?

Than ôi, người chết vì nạn binh đao, ắt đã từng tạo nhân trong quá khứ; người nuôi loài vật rồi giết hại sinh mạng, ắt phải chịu quả báo trong tương lai. Cho nên có câu rằng: *"Bồ Tát sợ nhân, chúng sinh sợ quả."*[1]

Dế trả oán[2]

Vào cuối đời Minh có người họ Trương ở Hàng Châu rất thích chơi đá dế. Con dế nào đá thua, ông đều ngắt đầu rồi vất đi.

Về sau, họ Trương bị một cái nhọt lớn mọc trên lưng. Bên trong nhọt thịt thối đen lại có hình như hàng trăm cái đầu dế, chạm vào đều cử động. Họ Trương chịu đau đớn thấu xương tủy, cuối cùng gào khóc mà chết.

[1] Vị Bồ Tát thấu hiểu và tin nhận nhân quả nên chỉ sợ rằng nếu ngày nay tạo nhân xấu ác ắt phải chịu quả ngày sau, còn quả báo hiện nay là do nhân đã tạo từ trước nên Bồ Tát an nhiên chấp nhận mà không sợ sệt. Ngược lại, chúng sinh mê muội không hiểu, không tin vào nhân quả, nên khi quả báo tàn khốc đến thì kinh sợ, mà không hề biết e sợ ngay từ lúc tạo nhân. Vì thế, dù đã chịu khổ nhưng vẫn không ngừng tạo thêm nghiệp ác.

[2] Trích từ sách Nhân quả mục kích biên (因果目擊編). (Chú giải của soạn giả)

LỜI BÀN

Người đời tạo nghiệp, căn bản đều do nơi sáu căn.[1] Khi một căn đã động, năm căn khác cũng đều theo đó phát khởi. Chẳng hạn như người nuôi dế đá, căn bản ban đầu là vì con mắt muốn xem, [nhãn căn tạo nghiệp], nhưng khi đi bắt dế phải lắng tai nghe tiếng dế kêu để bắt, thì lúc ấy nhĩ căn tạo nghiệp. Khi đá dế dùng tay khích động cho dế đá, đó là thân căn tạo nghiệp. So tính việc thắng thua, đó là ý căn tạo nghiệp. Thắng cuộc uống rượu thì tỉ căn (mũi ngửi), thiệt căn (lưỡi nếm) tạo nghiệp. Kinh Lăng nghiêm nói đến "nghiệp báo từ sáu căn"[2] chính là ý này.

Khuyên người quý tiếc mạng sống loài trùng kiến

Người tu tích phước đức cũng giống như đứa con khéo xây dựng bồi đắp cơ nghiệp gia đình. Tuy không thể thấy được sự phát triển rõ rệt, nhưng ngày ngày tích tụ, tháng tháng vun bồi, tự nhiên sẽ thành tựu nghiệp lớn như Đào Chu.[3] Người làm

---

[1] Sáu căn bao gồm: mắt (nhãn căn), tai (nhĩ căn), mũi (tỉ căn), lưỡi (thiệt căn), thân (thân căn) và ý (ý căn).

[2] Nguyên bản dùng "六交報" (lục giao báo), trích từ Kinh Lăng nghiêm, tên gọi đầy đủ là Đại Phật Đảnh Như Lai Mật Nhơn Tu Chứng Liễu Nghĩa Chư Bồ Tát Vạn Hạnh Thủ Lăng Nghiêm Kinh (大佛頂如來密因修證了義諸菩薩萬行首楞嚴經), tổng cộng 10 quyển, được xếp vào Đại Chánh tạng, Tập 19, kinh số 945. Trong quyển 8, trang 143, tờ c, dòng 4 và 5 có chép: "阿難此等皆是彼諸眾生自業所感。造十習因受六交報。" - A-nan! Thử đẳng giai thị bỉ chư chúng sinh tự nghiệp sở cảm, tạo thập tập nhân, thọ lục giao báo. (Này A-nan! Những điều như thế đều do nghiệp báo của chúng sinh tự chiêu cảm lấy, gây mười tập nhân thì chịu sáu giao báo.) Trong một đoạn kinh sau đó (trang 144, tờ a, dòng 28 và 29), đức Phật giảng giải: "阿難。一切眾生六識造業，所招惡報從六根出。" - Nhất thiết chúng sinh lục thức tạo nghiệp, sở chiêu ác báo giai lục căn xuất. (Này A-nan! Hết thảy chúng sinh do sáu thức tạo nghiệp, những quả báo xấu ác chuốc lấy đều từ sáu căn mà ra.) Vì thế, chúng tôi chuyển dịch "sáu giao báo" là "nghiệp báo từ sáu căn".

[3] Nghiệp lớn như Đào Chu: chỉ người thương gia thành công, gia nghiệp giàu có. Do tích xưa Phạm Lãi sau khi giúp Việt vương diệt được nước Ngô liền từ quan về ở xứ Đào, tự xưng mình là Chu công, theo nghiệp buôn bán mà trở nên hết sức giàu có. Vì thế, người đời sau dùng chữ Đào Chu để chỉ những người buôn bán thành công, trở nên giàu có.

việc thất đức cũng giống như đứa con phá hoại gia nghiệp, tuy không thể thấy được sự hư hoại rõ rệt, nhưng ngày ngày hao mòn, tháng tháng tiêu tán, cuối cùng cũng đến lúc nhà tan cửa nát, không đất cắm dùi. Cho nên có câu rằng: "Chớ thấy việc ác nhỏ mà làm, chớ khinh chê việc thiện nhỏ mà không làm."

Vua kiến trả ơn[1]

Huyện Phú Dương thuộc đất Ngô có người tên Đổng Chiêu Chi, một hôm đi thuyền qua sông Tiền Đường bỗng nhìn thấy dưới sông có con kiến bò trên một thân cây lau trôi giữa dòng nước, muốn vớt thân cây lau lên thuyền để cứu con kiến nhưng người trên thuyền không cho, ông liền dùng một sợi dây buộc vào cây lau để kéo đi theo thuyền, cuối cùng đưa được con kiến vào bờ.

Đêm hôm đó, Đổng Chiêu Chi nằm mộng thấy một người mặc áo đen đến gặp mình để tạ ơn, nói rằng: "Tôi là vua kiến, do bất cẩn rơi xuống sông, hôm nay nhờ được ông cứu giúp. Sau này ông có lúc nguy cấp, xin hãy báo cho tôi biết."

Trải qua hơn mười năm sau, Đổng Chiêu Chi bị người khác vu cáo là ăn trộm, bị bắt giam vào ngục. Chiêu Chi nhớ lại lời vua kiến đã nói trước đây trong giấc mộng, trong lòng muốn báo tin nhưng chẳng biết cách nào. Có người biết chuyện liền bảo: "Sao ông không bắt lấy vài ba con kiến, đặt trong lòng bàn tay rồi nói chuyện này với chúng thử xem." Đổng Chiêu Chi làm theo lời, quả nhiên đêm ấy mộng thấy người mặc áo đen đến bảo: "Ông hãy gấp rút trốn đi, tìm đến trốn trong núi Dư Hàng có thể thoát được nạn này."

Đổng Chiêu Chi thức giấc, lập tức theo lời bỏ trốn, chạy đến núi Dư Hàng. Quả nhiên trốn thoát được, rồi chẳng bao lâu sau có lệnh triều đình đại xá, nhờ đó được miễn tội.

---

[1] Trích từ sách Cổ sử đàm uyển - 古史談苑. (Chú giải của soạn giả)

LỜI BÀN

Chớ nên cho rằng việc kiến trả ơn là hoang đường. Các loài côn trùng nhỏ nhoi đều có những chuyện kể không thể giải thích được.

Xưa, vua Phù Kiên[1] cùng với hai người là Vương Mãnh và Phù Dung bí mật bàn chuyện xá tội [cho tù nhân] ở Linh Đài, vừa định thảo chiếu bỗng có con nhặng màu đen rất lớn bay vù đến chỗ ngòi bút, tiếng vo ve rất mạnh. Không bao lâu, cả nước đều biết chuyện triều đình sắp có lệnh đại xá.

Phù Kiên suy nghĩ rằng ngoài hai người cùng bàn việc với mình thì không ai có thể biết để tiết lộ chuyện này, liền tra vấn các quan xem do đâu biết được tin tức ấy. Các quan tâu lên rằng: "Hôm trước, trên đường đi thấy có một đứa trẻ mặc áo đen, chỉ cao chừng ba thước,[2] đứng giữa đường hô lớn cho mọi người đều nghe rằng: 'Triều đình sắp đại xá, triều đình sắp đại xá!' Tiếng hô vừa dứt thì bỗng nhiên biến mất, không thấy đâu nữa." Phù Kiên khi ấy mới biết đứa trẻ kia chính là con nhặng lớn màu đen bay đến chỗ ngòi bút hôm trước.[3]

Thiên hạ rộng lớn, có điều gì lại không thể xảy ra? Chuyện vua kiến trả ơn cũng không đáng xem là kỳ lạ.

Khuyên những người đi săn[4]

Đức Phật dạy rằng: "Trong lòng luôn nghĩ đến từ bi nhân hậu, tu tập pháp lành, đó là tạo nhân ngày sau được sinh vào hai cõi trời, người, được hưởng phước đức. Trong lòng luôn nghĩ đến việc giết hại vật mạng để ăn thịt, đó là tạo nhân ngày sau phải đọa vào những cảnh giới địa ngục, ngạ quỷ, súc sinh."

---

[1] Tức Tuyên Chiêu Đế của nhà Tiền Tần.

[2] Ba thước cổ, khoảng bằng 1 mét.

[3] Trích theo sách Bắc sử. (Chú giải của soạn giả)

[4] Dưới đây khuyên việc chọn nghề mưu sinh không nên giết hại vật mạng. (Chú giải của soạn giả)

Những người làm nghề săn bắn, từ sáng đến tối, nhìn thấy chim thì nghĩ chuyện bắn chim, nhìn thấy thú thì nghĩ chuyện bắt thú, không thể tìm được một ý niệm nào trong tâm tưởng họ không liên quan đến việc giết hại. Vì thế nên oán cừu nối nhau không dứt, cứ dần dần sa đọa, trầm luân đến muôn kiếp, không có lúc thoát ra. Những kẻ thường giết hại, xem mạng sống muôn loài như cỏ rác, sao không suy ngẫm điều này?

Lòng thương con của chim cảm động người[1]

Tướng Đặng Chi[2] mang quân đi đánh Phù Lăng, một hôm nhìn thấy chim mẹ đang mớm mồi cho chim con, giương cung bắn nhưng không trúng. Chim mẹ bị bắn trượt nhưng vì có những chim con ở đó nên không nỡ bay trốn đi, vẫn đứng nguyên nơi ấy. Đặng Chi bắn lần nữa, chim bị trúng tên, vẫn mang mũi tên trên thân mà tiếp tục mớm cho con ăn, lại ngậm mồi nhả bên cạnh, kêu chiêm chiếp gọi chim con tự lấy mồi ăn, cuối cùng mới kêu lên một tiếng bi thương rồi chết. Mấy chú chim con cũng kêu tiếng bi thương không ngừng.

Đặng Chi hết sức hối hận, tự nói: "Ta làm trái với bản tính muôn loài, ắt sắp phải chết rồi!" Quả nhiên, không bao lâu sau ông bị Chung Hội hại chết.[3]

[1] Trích từ sách Hậu Hán thư. (Chú giải của soạn giả)

[2] Đặng Chi là danh tướng nước Thục vào thời Tam quốc.

[3] Chỗ này e rằng nguyên tác có sự nhầm lẫn, vì Đặng Chi mang quân dẹp loạn đất Phù Lăng vào năm 248. Sang năm 251 ông qua đời không rõ bao nhiêu tuổi, nhưng ông lớn tuổi hơn Chung Hội rất nhiều, vì từ năm 223 ông đã được vua Thục cử đi sứ Đông Ngô, trong khi Chung Hội đến năm 225 mới sinh ra. Khi ông qua đời thì Chung Hội chỉ mới 26 tuổi và đang làm chức Thượng thư trung thư thị lang, chưa nắm giữ binh quyền. Đến năm 262, Chung Hội mới được phong làm Trấn Tây Tướng quân, cầm quân chuẩn bị đánh Thục vào năm 263.

LỜI BÀN

Trong cuộc đời không gì bi thảm hơn là lúc người mẹ trẻ mắc bệnh nguy kịch sắp mất, gọi các con còn thơ ấu đến bên giường bệnh nắm tay vĩnh biệt, lưu luyến dặn dò, một lời nói ra ruột gan quặn thắt trăm lần, quyến luyến không rời, phút chốc lệ tuôn như mưa đổ, trong lòng đã lo có người tùy tiện ngược đãi con mình, lại còn sợ dì ghẻ mai sau hành hạ, nhìn thấy trước tình trạng côi cút của các con nên hồn phách khi ấy hết sức đau đớn bi thương, nghe tiếng kêu khóc của con trẻ mà ruột gan mình như bị xé nát.

Sự bi thảm cùng cực như thế trong kiếp người, thật ra đều do nghiệp ác từ đời trước chiêu cảm mà thành, vì thế nên lúc ấy đành phải chịu đựng mà không có cách gì thoát được.

Săn bắt thú chịu quả báo trong nồi nước sôi[1]

Lưu Ma Nhi ở Phần Châu, cả nhà làm nghề săn bắt thú. Một hôm, ông cùng với đứa con trai là Lưu Sư Bảo bỗng kế tiếp nhau lăn ra chết. Phía bắc nhà ông có người hàng xóm là Kỳ Lũng Uy, bị bệnh chết rồi tự nhiên sống lại. Nhân đó kể với mọi người rằng lúc ở dưới âm ty có nhìn thấy hai cha con Lưu Ma Nhi bị nấu trong chảo nước sôi, da thịt rã dần đến hết sạch, chỉ còn nhìn thấy xương. Sau đó rất lâu, thân xác mới trở lại như cũ. Lũng Uy hỏi nguyên nhân, liền có người đáp rằng: "Trước đây thích đốt lửa [để xua đuổi] mà bắt thú, nên nay phải chịu tội như vậy."

LỜI BÀN

Kinh Phật dạy rằng: "Trong cảnh giới địa ngục, mỗi một ngày đêm có vạn lần chết đi sống lại. Mỗi khi [thọ hình đến mức] chết đi liền có cơn gió thổi qua làm sống lại, tiếp tục phải

[1] Trích từ sách Cảm ứng thiên đồ thuyết (感應篇圖說). (Chú giải của soạn giả)

chịu đựng hình phạt khổ sở ấy. Nếu nghiệp báo chưa hết thì dù kéo dài cho đến lúc đất đai sông núi đều hư hoại, hình phạt ấy cũng chưa từng được dừng nghỉ trong giây lát."

Cho nên, kinh Địa Tạng có nói rằng: "Khi thế giới này hư hoại, [người thọ nghiệp báo] chuyển sinh sang thế giới khác; khi thế giới ấy hư hoại, lại chuyển sinh sang thế giới thuộc phương khác; khi các thế giới thuộc phương ấy đều hư hoại, lại lần lượt chuyển sinh sang phương khác nữa, đợi cho đến sau khi thế giới này hình thành xong thì sinh trở lại đây [tiếp tục thọ nghiệp]."[1]

Than ôi, không nghĩ đến thì thôi, nếu suy xét kỹ thật đáng sợ biết bao!

Người với nai cùng chết[2]

Ở Lư Lăng có người tên Ngô Đường, rất giỏi săn bắn, khi đi săn thường dắt theo đứa con trai nhỏ. Một hôm, gặp nai mẹ dẫn theo nai con, Ngô Đường bắn một phát trúng nai con ngã xuống chết. Nai mẹ kêu lên tiếng bi thương rồi chạy đi. Ngô Đường liền nấp vào trong lùm cỏ rậm, rình thấy nai mẹ quay lại thè lưỡi liếm xác con, liền giương cung bắn chết luôn nai mẹ.

Thoáng chốc bỗng thấy có một con nai nữa, liền bắn ngay, hóa ra mũi tên trúng vào con trai mình. Ngô Đường ôm con khóc rống lên, chợt nghe giữa không trung có tiếng nói: "Ngô Đường! Nai kia cũng thương con có khác gì ngươi?"

Ngô Đường đang lúc hết sức kinh hãi, bỗng thấy xuất hiện một con cọp vồ lấy đứa trẻ, cắn đứt một cánh tay, khiến nó chết ngay lúc ấy.

---

[1] Theo kinh Phật, mỗi một thế giới đều tuần tự trải qua bốn giai đoạn là thành (hình thành), trụ (tồn tại), hoại (hư hoại) và không (trở nên trống rỗng không còn gì). Bốn giai đoạn ấy nối nhau tuần hoàn, nên sau giai đoạn không thì thế giới hình thành trở lại.

[2] Trích từ Cảm ứng thiên đồ thuyết (感應篇圖說). (Chú giải của soạn giả)

LỜI BÀN

Có người hỏi: "Trị tội người không nên liên lụy đến con cái, Ngô Đường tất nhiên độc ác, nhưng con trai còn nhỏ của ông ta nào có tội gì? Oán ghét người cha mà giết đứa con, lưới pháp âm ty liệu có khắc nghiệt quá chăng?"

Đó là không biết rằng, người làm thiện ắt sẽ sinh vào nhà làm thiện để cùng hưởng phúc, người làm ác ắt phải sinh vào nhà làm ác để cùng chịu tội. Đứa con trai Ngô Đường chắc chắn đời trước đã từng làm nhiều việc ác, phải chịu quả báo bị cọp vồ mà chết, thế nên mới sinh vào nhà Ngô Đường để chịu tai họa ấy. Như vậy là để cho thiên hạ biết mà kiêng sợ, để người cha biết được sự trừng phạt là như thế. Nhân duyên hội tụ thành những điều như vậy, đều là do nghiệp lực không thể nghĩ bàn chiêu cảm mà thành.

Đức Phật có nói: "Khi thời gian một kiếp sắp hết, tuổi thọ trung bình của con người chỉ còn được 10 tuổi, chúng sinh gặp nhau, tất cả đều sinh tâm ác độc giết hại lẫn nhau, không chút từ tâm thương xót, cũng giống như người thợ săn ở chốn núi rừng, khi nhìn thấy muôn loài cầm thú chỉ khởi tâm ác độc muốn giết hại mà thôi, không chút thương xót. Vì thế, khi kiếp này sắp hết, trong vòng bảy ngày cuối cùng, cỏ cây đất đá đều hóa thành đao trượng, [chúng sinh nhân đó] tàn hại lẫn nhau, cho nên sau khi chết đi rồi tất cả đều đọa vào các đường ác."[1]

Xin khuyên hết thảy người đời, khi nhìn thấy đồng loại nên khởi sinh tâm từ bi cứu độ, khi nhìn thấy muôn loài chúng sinh, cũng nên khởi sinh tâm từ bi cứu độ. Dù sinh ra ở đâu cũng phát khởi tâm nguyện Bồ-đề. Được như thế thì dù có tội chướng [đã tạo trước đây] cũng sẽ tức thời tiêu tan như băng tuyết dưới ánh mặt trời.

[1] Xem trong Khởi thế nhân bản kinh. (Chú giải của soạn giả)

Khuyên những người đánh bắt chim

Chim chóc tuy là loài vật nhỏ nhoi, nhưng khi chim trống đi xa, chim mái cũng kêu lên những tiếng buồn thương, khi chim mẹ không về, chim con cũng biết chiêm chiếp kêu ran đợi mớm mồi. [Những tình cảm ấy] so với con người thật không khác biệt. Ví như rơi vào cảnh đôi bạn chia lìa, mẹ con ly tán, ắt phải kêu tiếng bi thương, bỏ ăn mất ngủ, sầu thảm không nơi nương tựa. Cho nên có câu rằng: "Chia rẽ trống mái trong loài vật, phải chịu quả báo vợ chồng ly tán; giết hại con cái của loài vật, phải chịu quả báo con cháu mình chết yểu." Nhân quả rõ ràng không hề sai dối.

Ba con chim én nhớ ơn[1]

Vào đời nhà Tống, ở Nghiêm Châu[2] có người phụ nữ tên Vương Á Tam, một hôm nhìn thấy con mèo vồ chết chim én mẹ, liền mang cơm đến nuôi ba con chim én con trong tổ. Đến khi chim lớn bay đi mất.

Mùa đông năm ấy, Vương Á Tam qua đời. Tiếp đến mùa xuân năm sau, có ba con chim én bay về lượn mãi quanh nhà. Người mẹ của Vương Á Tam liền nói: "Có phải chim én tìm Á Tam chăng? Á Tam đã chết, chôn ở sau vườn." Ba con chim én liền bay vào vườn, kêu tiếng đau thương rồi nằm chết cả trên mộ Vương Á Tam.

LỜI BÀN

Con người liệu có ai biết nhớ ơn xưa, tình sâu nghĩa nặng được như ba con chim én này chăng? Xem qua chuyện này rồi thật buồn đau mà hổ thẹn.

---

[1] Trích từ sách Chứng từ lục (證慈錄). (Chú giải của soạn giả)

[2] Thuộc tỉnh Chiết Giang.

Chim khách chọn huyệt táng[1]

Huyện Vũ Tấn[2] có Cù Công là người nhân hậu, đức độ sâu dày. Một hôm, ông nhìn thấy con chim khách mang trên mình một mũi tên, cất tiếng kêu bi thương đau đớn. Ông thương xót liền nói: "Nếu mày muốn tao giúp nhổ tên ra thì mau đáp xuống đây." Chim khách quả nhiên bay đáp xuống trước mặt ông. Cù Công nhổ mũi tên ra, nuôi dưỡng chim trong mấy ngày [cho bình phục] rồi thả bay đi.

Về sau, khi Cù Công muốn cải táng cha mẹ, đã tìm được chỗ đất tốt nhưng không biết chọn huyệt nơi nào. Khi ấy bỗng nhiên có một bầy chim khách tụ tập đến. Một con chim khách bay đến ngậm chéo áo Cù Công rồi bay lại một chỗ đất trong phần mộ, liên tiếp ba lần như vậy. Cù Công liền nói: "Nếu nơi ấy đúng là huyệt tốt, mày hãy kêu lên ba tiếng." Chim khách lập tức y lời kêu lên ba tiếng. Cù Công cho mời thầy địa lý đến xem xét lại, quả nhiên chỗ đất ấy rất thích hợp, liền cho đào huyệt táng vào.

Về sau, hai con ông là Cù Sĩ Đạt và Cù Sĩ Tuyển dự thi Hương đều đỗ,[3] con cháu về sau ngày càng hưng thịnh.

LỜI BÀN

Huyệt táng tốt xấu đều do nơi tâm mình mà ra. Tổ tiên hung bạo mà tự tâm mình không biết tích đức tu nhân, chỉ hướng ra bên ngoài mang linh cữu đi tìm chỗ đất táng cho tốt đẹp, đó chỉ là kẻ ngu muội mà thôi.

Lưới bắt chim bị mắc bệnh lạ[4]

Ở Bà Dương[5] có người thợ nhuộm họ Đổng, ưa thích việc

1 Trích từ sách Quan cảm lục (觀感錄). (Chú giải của soạn giả)

2 Thuộc tỉnh Giang Tô.

3 Tức là đỗ cử nhân.

4 Trích từ sách Chuyết am nhật ký (拙庵日記). (Chú giải của soạn giả)

5 Thuộc tỉnh Giang Tây.

lưới bắt chim. Bắt được rồi dùng que trúc xiên qua đầu chim, đặt trên lửa rơm thui chín, xong làm sạch lông rồi đem bán. Số chim đã bị ông giết hại như thế thật nhiều không đếm xuể.

Về sau họ Đổng bỗng nhiên mắc một chứng bệnh kỳ lạ, da dẻ toàn thân hóa thành thô ráp như vỏ cây, ngứa ngáy lạ lùng không sao chịu nổi, phải dùng rơm khô đốt lên hơ nóng cả người. Sau đó ông lại mắc chứng đau đầu, phải nhờ người dùng que trúc đánh vào đầu mới chịu được. Họ Đổng bị hành hạ đau đớn như vậy đến ba năm rồi mới chết.

LỜI BÀN

Dùng que trúc mà đánh vào đầu, dùng lửa rơm mà hơ toàn thân, đều là những chuyện khổ sở đau đớn, vì sao họ Đổng lại muốn được chịu đựng những điều như vậy?

Ấy là vì bản tính con người vốn hiền thiện. Lưới bắt chim chóc để giết hại, đó là làm những việc người ta không nên làm, do đó phải chịu quả báo dùng que trúc đánh vào đầu, đốt lửa rơm hơ nóng toàn thân, đều là muốn những việc người khác không hề muốn.

Cả bầy chim mổ xé thân xác[1]

Vào cuối triều Minh, ở Vũ Tấn[2] có người tên Cố Mưu, từng bắt chim chóc nhiều vô số. Về sau ông ta mắc bệnh nằm liệt trên giường, tự nói với người nhà rằng: "Hôm nay có chim đến mổ vào tay tôi." Rồi lại nói: "Có chim đến mổ vào chân tôi." Mỗi ngày lại thay đổi nơi bị chim mổ, cho đến lúc [cảm thấy] toàn thân bị chim mổ nát. Khi ấy đã ngã bệnh được bốn mươi chín ngày, lại nói với người nhà: "Hôm nay có chim đến mổ mắt tôi." Nói xong liền chết. Người nhà đến nhìn, quả nhiên trong mắt không còn đồng tử.

1 Trích từ sách Hiếu sinh lục (好生錄). (Chú giải của soạn giả)

2 Thuộc tỉnh Giang Tô.

LỜI BÀN

Người nuôi nhốt chim chóc trong lồng, tuy không lấy mạng chúng, cũng không tránh khỏi tạo nhân giam cầm trong lao ngục, phải nên kiêng sợ chớ phạm vào.

Đạn sắt xuyên vào bụng[1]

Huyện Côn Sơn có người tên Cung Phúc, dùng súng bắn chim rất giỏi. Vào mùa hạ năm Nhâm Dần thuộc niên hiệu Thuận Trị,[2] một hôm ông cầm que lửa soi vào chỗ thuốc súng, tàn lửa bay ra rơi vào thuốc súng bốc cháy dữ dội, râu tóc ông đều cháy sạch, lại bị một viên đạn sắt xuyên qua ngực vào tận trong bụng, chết một cách hết sức thê thảm.

LỜI BÀN

Hạng người này chắc chắn sẽ phải đọa vào địa ngục thiết hoàn.[3] [Sau khi ra khỏi địa ngục,] nếu sinh làm người ắt phải chịu một trong ba loại quả báo. Một là chết vì lửa cháy, hai là chết vì súng đạn và ba là vì sợ hãi, phát cuồng mà chết.

Đức Phật Thích-ca trong vô số kiếp trước đây đã từng có lần làm vị Thiên vương cõi trời Đao-lợi,[4] đánh nhau với loài a-tu-la. Khi ngài định dẫn binh quay về, bỗng nhìn thấy một con chim kim sí làm tổ trên cây đại thụ, liền suy nghĩ: "Nếu quân ta đi ngang đó, trứng chim kim sí ắt bị phá hoại mất." Liền ra lệnh cho người đánh xe quay trở lại không về nữa. Quân a-tu-la thấy Đế Thích bất ngờ quay xe lại thì kinh hãi lui về. Nhờ một ý nghĩ nhân từ mà lần đó Đế Thích được chiến thắng.[5]

---

[1] Trích từ sách Nhân quả mục kích biên (因果目擊編). (Chú giải của soạn giả)

[2] Tức là năm 1662.

[3] Địa ngục thiết hoàn (鐵丸地獄): nơi tội nhân bị trừng trị bằng cách bị bắt phải nuốt các viên sắt nóng. Chu vi địa ngục này rộng 80 do tuần, trong đó có 88 tòa thành sắt, trong mỗi thành sắt có 5 núi dao che phủ ở trên, phía dưới thì có 18 con rắn sắt rất độc, lưỡi nó phun ra kiếm sắt, đầu kiếm lửa cháy đỏ rực, tội nhân chết rồi sinh vào thành sắt, rắn sắt quấn thân, trên đầu lửa đốt, lại mưa xuống những viên sắt nóng lớn; từ đỉnh đầu vào, từ dưới chân ra.

[4] Tức Thiên Đế Thích hay Đế Thích, cũng gọi là Thích-đề-hoàn-nhân.

[5] Chuyện này được chép trong kinh Khởi thế nhân bản (起世因本經). (Chú giải của soạn giả)

Đến như vua trời Đế Thích còn không nỡ làm hại chỉ một quả trứng chim, huống chi những kẻ phàm phu phước bạc đức mỏng lại có thể xem thường mạng sống chúng sinh như cỏ rác được sao?

Khuyên những người làm nghề đồ tể

Dê, lợn tuy là loài vật nhưng tâm lý tham sống sợ chết so với chúng ta cũng không khác biệt. Hãy xem như nhà kia nuôi lợn, vừa chịu giá bán cho đồ tể, con lợn ấy liền rơi lệ bỏ ăn. Tuy miệng không thể nói ra lời, nhưng trong lòng đã biết mạng sống mình chẳng còn được bao lâu. Thế cho nên đến lúc bị người dùng dây buộc liền kêu gào chấn động, bị lôi dắt ra khỏi cửa thì run rẩy kinh hoàng. Người đồ tể bước đi một bước là một bước hãi hùng đối với con lợn ấy. Trên đường gặp được người nào cũng đều hết lòng trông mong được người ấy cứu mạng. Cho đến khi đã vào lò mổ, thấy người đồ tể xắn tay áo vung dao hướng đến thì lớn tiếng kêu thét lên. Nhưng kêu với trời cũng chẳng thể lên trời, khóc với đất cũng không chui được vào đất. Nhìn phải nhìn trái, không có ai là người không muốn giết hại mình. Ngó trước ngó sau, toàn là những dụng cụ để giết hại mình. Chỉ trong chốc lát bị vật ngửa trên sàn, dao sắc đã rạch sâu vào bụng. Lúc bấy giờ như dầu sôi đổ trên đỉnh đầu. Lúc bấy giờ như ngàn vạn mũi kích cùng xuyên thấu tim gan. Tiếng kêu thê thảm đau thương cùng cực rồi chuyển sang lịm tắt dần, mắt vội nhắm nghiền vì máu tuôn lai láng. Những nỗi đau đớn khổ sở như thế thật không thể nói hết. Đã không thể nói hết, còn nỡ lòng nào nói đến nữa sao! Than ôi, con lợn ấy đời trước làm người, lẽ nào không có mẹ cha trân quý, xem như chân tay, sao bây giờ người đầu bếp xem khinh thịt xương nó như bùn cát? Lẽ nào không có vợ con thương yêu, xem như tâm phúc, sao bây giờ người đồ tể xem mạng sống nó như cỏ rác?

Nghiệp ác đời trước đáng sợ, đến nay mới biết; thuở xưa những bậc cái thế anh hùng, giờ này ở đâu? Nếu không phát tâm cầu được giải thoát, người người đều khó tránh khỏi cảnh khổ thế này. Một khi luân chuyển trong luân hồi, dù sinh vào đâu cũng dễ dàng đọa lạc.

Cho nên, pháp môn cầu sinh Tây phương Tịnh độ, dù nam hay nữ cũng đều tu tập được; việc giới sát phóng sinh, kẻ trí người ngu đều nên tự gắng làm. Mong sao hết thảy mọi người đều lập tức quay về nẻo chánh, đừng để đến đời sau phải hối tiếc vì việc làm hôm nay.

Cả bầy heo đòi mạng[1]

Vào năm đầu niên hiệu Thuần Hy đời Tống,[2] ở Lộ Khẩu, Kính Sơn, huyện Thai Châu[3] có người tên Triệu Nghê, gia đình nhiều đời làm nghề giết mổ, bán rượu thịt. Một đêm, ông nằm mộng thấy trăm ngàn cái đầu lợn vây quanh mình, phát ra tiếng người bảo ông rằng: "Bọn chúng tôi bị giết hại, đau đớn cùng cực, nay tội lỗi của ông đã tràn đầy, ắt phải rời đi nhanh rồi."

Hôm sau, lúc ông ta vừa định thức dậy mổ lợn thì bỗng kêu thét lên rồi phát cuồng mà chết.

LỜI BÀN

Tôi nghe rằng người đồ tể giết lợn phải dùng dao sắc đâm ngay vào tim thì lợn mới chết. Nếu không, con lợn sẽ kêu thét mãi không thôi. Than ôi, con lợn này tôi đoan chắc là đời trước đã phạm tội giết hại, mà nó sở dĩ phạm tội giết hại là do tự tâm; đời trước chắc chắn nó đã từng ăn thịt, mà nó sở dĩ ăn thịt cũng là do tự tâm; đời trước nhất định đã từng hủy báng Tam bảo, mà nó sở dĩ hủy báng Tam bảo cũng là do tự tâm. Tự tâm nó đã làm ra mọi điều ác, làm sao tránh khỏi phải chịu tội dao đâm vào tim?

[1] Trích từ sách Tỉnh mê tỏa ngôn (醒迷瑣言). (Chú giải của soạn giả)

[2] Tức là năm 1174, đời Tống Hiếu Tông.

[3] Thuộc tỉnh Chiết Giang.

Sân hận giết hại chịu quả báo tức thì[1]

Tại Chiết Giang có người họ Thiệu, làm nghề giết mổ và bán rượu thịt. Ông nuôi mấy con lợn, một hôm đang chọn xem con nào béo mập để giết thịt, bỗng một con trong số đó quỳ mọp xuống mà rơi lệ khóc. Họ Thiệu không hề khởi tâm thương xót, ngược lại còn nổi giận mang con lợn ấy đi giết ngay.

Hôm ấy trời đổ mưa, họ Thiệu bày thịt lên quầy đến tối mịt vẫn không có một người nào đến mua. Ông ta trong lúc tâm trạng đầy bực tức oán hận, chân mang đôi guốc gỗ, đứng lên một chiếc ghế, tay cầm miếng thịt lớn định móc lên cái móc sắt treo thòng xuống từ xà nhà, không ngờ dùng sức quá mạnh, bất chợt trượt chân làm đảo ngã cái ghế, miếng thịt rơi xuống đất, trong khi móc sắt lại xuyên qua lòng bàn tay ông, khiến ông bị treo lên lơ lửng không cách gì gỡ ra được.

Người nhà gấp rút cứu xuống thì ông ta đã đau đớn cùng cực đến mức mê sảng không còn tỉnh táo nữa. Khi ấy vừa lúc trong nhà đang cất rượu. Họ Thiệu gào thét đau đớn rồi dùng tay vơ cả rượu và hèm rượu cho vào miệng ăn, bã hèm nhem nhuốc quanh miệng, lại bôi dính khắp người thật nhơ nhớp, trông ông ta lúc ấy mường tượng như một con heo dơ bẩn.

Họ Thiệu nằm một chỗ kêu la đau đớn như vậy đến hơn hai mươi ngày rồi mới chết.

LỜI BÀN

Người đời ai cũng muốn được giàu có, nhưng làm nghề đồ tể lại thường nghèo mạt. Người đời ai cũng muốn khi chết được an lành tốt đẹp, nhưng làm nghề đồ tể ắt phải chết bất đắc kỳ tử. Người đời ai cũng muốn gia đình đoàn tụ, nhưng làm nghề đồ tể thì gia đình thường ly tán. [Đã thấy biết như vậy thì] cớ gì phải đeo đuổi mãi theo nghề ấy?

---

[1] Trích từ Kính giới đường bút thừa (敬戒堂筆乘). (Chú giải của soạn giả)

Vào thời đức Phật còn tại thế, có một người đồ tể dạy cho con cách thức giết dê. Đứa con muốn xuất gia theo Phật, không chịu học theo nghề ấy. Ông ta giận lắm, liền nhốt đứa con vào một căn phòng cùng với con dê, trao cho một con dao và nói: "Nếu mày không chịu giết con dê ấy thì dùng dao này tự sát đi."

Đứa con suy ngẫm rất lâu, quyết định thà chết chứ không phạm vào giới cấm do đức Phật chế định. Nghĩ vậy rồi liền vung dao tự sát, chỉ trong giây lát liền tái sinh nơi cung trời Đao-lợi, được hưởng vô số những điều vui thích.[1]

Vì thế, Đại sư Liên Trì dạy rằng: "Xin có lời khuyên hết thảy người đời, nếu như quả thật không thể làm nghề gì để sống thì thà đi ăn xin. Nếu tạo nghiệp ác giết hại để kiếm miếng ăn, thà nhịn đói mà chết còn hơn."

Khuyên những người làm đầu bếp

Người đời nay chỉ vì hai chữ cơm áo mà [chọn theo nghề nghiệp giết hại, để rồi] phải nhận lãnh thiếu thốn khôn cùng, chịu đựng khổ đau cùng cực, kết thành oán cừu sâu nặng. Nhưng xét cho cùng thì việc chuốc lấy những thiếu thốn, khổ đau, oán cừu như thế đều là không cần thiết. Vì sao vậy? Kẻ chọn theo nghề nghiệp giết hại vật mạng, bất quá cũng chỉ để phụng dưỡng cha mẹ, nuôi nấng vợ con sao cho đủ đầy no ấm. Nhưng người chọn làm các nghề nghiệp khác cũng phụng dưỡng được cha mẹ, cũng nuôi nấng được vợ con no ấm. Cho nên, vì mưu sinh mà kết thành mối oán thù muôn kiếp một cách không cần thiết với những chúng sinh bị giết hại, chẳng phải là quá mê muội hay sao? Nếu nói rằng vì lỡ rơi vào nghề nghiệp ấy, không làm cũng không được, vậy lẽ nào kẻ rủi ro rơi vào hố xí lại cũng phải ở mãi trong đó suốt đời hay sao?

[1] Câu chuyện này được ghi chép trong Kinh tạng. (Chú giải của soạn giả)

Than ôi, người đời nay đều nói rằng thay đổi nghề nghiệp là khó khăn, nhưng chẳng biết rằng nếu đợi đến lúc đã mang lông đội sừng, đọa vào kiếp thú, ắt phải cực kỳ khó khăn hơn nữa. Sao không nỗ lực vượt qua chút khó khăn nhỏ nhặt ngày nay để quyết tâm thay đổi nghề nghiệp, [ắt có thể tránh được những hoàn cảnh cực kỳ khó khăn trong đời sau].

Xe cán nát thây[1]

Ở Hàng Châu có người tên Phương Hồ, làm nghề đầu bếp, có mở thêm một cửa hàng bán thịt. Hàng Châu có tục lệ giết súc vật tế thần vào dịp cuối năm, Phương Hồ thường mang dao mổ đến xin được làm việc giết mổ thay người khác, quen lệ như vậy trải qua rất nhiều năm.

Về sau, Phương Hồ có lần đến Trường An, uống rượu say nằm ngủ bên lề đường. Bỗng có chiếc xe rất lớn chạy nhanh qua cán nhằm khiến cả vùng ngực bụng đều bị xé nát, cảnh tượng rất thê thảm, người người trông thấy đều bịt mũi mà đi.

LỜI BÀN

Người làm nghề giết hại vật mạng, đến khi chết bỗng phát tiếng kêu như dê, lợn, gà, chó... rồi trợn mắt lè lưỡi mà chết. Những chuyện từng được thấy nghe như vậy nhiều lắm, không thể ghi chép hết.

Những người ấy đều vì không biết đến Phật pháp, nên mới tạo nghiệp chướng nặng nề như vậy. Những bậc quân tử có lòng nhân hậu nên khởi tâm thương xót họ, tìm phương tiện thích hợp mà chỉ bày dạy dỗ, khuyên bảo họ thay đổi nghề nghiệp. Nếu có thể giúp họ hối cải mà thay đổi, thật không chỉ cứu sống được hàng vạn sinh linh, mà còn hơn thế nữa. Ví như

[1] Trích từ sách Tự triệu biên (自召編). (Chú giải của soạn giả)

vì việc ấy mà bị người khác cười chê là lo chuyện viển vông, cũng chẳng có gì đáng tiếc.

Khi chết biến hình như cá chạch[1]

Ở Tú Châu có người tên Trần Ngũ, nướng cá chạch rất ngon, nhiều người tranh nhau mua. Về sau, Trần Ngũ mắc bệnh, nằm trên giường mà thân hình cứ giật nẩy, nhảy dựng lên, da thịt toàn thân đều bỏng rát. Người vợ ông ta khi ấy mới nói rằng, cách nướng cá chạch của ông ta hết sức tàn độc, nay mắc chứng bệnh này, trông hình trạng cũng mường tượng giống như khi cá chạch giẫy chết.

LỜI BÀN

Kinh Phật dạy rằng: "Ai cũng sợ đao trượng, không ai không tham sống."[2] Tôi thường thấy người đời cắt đầu cá chạch khi cá còn đang sống, đầu đứt lìa rồi mà thân hình vẫn còn giẫy giụa, thật nhẫn tâm quá! Không biết làm cách nào để ông Trần Ngũ kia có thể sống dậy mà kể lại câu chuyện của ông với những người giết cá chạch trong khắp thiên hạ!

Lươn bò ra từ ung nhọt[3]

Huyện Ngô Hưng[4] có một người chuyên nghề bán lươn. Về sau, tự nhiên trên người phát sinh nhọt độc, mỗi cái nhọt đều có hình như đầu lươn, mọc lên khắp cả thân hình, đau đớn khổ sở mà chết. Vợ con ông ta sau đó cũng nối tiếp nhau mà chết vì đói.

LỜI BÀN

Học sĩ Chu Dự có lần nấu món lươn, thấy một con lươn cong mình đưa phần bụng lên cao khỏi nước, trong khi đầu và

---

[1] Trích từ sách Sát sinh quýnh giới (殺生炯戒). (Chú giải của soạn giả)

[2] Trích từ kinh Đại Bát Niết-bàn, quyển 10. Kinh này được xếp vào Đại Chánh tạng, Tập 12, kinh số 374, tổng cộng 40 quyển. Câu kinh được trích dẫn nằm ở trang 426, tờ c, dòng thứ 26.

[3] Trích từ sách Hộ sinh lục (護生錄). (Chú giải của soạn giả)

[4] Thuộc tỉnh Chiết Giang.

đuôi đều chìm trong nước sôi. Ông liền mổ con lươn ấy ra xem, thì ra trong bụng có lươn con, vì thế nó cố cong người muốn tránh cho con khỏi chết vì nước sôi. Chu Dự thấy việc như thế, trong lòng hết sức xót xa, cảm động, từ đó về sau ăn chay, bỏ hẳn không ăn các món cá thịt.

Sám hối được vãng sinh[1]

Vào đời nhà Đường có người tên Trương Chung Quỳ, làm nghề mổ gà. Về sau ông mắc bệnh, mơ hồ nhìn thấy một người mặc áo lụa đỏ xua một bầy gà đến, tranh nhau mổ vào hai mắt, hai tay của ông, đau đớn thấu xương tủy.

Có một vị lão tăng nghe biết việc này liền lập tức vì Chung Quỳ mà thiết trí nơi ấy một tượng Phật A-di-đà, thắp hương lễ Phật, xưng niệm thánh hiệu Phật A-di-đà, lại khuyên dạy Chung Quỳ chí tâm xưng niệm Phật hiệu. Vừa niệm Phật được khoảng nửa ngày, bỗng nghe có mùi hương lạ khắp nhà, Chung Quỳ nhắm mắt xuôi tay một cách an nhiên thanh thản.

LỜI BÀN

Kinh Địa Tạng dạy rằng: "Vào lúc một người lâm chung, nếu có người khác vì họ mà xưng niệm danh hiệu Phật, thì bao nhiêu tội chướng họ đã tạo trước kia đều dần dần tiêu mất, huống chi người ấy có thể tự mình chí tâm niệm Phật."

Trương Chung Quỳ nhân việc nhìn thấy hình tướng xấu ác khủng khiếp hiện ra trước mắt mới hồi tâm niệm Phật, nên sự chí thành khẩn thiết của ông ta ắt phải vượt hơn lúc bình thường đến vạn vạn lần. Tuy có tội lỗi rất nặng, nhưng cũng giống như nhà tối ngàn năm, chỉ cần một ngọn đèn chiếu sáng là bóng tối phải tiêu tan. [Khi đã biết chí thành niệm Phật thì] có tội nào lại không diệt mất, có phước lớn nào lại không sinh ra?

Thuở xưa khi đức Phật A-di-đà còn chưa thành Phật có phát khởi 48 lời nguyện lớn, trong đó có nguyện rằng: "Vào lúc tôi

[1] Trích từ Long Thư Tịnh độ văn (龍舒淨土文). (Chú giải của soạn giả)

thành Phật, tiếng niệm danh hiệu tôi vượt qua mười phương, hàng trời người nghe được đều vui mừng, hết thảy đều được sinh về cõi nước của tôi. Cho đến chúng sinh trong các cảnh giới địa ngục, ngạ quỷ, súc sinh, cũng đều được sinh về cõi nước của tôi."[1]

Cho nên biết rằng, bất luận là chư thiên hay người hoặc quỷ, chỉ cần biết chí tâm niệm Phật thì đều có thể được tiếp dẫn về Tịnh độ, chẳng phải là con đường ngắn nhất để vượt thoát ra khỏi luân hồi đó sao?

Khuyên người mở tiệm ăn, quán rượu

Người người đều nghĩ đến xuân sau,
Nên sớm dự phòng đủ lương thực.
Người người đều biết có kiếp sau,
Sao không sớm lo tu phước đức?

Như người chọn theo nghề nghiệp giết hại vật mạng, vốn cũng chỉ để tự kiếm lấy miếng ăn. Nhưng khi thọ mạng chưa hết mà phải chết yểu, chết oan, đều là do nghiệp ác đó mà ra; phải khủng hoảng sợ hãi, cũng đều do nghiệp ác đó mà ra. Đến khi thọ mạng đã hết thì tái sinh [làm thân súc vật] đền trả nợ cũ, đều là do nghiệp ác đó mà ra; phải sa đọa vào địa ngục, cũng đều do nghiệp ác đó mà ra. Xem như thế thì chẳng phải chỗ được quá ít mà chỗ mất quá nhiều đó sao?

Nếu người có lòng nhân hậu, mang lý nhân quả mà khẩn thiết chỉ bày cho người khác [để họ tránh được chỗ mất nhiều được ít như thế], ắt sẽ được vô lượng phước báu.

Cảnh tượng quái lạ khi chết[2]

[1] Xem trong kinh Đại bản A-di-đà. (Chú giải của soạn giả) Tuy nhiên, thật ra đoạn trích này dẫn nguyên văn trong Long Thư Tăng Quảng Tịnh Độ Văn (龍舒增廣淨土文), quyển 2. Sách này có tổng cộng 12 quyển, được xếp vào Đại Chánh tạng, Tập 47, kinh số 1970. Đoạn trích này nằm ở trang 257, tờ c, các dòng thứ 15, 16 và 17.

[2] Trích từ sách Hiếu sinh lục (好生錄). (Chú giải của soạn giả)

Họ Trịnh ở Hàng Châu mở quán ăn, có bán rượu, giết thịt đủ loại vật mạng. Đến khi sắp chết, ông ta nhìn thấy cả đàn súc vật cùng kéo đến đòi mạng. [Người nhà đều nhìn thấy ông ta] miệng la "gà đến kìa" thì hai tay dang ra đập xuống, dao động nhanh như cánh gà khi bị giết; lại la lên "ngỗng đến kìa" thì làm bộ dạng như ngỗng, lập tức vươn dài cổ, hai tay xuôi xuống dao động qua lại, miệng phát âm thanh đau đớn như khi ngỗng bị cắt cổ; rồi lại la lên "ba ba đến kìa", lập tức làm bộ dạng giống hệt ba ba, đầu rụt lại, tay chân co quắp vào... Cứ như thế, miệng hô tên một loài vật thì thân hình lại bắt chước giống hệt như con vật ấy khi bị giết, đau đớn như bị cực hình rồi mới chết.

LỜI BÀN

Có người hỏi rằng: "Tất cả đều do tâm tạo tác. Họ Trịnh sinh thời giết hại nhiều loài vật khác nhau, nên khi lâm chung nhìn thấy cảnh đòi mạng cũng có nhiều loài vật khác nhau. Như vậy trong đời sắp tới phải thọ thân duy nhất làm một trong các loài vật ấy? Hay là không thọ thân làm loài vật nào trong số đó, mà có cách riêng khác để thọ nhận quả báo ấy?"

Đáp rằng: "Nghiệp giết hại đã nặng, ắt phải chịu quả báo nặng nề trong ba đường dữ. Khi quả báo nặng trong ba đường ấy đã hết, sau đó mới tùy theo những oan nghiệt đã tạo mà phải dần dần đền trả từng món, từng món bằng mạng sống. Nếu ngày trước giết gà nhiều, ắt thọ báo giết gà trước nhất; nếu giết ba ba nhiều, ắt thọ báo giết ba ba. Đối với các loài vật khác cũng thế, giống như một người thiếu nợ nhiều người, món nợ nào gấp rút hơn ắt phải trả trước."

Quả báo lạ thường: người sinh ra rắn

Vào mùa hạ thuộc niên hiệu Khang Hy năm thứ 17,[1] ở Nam Kinh có một người chuyên bán món bún nấu lươn, người đến mua lúc nào cũng rất đông.

[1] Tức là năm 1678.

Ngày kia, vợ ông ta có thai đã đến lúc sinh nở, bỗng từ trong bụng bò ra một con rắn lớn. Không bao lâu sau lại tiếp tục sinh ra hàng trăm con rắn nhỏ, bò lúc nhúc khắp trong nhà. Bà ta thấy vậy sợ quá mà chết.

LỜI BÀN

Người chuyên giết hại cắt xẻ thân xác loài vật, trong tâm địa vốn đã sớm hóa rắn trước rồi, sao có thể tránh được quả báo xấu ác quái lạ như thế!

Khuyên người ăn chay[1]

Nạn đao binh trong xã hội loài người, ước chừng cứ khoảng mười năm lại xảy ra một lần, hoặc giả cũng có thể là nhiều năm một lần. Nhưng trong thế giới của súc vật mà xét thì hầu như không một ngày nào là không có.

Chỉ ngay trong lúc gà vừa gáy sáng, đã có vô số những đồ tể ác tâm, tay cầm dao sắc, lôi dắt súc vật đến nơi giết mổ, hung hăng trói chặt. Lúc bấy giờ những con vật ấy đều tự biết đại nạn đã tới, kêu la vùng vẫy kinh trời động đất, nhưng chẳng được ai cứu vớt, đâu đâu cũng chỉ nhìn thấy toàn quỷ dữ la-sát mang mặt người, xẻ ngực moi tim, lôi ruột gan, móc phèo phổi. Tiếng kêu thét bi ai còn chưa dứt, lại bị ném thẳng vào nồi nước sôi, chịu đau đớn khổ sở khôn cùng.

Cứ như thế, chỉ trong thời gian chốc lát chưa đầy nửa khắc,[2] khắp cõi thế giới này đã có không biết bao nhiêu vạn vạn sinh linh toàn thân phân rã, đầu một nơi, chân một nẻo, xương thịt ruột gan bày ra la liệt. Nếu gom hết thân xác những con vật bị hại, ắt phải chất chồng cao hơn núi lớn; máu của chúng đổ ra, ắt có thể nhuộm đỏ cả những dòng sông rộng. Xem qua tình trạng thảm thương của chúng, thật không khác cảnh chiến tranh hãm thành tận sát. Lắng nghe tiếng kêu thét bi thương của chúng, thật chấn động như sấm sét bên tai.

---

[1] Phần này chỉ rõ phương cách rốt ráo để không giết hại vật mạng.

[2] Theo cách tính thời gian ngày xưa, mỗi khắc tương đương khoảng 15 phút.

Tạo ra vô số những nghiệp ác ghê gớm như vậy, chung quy cũng chỉ từ một nguyên nhân duy nhất là thói ăn thịt của con người chúng ta. Cho nên, tội lỗi của việc ăn thịt chiêu cảm quả báo cũng không thể nhẹ.

Người đời thường nói: "Tôi chẳng làm điều gì xấu ác, việc gì lại phải ăn chay?" Than ôi, đâu biết rằng trong lúc các người yên ổn trên giường êm nệm ấm, thì có biết bao kẻ vốn không quen không biết nhưng đã vì các người mà tạo ra nghiệp ác giết hại hết sức nặng nề, [chỉ để có món thịt trong bữa ăn của các người.]

Huống chi, thân thể này của chúng ta là do cha mẹ ban cho, không thể dùng máu thịt của loài súc vật để nuôi dưỡng nó. Tôi từng đọc trong sách thuốc thấy nói rằng: "Phụ nữ có thai, ăn nhiều cua sẽ sinh thai nằm ngang." Lại nói rằng: "Đàn ông ăn dương vật của chó đực có thể tráng dương." Loài cua bản tính đi ngang, nên ăn cua vào ắt chịu ảnh hưởng tính chất của cua, vì thế sinh thai dễ bị nằm ngang. Loài chó bản tính dâm dục, nên ăn dương vật của chó ắt chịu ảnh hưởng tính dâm của nó, vì thế tráng dương. Xét như con cua, con chó đã như vậy, thì hết thảy các loài vật khác như chim thú, cá, rùa... ắt cũng đều như vậy. Con người ta từ nhỏ đến lớn, từ trẻ đến già, những con vật trên cạn dưới nước đã từng ăn vào bụng thật không thể đếm xuể. Tích lũy chất chứa lâu ngày như thế, ắt là toàn bộ máu thịt, xương cốt... trong khắp thân thể này, chỗ nào cũng là sự tích tụ của các loài cầm thú, thật đáng ghê sợ biết bao!

Cho nên, chỉ riêng việc ăn chay đã là một phong thái thanh tịnh cao quý. Đối với người chưa giữ giới không giết hại, tất nhiên không dám gượng ép, nhưng đối với người đã giữ giới không giết hại, làm sao có thể không ăn chay?

Mộng thấy thần linh[1]

Trương Nhĩ Cầu ở huyện Côn Sơn, là anh của tiên sinh Băng

[1] Trích từ sách Hiện quả tùy lục (現果隨錄). (Chú giải của soạn giả)

Am. Ông hết lòng tin sâu Tam bảo, nỗ lực làm thiện. Vào mùa đông năm Mậu Dần thuộc niên hiệu Sùng Trinh,[1] ông cung thỉnh hòa thượng Đại Thụ Hoằng Chứng[2] ở núi Tam Phong, đến am Thanh Lương mở một khóa thiền có kỳ hạn.

Đang thời gian ấy, ông quay về nhà vô tình ăn các món cá tươi, trứng gà. Đêm hôm đó liền nằm mộng thấy mình đi đến cửa am, từ trong có đến hơn năm mươi vị thần đang đi ra, đều là các vị long thần thuộc tám bộ,[3] tóc xanh nanh dài dáng vẻ hung tợn, ra đến cửa am muốn bỏ đi. Ông hốt hoảng ngăn lại hỏi, họ đáp rằng: "Bọn chúng tôi đều là thần bảo hộ cho đạo trường này. Ông là trai chủ lại quay về nhà ăn mặn hôi tanh nên chúng tôi muốn bỏ đi." Trương Nhĩ Cầu nghe vậy rồi hết lòng khẩn khoản sám hối, các vị thần mới chịu quay lại am. Từ đó, trong suốt thời gian khóa thiền kéo dài ba tháng, Trương Nhĩ Cầu quyết lòng giữ gìn trai giới thanh tịnh.

Không giữ trai giới phải trả nghiệp cũ[4]

Ở Côn Sơn có người tên Ngụy Ứng Chi, ngụ tại trấn Chân Nghĩa, là cháu họ của Ngụy Tử Chiêu.[5] Trong khoảng niên hiệu Sùng Trinh, vào mùa xuân năm Canh Ngọ,[6] Ứng Chi nằm ngủ cùng giường với Tử Chiêu, mắt đang nhắm bỗng khóc to rồi niệm Phật. Tử Chiêu thấy vậy rất sợ, tra hỏi. Ứng Chi đáp: "Cháu nằm

---

1 Tức là năm 1638, niên hiệu Sùng Trinh năm thứ 10.

2 Thiền sư Hoằng Chứng sinh năm 1588 và viên tịch vào năm 1646.

3 Tám bộ (bát bộ): các vị tự nguyện theo hộ trì chánh pháp, thuộc đủ tám loài là trời, rồng, dạ-xoa, càn-thát-bà, a-tu-la, ca-lâu-la, khẩn-na-la, ma-hầu-la-già.

4 Từ đây về sau cả 3 truyện đều trích từ sách Hiện quả tùy lục (現果隨錄). (Chú giải của soạn giả) Sách này được đưa vào Vạn tân toản Tục tạng kinh thuộc tập 88, kinh số 1642, tổng cộng có bốn quyển, do Giới Hiển ghi chép vào đời Minh. Câu chuyện này bắt đầu từ dòng thứ 24, trang 33, tờ c, thuộc quyển 1.

5 An Sĩ toàn thư khắc là Tử Thiều (子韶), nhưng trong Hiện quả tùy lục thấy khắc là Tử Chiêu (子詔). Hai chữ này khá giống nhau nên e rằng An Sĩ toàn thư khi trích lại đã khắc nhầm. Hiện quả tùy lục là văn bản gốc được trích dẫn nên chúng tôi đã theo đó mà sửa lại.

6 Tức là năm 1629.

mơ thấy mình đi xuống âm phủ, gặp vị tào quan ôm sổ sinh tử đến, nhìn thấy có tên cháu bị chết treo cổ, bên dưới lại có ghi chú rằng: 'Ba năm sau, vào ngày đó tháng đó... sẽ tự treo cổ chết trong phòng đọc sách.' Cháu cố gạn hỏi tội gì, nhưng tào quan chỉ nói: 'Nghiệp báo nhất định phải thế, khó lòng tránh được.' Cháu lại hỏi: 'Có cách nào tránh được không?' Vị ấy đáp: 'Không có cách nào bằng ăn chay trường và niệm Phật, tinh tấn tu hành thì may ra có thể khỏi.'"

Sau đó, Ứng Chi liền nói với Tử Chiêu: "Từ nay cháu xin chuyên tâm tu hành." Rồi từ đó phát tâm ăn chay trường, sớm tối niệm Phật, tinh tấn trải qua tám tháng như vậy. Nhưng sau đó lại nghe nhóm bạn bè văn nhân cùng chê bai rằng: "Chỉ là giấc mộng thôi, đường đường một đấng trượng phu, sao có thể để những chuyện như thế huyễn hoặc?" Thế là dần dần bỏ không ăn chay nữa.

Mùa xuân năm Quý Dậu,[1] Ứng Chi bỗng dưng vô cớ đóng chặt cửa phòng đọc sách rồi treo cổ tự vẫn. Bấm đốt tay tính lại thì từ lúc nằm mộng đến khi ấy quả vừa đúng ba năm.

LỜI BÀN

Hạng người xưng là văn nhân [như những bạn bè của Ứng Chi] thật chỉ là bọn sâu mọt của thế gian, tầm nhìn thật nhỏ hẹp, đáng thương xót lắm thay. Nhưng bọn họ thì lúc nào cũng thế mà thôi!

Ăn chay ngã mặn rốt cùng chịu đọa

Ở huyện Bình Hồ[2] có người tên Mã Gia Trị, tên tự là Bồi Nguyên, thi đỗ tiến sĩ vào năm Giáp Tuất thuộc niên hiệu Sùng Trinh,[3] tánh tình liêm khiết công chính, làm quan đến chức Cấp gián.[4]

[1] Tức là năm 1632.

[2] Thuộc tỉnh Chiết Giang.

[3] Tức là năm 1634, niên hiệu Sùng Trinh năm thứ 7.

[4] Cấp gián: quan chức có từ đời Đường, Tống, là danh từ hợp xưng của chức quan cấp sự và gián nghị đại phu. Chức quan này vừa nhận lệnh từ cấp trên để thi hành,

Khi ông nhận chức huyện lệnh, vì theo lời dặn của một vị quan lớn mà đánh chết hai nha lại bị khép tội làm thiếu hụt tiền thuế. Đến kỳ tảo mộ vào dịp tiết Nguyên đán, ông bỗng nhìn thấy hai hồn ma hiện đến kêu oan [về việc ấy]. Mã Gia Trị nói: "Đó là tôi phải làm theo ý quan trên." Hồn ma nói: "Hai người chúng tôi bất quá chỉ là những kẻ bị đưa ra để thế thân thôi. Nếu lúc xử án mà ông cho chúng tôi một cơ hội phản bác, ắt đã có thể biện minh làm sáng tỏ sự việc. Nhưng khi đó ông lại nổi trận lôi đình, không cho chúng tôi được biện giải lời nào, vì thế mới phải ôm mối oan tình mà chết. Nay chúng tôi tuy không dám đòi ông đền mạng, nhưng không bao lâu nữa rồi ông cũng chết, sẽ đến huyện Bồ Kỳ làm Thành hoàng ở đó."

Mã Gia Trị nghe qua rất khó chịu, không muốn làm Thành hoàng, liền phát tâm ăn chay, lễ bái hòa thượng Tuyết Đậu Thạch Kỳ[1] xin xuống tóc xuất gia, pháp danh là Hành Đán, hiệu Tăng Tường, tinh tấn tu hành trong suốt 12 năm. Một hôm, ông có chút bệnh nhẹ, nghe lời thầy thuốc ăn trứng gà. Nửa đêm hôm ấy lại mộng thấy hai hồn ma năm trước hiện đến nói: "Ông đã phá trai giới, không còn ở lại đây được nữa, đến ngày ấy tháng ấy sẽ phải đi Bồ Kỳ nhậm chức [Thành hoàng] thôi." Quả nhiên, đúng ngày đã báo trước ấy, Mã Gia Trị qua đời.

Bán công ăn chay lập tức mất mạng[2]

Huyện Ma Thành, tỉnh Hồ Bắc, có người họ Vương ăn chay trường được ba năm. Bỗng nhiên thân thể bị ghẻ lở đau đớn

đồng thời cũng được quyền thẩm xét và can gián khi cần.

[1] Hòa thượng Tuyết Đậu vốn họ Từ, người ở Lũ Đông, Giang Tô, còn có hiệu là Thông Vân, danh xưng đầy đủ là Tuyết Đậu Thạch Kỳ Thông Vân Thiền sư. Ngài sinh năm 1594, viên tịch năm 1663.

[2] Trong sách Hiện quả tùy lục (現果隨錄), câu chuyện này thuộc quyển 1, bắt đầu từ dòng thứ 16, trang 34, tờ a.

không chịu nổi, do đó sinh tâm thối thất, không tin vào công đức của việc ăn chay.

Có người bạn của họ Vương đến thăm bệnh, an ủi rằng: "Anh là người ăn chay, chắc chắn sẽ được trời Phật gia hộ." Họ Vương nói: "Tôi ăn chay đã ba năm, nay lại chịu nghiệp báo xấu ác như thế này, xem ra ăn chay nào có ích lợi gì?" Người bạn liền nói: "Nếu anh không muốn ăn chay nữa, anh có thể bán công ăn chay của anh cho tôi được chăng?"

Họ Vương hỏi: "Bán như thế nào?" Người bạn nói: "Cứ mỗi ngày anh đã ăn chay, trị giá một phân bạc; cộng cả ba năm anh sẽ được 10 lạng 8 cân bạc."[1]

Họ Vương nghe vậy mừng lắm, liền viết giấy bán rồi nhận đủ tiền, dự tính hôm sau sẽ thôi không ăn chay nữa. Đêm ấy nằm mộng thấy hai con quỷ đến mắng rằng: "Mạng sống của ông lẽ ra đã dứt từ mười tháng trước, nhờ ăn chay trường mới kéo dài được đến hôm nay. Nay ông bán công ăn chay, vậy tính ra ông đã sống vượt quá số năm đáng sống rồi." Mắng như vậy rồi, lập tức muốn xông vào bắt mà dẫn đi. Họ Vương van nài xin chậm cho một đêm, định sẽ trả tiền lại cho bạn và phát nguyện ăn chay trường như trước.

Hôm sau, họ Vương nói với người bạn kia đòi lại giấy bán công ăn chay. Người bạn nói: "Ngay hôm qua lúc mang về tôi đã khấn trước bàn Phật mà đốt giấy đi rồi." Họ Vương hết sức hối hận về việc ấy. Quả nhiên sau đó thì chết.

Thọ trì trai giới khỏi chết chìm[2]

[1] Theo cách tính ở đây thì mỗi lạng bạc có 10 đồng cân, mỗi đồng cân có 10 phân bạc. Mỗi năm có 360 ngày, cộng 3 năm thành 1080 ngày, nên trị giá thành 10 lạng 8 cân bạc.

[2] Trích từ sách Quan cảm lục (觀感錄). (Chú giải của soạn giả)

Vào đời Thanh, niên hiệu Khang Hy năm thứ hai,[1] có một chiếc thuyền đánh cá neo đậu dưới chân núi Tiểu Cô, trong đêm chợt nghe tiếng thần núi ra lệnh cho quỷ tốt rằng: "Ngày mai có hai thuyền chở muối đến, hãy bắt lấy."

Đến sáng, quả nhiên thấy có hai chiếc thuyền đi đến, lập tức thấy bão táp sóng gió nổi lên, hai chiếc thuyền bị xô đẩy rất dữ, có nhiều lúc tưởng như đã chìm mất. Nhưng rồi qua một hồi lâu, thấy sóng yên bể lặng, cả hai chiếc thuyền đều bình an không việc gì.

Đêm ấy, thuyền đánh cá vẫn neo chỗ cũ, lại nghe được tiếng thần núi quở trách quỷ không vâng lệnh. Liền nghe tiếng quỷ đáp rằng: "Chúng tôi đến đó định bắt lấy thì bỗng thấy thuyền phía sau có Đại sĩ Quán Âm, thuyền phía trước có Đại sĩ Tam Quan, vì thế chúng tôi không dám đến gần."

Hôm sau, người trên thuyền đánh cá mang chuyện ấy đến hỏi những người trên hai thuyền chở muối, nhưng không ai tin cả. Bỗng có người suy nghĩ hồi lâu rồi chợt nhớ ra liền nói: "Trên thuyền của chúng tôi có một người sau lái trì Quán Âm trai,[2] lại có một người ở đầu thuyền kia trì Tam Quan trai."[3]

[1] Tức là năm 1663.

[2] Quán Âm trai hay Quán Âm trai kỳ gồm 22 ngày ăn chay trong năm như sau: (1) mồng 8 tháng giêng, (2) mồng 7 tháng 2, (3) mồng 9 tháng 2, (4) 19 tháng 2, (5) mồng 3 tháng 3, (6) mồng 6 tháng 3, (7) 13 tháng 3, (8) 22 tháng 4, (9) mồng 3 tháng 5, (10) 17 tháng 5, (11) 16 tháng 6, (12) 18 tháng 6, (13) 19 tháng 6, (14) 23 tháng 6, (15) 13 tháng 7, (16) 16 tháng 8, (17) 19 tháng 9, (18) 23 tháng 9, (19) mồng 2 tháng 10, (20) 19 tháng 11, (21) 24 tháng 11, (22) 25 tháng 12.

[3] Tam quan trai: phép ăn chay gồm 3 ngày trong năm: (1) mồng 7 tháng giêng (Cử thiên thưởng hội trai), (2) mồng 7 tháng 7 (Khánh sinh trung hội trai), (3) mồng 5 tháng 10 (Kiến sinh đại hội trai).

QUYỂN BA

BIỆN GIẢI NHỮNG ĐIỀU NGHI HOẶC

Sai lầm của thuyết "trời sinh vật nuôi người"[1]

Hỏi: [Sách Thượng thư, thiên Thái thệ nói rằng:][2] "Trời đất là cha mẹ sinh ra muôn vật. Trong muôn vật thì con người là thiêng liêng nhất, vì thế nên trời mới sinh ra các loài vật, vốn chỉ là để nuôi dưỡng con người." Nay khuyên người bỏ sự giết hại loài vật, chẳng phải hết sức trái ngược ý trời hay sao?

Đáp: Nếu đã biết trời đất là cha mẹ sinh ra muôn vật, sao không biết rằng muôn vật đều như con đỏ của cha trời, mẹ đất? Trong một bầy con mà đứa mạnh hiếp đứa yếu, đứa sang quý khinh rẻ đứa nghèo hèn, thì bậc làm cha mẹ ắt phải hết sức không vui. Nếu con người ăn thịt muôn loài rồi cho rằng trời sinh ra chúng để nuôi mình, thì các loài hổ báo ăn thịt người, muỗi mòng chích hút máu người, phải chăng cũng sẽ cho rằng trời sinh ra con người là để nuôi dưỡng chúng?

Hỏi: Thế sao trời không cấm hẳn việc người giết hại loài vật?

---

1 Phần này gồm có 6 mục hỏi đáp. (Chú giải của soạn giả)

2 Sách Thượng thư (尚書) hay thường được gọi là Kinh Thư (書經), là một trong Tứ thư của Nho gia. Câu hỏi này tuy An Sĩ toàn thư không dẫn chú nhưng được dẫn ra từ sách này.

Đáp: Trời vốn đã có sự ngăn cấm, vì thế mới có những quả báo xấu ác của việc giết hại. Nhưng không thể cấm hết tất cả mọi người, cũng giống như không thể ngăn cấm tất cả các loài hổ báo, muỗi mòng kia vậy.

Hỏi: Nếu chẳng phải trời sinh vật để dưỡng nhân, như vậy ắt những loài như chim, thú, cá, rùa... đều không nên sinh ra. Vì sao ngày nay vẫn thấy chúng sinh sản đầy dẫy khắp nơi như vậy?

Đáp: Những loài vật ấy đều do chính nghiệp lực tự thân của chúng mà phải sinh ra làm chim, thú, cá, rùa... Nếu quy nguyên nhân sinh ra của chúng cho trời, thì hóa ra trời thật hết sức bất công. Còn nếu nói chúng do những khí chất trái nghịch của trời đất mà sinh ra, vậy xin hỏi vì sao chỉ riêng những con vật ấy là nhận lãnh khí chất trái nghịch?

Hỏi: Trong thiên hạ này có rất nhiều loài vật. Nếu con người ai ai cũng từ bỏ sự giết hại, không ăn thịt chúng, ắt phải sinh sôi nảy nở nhanh chóng khắp nơi, tương lai sẽ thành một thế giới đầy cầm thú, lúc ấy biết phải làm sao?

Đáp: Có những loài như giun đất, trùng, rắn... con người không bắt ăn thịt, nhưng cũng không thấy chúng sinh ra đầy khắp thiên hạ. Huống chi thế gian này có nhiều cầm thú, vốn thật là do con người giết hại quá nhiều cầm thú mà ra. [Người giết thú, chết sinh thành thú], món nợ giết hại trả vay, vay trả, qua lại với nhau nên cùng sinh vào loài cầm thú, nếu cứ như thế ắt sẽ thành cả thế giới cầm thú mà thôi. Nếu người người đều bỏ sự giết hại, ắt nghiệp báo sinh làm loài vật sẽ dần dần tiêu mất, mà chúng sinh hai cõi trời, người ngày càng nhiều hơn. Xem như người nước Sở không bắt ếch mà ở đó ếch ngày càng ít đi, người nước Thục không ăn cua mà loài cua ở đó ngày một hiếm, chẳng phải đã chứng nghiệm rõ ràng rồi sao? Hơn nữa, ngày nay ông hãy còn chưa tự mình từ bỏ sự giết hại mà đã lo toan đến việc loài vật sinh ra quá nhiều, so với câu chuyện người nông dân chưa gieo giống xuống mà đã lo người trong thiên hạ phải vỡ bụng vì dư thừa thóc lúa, thật [cũ ng ngây ngô] có khác gì nhau?

Hỏi: Trời đã ghét việc giết hại, lẽ ra nên làm cho máu thịt chúng sinh trở thành hôi thối khó chịu, tự nhiên người trong thiên hạ sẽ chẳng còn ai giết hại nữa, như vậy chẳng tốt hơn sao?

Đáp: Máu thịt của cầm thú vốn thật hôi tanh khó chịu, nhưng con người ăn vào lại cho là ngon ngọt. Điều đó có hai nguyên nhân. Một là do nghiệp lực của loài vật, hai là do nghiệp lực của con người, nên hóa ra như thế. Nghiệp báo của loài vật khi chưa được giải thoát thì tự nhiên thân thể máu thịt chúng hóa thành vị ngon ngọt, cám dỗ người đời giết mổ mà ăn. Nghiệp báo của con người khi chưa được giải thoát thì miệng lưỡi tự nhiên tham muốn những mùi vị béo ngọt [từ máu thịt loài vật], tìm đủ mọi cách gây thành món nợ hại mạng. Nếu nghiệp lực của người và vật, đôi bên đều dứt, tự nhiên sẽ không còn việc ăn nuốt máu thịt chúng sinh.

Ví như có người trong đời trước làm mèo, lúc nào cũng nghĩ đến việc bắt chuột, đời trước làm chim hạc, lúc nào cũng nghĩ đến chuyện bắt rắn, nhưng từ khi tái sinh vào kiếp người ắt không còn những ý nghĩ bắt chuột, bắt rắn nữa. Qua đó có thể thấy rằng, tùy theo nghiệp lực thọ thân khác nhau mà có những sở thích khác nhau. Sở thích khác nhau là do từ thân hình, thân hình khác nhau là do từ nghiệp duyên, nghiệp duyên khác nhau là do từ tâm thức. Trời không thể biến tâm người từ ác hóa thành thiện, thì làm sao có thể biến mùi vị máu thịt chúng sinh thành hôi thối khó chịu?

Hỏi: Những người lấy việc giết hại vật mạng làm nghề nghiệp, nuôi dưỡng gia đình đều trông nhờ vào đó, nay khuyên họ đổi nghề, khác nào dứt đi con đường sống của gia đình họ? Đó là thương loài vật mà chẳng thương con người, tôi không chấp nhận như vậy.

Đáp: Người làm nghề giết hại vật mạng, ấy là dùng máu thịt chúng sinh mà giải quyết sự đói khát của mình, tuy trước mắt tạm thời có ăn có mặc, nhưng cho đến muôn ngàn kiếp về sau phải gánh chịu khổ não, e không có ngày chấm dứt. Chính vì thương xót họ nên mới khuyên họ đổi sang nghề khác, nếu ngược lại cho đó là dứt đi con đường sống của họ, ấy quả thật chỉ là chỗ thấy biết thiển cận của người lòng dạ chật hẹp.

Những mối nghi về việc không giết hại[1]

Hỏi: Trâu bò cày ruộng, chó giữ nhà, tất nhiên nên thương chúng mà không giết thịt. Nhưng dê, lợn nếu không dùng ăn thịt thì thật vô dụng, nào có làm được gì khác?

Đáp: Chúng ta sở dĩ từ bỏ việc giết hại và cứu mạng chúng sinh, chỉ là vì muốn nuôi dưỡng tấm lòng trắc ẩn, từ bi thương xót muôn loài, đâu phải do nơi loài vật ấy hữu dụng hay vô dụng? Nếu nhân vì loài vật hữu dụng mà không giết thịt, chẳng qua chỉ là cách suy nghĩ ích kỷ mưu lợi cho riêng mình. Huống chi như các loài rắn độc, dơi, bò cạp, nhền nhện, bọ hung... hết thảy cũng đều vô dụng, xin hỏi vì sao chẳng ăn thịt chúng?

Hỏi: Các loài vật như gà, chó, trâu, dê... khi bị giết đều kêu gào sợ hãi, nên giết chúng đi cũng thật bất nhẫn. Nhưng các loài cá, tôm... dưới nước đều không hề kêu khóc hay rơi lệ, sao có thể ngăn cản không cho giết chúng?

Đáp: Hình thể có phân biệt lớn nhỏ nhưng bản tính muôn loài đều như nhau không khác. Ví như giết người, dù giết

[1] Phần này có 8 mục hỏi đáp. (Chú giải của soạn giả)

người hết sức to lớn như Phòng Phong Thị[1] hay giết một đứa trẻ mới sinh còn nhỏ bé thì tội lỗi cũng như nhau. Nếu như cho rằng hình thể nhỏ bé có thể giết, thì con người vốn nhỏ hơn trâu bò, vậy giết trâu bò thật chẳng bằng quay sang giết người. Còn nói rằng không kêu la ắt không đau đớn, vậy thử hỏi như người câm lúc bị giết có đau đớn chăng?

Hỏi: Nếu tự mình cầm dao giết mổ, tất nhiên tổn hại đến tâm từ. Nhưng nếu mang con vật đến lò giết mổ, bảo người làm sẵn rồi mình chỉ mang về ăn, cũng không trái với ý nghĩa "người quân tử tránh xa bếp núc",[2] như vậy là đủ rồi.

Đáp: Nếu làm như vậy chẳng qua cũng giống như người bịt tai trộm chuông [để khỏi nghe thấy tiếng chuông rung] thôi. Nếu nhờ người khác thay mình giết hại, ấy là mang tội lỗi đổ sang cho người. Nếu nói theo cách này thì người bị phạt trượng oan ức chỉ nên oán hận người cầm trượng đánh mình mà không oán hận vị quan đã phạt oan. Nếu mang con vật đi chỗ khác giết hại có thể làm cho nó oán hận nơi ấy mà không oán hận mình, ắt người bị lưu đày oan uổng chỉ nên oán hận vùng đất mình bị đày đến mà không nên oán hận vị quan đã kết tội oan. Nhưng ví như có thể lừa dối được con vật bị giết, cũng làm sao có thể lừa dối được tự tâm mình?

Hỏi: [Nói về việc phóng sinh,] những con vật được thả ra rồi [về sau sẽ] bị người bắt lại, như vậy biết làm sao?

Đáp: Người đi bắt là tự họ bắt, người phóng sinh là tự mình phóng sinh. Cũng như người thầy thuốc trị bệnh, không thể đảm bảo rằng người bệnh trong tương lai sẽ không bị chết. Hoặc như năm mất mùa đói kém mang lương thực bố thí cho người, cũng không thể đảm bảo những ngày sau đó họ sẽ không bị đói. Lại như người thợ xây dựng ngôi nhà lớn, cũng không thể đảm bảo sẽ vĩnh

1 Phòng Phong Thị: tên một người trong truyền thuyết thời cổ đại, có thân hình cao lớn dị thường.

2 Người quân tử tránh xa bếp núc: Câu này lấy từ sách Mạnh tử, phần Lương Huệ Vương - chương cú thượng, ý nói người quân tử vì lòng nhân nên không nỡ nhìn thấy những con vật bị giết hại kêu la trong nhà bếp.

viễn không hư hoại. Trong thế gian này, mọi việc đều vô thường bất định như thế, sao chỉ riêng nghi ngờ mỗi một việc phóng sinh? Tuy nhiên, người đời nay đang lúc chạy theo danh lợi thì hồ hởi hăng hái, không một chút đắn đo lo nghĩ, chỉ khi đối mặt với việc thiện nên làm thì rụt rè e sợ, trăm phương ngàn kế để tìm cho ra những điểm không nên làm việc ấy, thật chẳng trách gì không tạo thành một thế giới Ta-bà đầy khổ não thế này.

Hỏi: Con vật bị người ta bắt, ắt đã bị thương tích tổn hại, dù có mua lại mà thả ra cũng chưa chắc đã sống được, vậy tội gì phải uổng phí tiền bạc, công sức?

Đáp: Nếu con vật bị tổn thương, càng nên khởi tâm thương xót hơn nữa. Nếu nhờ ta mua lại phóng sinh mà nó được sống thì công đức ấy lớn lao không gì hơn được. Nếu không may chết đi, cũng giúp được cho nó có một cái chết an lành, chẳng hơn là phải chịu cái khổ cắt xẻ băm vằm, dầu sôi lửa bỏng hay sao? Ví như người tù bị giam trong ngục, ta đã biết rõ người ấy vô tội nên muốn cứu ra, lẽ nào lại vì thấy hình dung người ấy khô héo gầy còm mà đổi ý để mặc cho rơi vào chỗ chết hay sao?

Hỏi: [Tôi nghe rằng] việc làm thiện chủ yếu do nơi tâm. Nếu đã có tâm thiện thì cần gì phải răn ngừa chuyện giết hại vật mạng?

Đáp: Sao có thể nói như thế? Hạng người mà ông cho là "đã có tâm thiện" đó, chỉ vì muốn có miếng ngon trong miệng mình mà khiến cho loài vật phải chịu đựng đau đớn thống khổ ngập trời, để cuối cùng nuốt qua cổ họng rồi cũng biến thành phẩn dơ. Như vậy thì những kẻ tâm địa hung ác độc địa trong khắp thiên hạ cũng không tàn độc hơn thế. Thử hỏi cái gọi là "tâm thiện" đó ở đâu? Tôi chỉ e rằng trong khắp ba đường dữ[3] chỉ toàn là những kẻ có "tâm thiện" như thế.

Hỏi: Nay tôi cho rằng không cần nói đến việc nên hay không

[3] Tức là những cảnh giới địa ngục, ngạ quỷ và súc sinh.

nên [giết hại], cũng không nói đến việc giới sát hay không giới sát, chỉ cần giữ theo vô tâm mà làm là được.

Đáp: Nếu người có thể vô tâm mà giữ giới không giết hại, tất nhiên công đức ấy không nhỏ. Nhưng người vô tâm mà giết hại vật mạng, tội lỗi cũng không nhẹ. Như bọn giặc cướp bóc nhà người khác, bắn tên lạc trúng nhằm ông, ông có thể tha thứ cho sự vô tâm của bọn chúng được chăng?

Hỏi: Các loài chúng sinh số đông như cát sông Hằng, nay khả năng cứu vớt chỉ có hạn, làm sao có thể chu toàn?

Đáp: Trời cao có đức hiếu sinh mà không ưa sự giết hại. Cứu được một con vật cũng đã là hợp với lòng trời, huống hồ cứu được nhiều con vật? Thí như đối với một người nghèo, hầm vàng núi bạc tuy không thể có được, nhưng trước mắt giúp họ một đấu thóc cũng đã đủ để kéo dài mạng sống.

Những mối nghi về nghiệp nặng khó tránh[1]

Hỏi: Những loài vật bị giết mổ cắt xẻ [như gà, lợn...] vốn sinh ra đã rơi vào tình thế ấy, khó lòng tránh được bị giết hại. Ví như tôi không giết chúng, chắc chắn cũng có người khác giết. Vậy thì việc tôi không giết chúng liệu có ích gì?

Đáp: Tội nặng của những con vật ấy [từng gây ra trong đời trước, nay] thật khó tránh khỏi bị giết hại, nhưng tội của ta [ngày nay sắp tạo ra] lẽ nào lại không thể tránh được sao? Nếu do chỗ [tội nặng] không thể tránh được [của những con vật ấy] mà giết hại chúng, thì ta với chúng đều cùng chịu tội nặng không thể tránh. Nên biết rằng, chính vì đời trước những con vật ấy cũng từng bám chấp vào quan điểm "không thể tránh được" [mà ra tay giết hại vật mạng], cho nên hôm nay mới phải chịu tội không thể tránh được như thế. Vì sao hiện nay vẫn còn

[1] Phần này có 6 mục hỏi đáp. (Chú giải của soạn giả)

có chỗ tránh được [là đừng phạm vào tội giết hại chúng] lại không chịu sớm suy xét để tự tránh đi?

Hỏi: Các loài vật bị giết hại trong đời, đa phần đều vì [có tội trong đời trước nên ngày nay phải] đền trả, vậy ta giết chúng nào có tội gì?

Đáp: Phạm tội giết hại phải sinh làm loài vật, bị giết hại để đền trả tội cũ, lẽ ấy là đương nhiên. Nhưng người ra tay giết hại vật mạng lại có hai trường hợp cần phân biệt là do nợ cũ mà giết và không do nợ cũ mà giết.

Do nợ cũ mà giết, là khi con vật bị giết trong đời trước từng giết hại ta, nay nghiệp quả chín mùi, oan gia gặp nhau, phải chịu chết dưới tay ta để trả nợ là đúng lý.

Không do nợ cũ mà giết, là khi đời trước có người khác từng bị con vật ấy giết hại, nay tuy nghiệp báo đến phải chịu đền mạng, nhưng không phải đền trả cho ta.

Người đời trong một bữa tiệc, thịt cá ê hề, trên một bàn ăn, trăm ngàn vật mạng, làm sao có thể chỉ toàn rơi vào trường hợp do nợ cũ mà giết? Cho nên phải biết, nếu nói con vật bị giết là trả nợ cho ta thì đó là trường hợp hết sức hy hữu, ngàn lần chỉ có một hai, mà rơi vào trường hợp tự mình vay nợ oan nghiệt để phải đền trả trong đời sau thì hầu như luôn luôn gặp phải. Nói đến chỗ này thì quả thật là hết sức đáng sợ!

Hỏi: Không do nợ cũ mà giết, tất nhiên đời sau phải chịu quả báo. Nhưng nếu do nợ cũ mà giết, ấy là kẻ giết qua, người giết lại, xem như nghiệp giết hại được chấm dứt, sao có thể nói là tai hại?

Đáp: Ông không thấy như trường hợp hai người đánh nhau sao? Kẻ đánh qua, người đánh lại, rồi chân tay tiếp tục thay nhau đấm đá qua lại như mưa. Có bao giờ thấy bên này đánh qua, bên kia đánh lại một cái rồi chấm dứt, đôi bên cùng buông tay bình thản nhìn nhau được chăng? [Bởi sự oán cừu tiếp nối không thôi như thế nên] Bồ Tát đối với nhân duyên trong đời vị lai thấy biết rõ ràng, dù gặp kẻ oán cừu cũng không báo oán.

Hỏi: Đức Phật nói: "Trong các loài vật, đa phần có thể là cha mẹ, quyến thuộc nhiều đời trước của ta." Lấy gì chứng minh lời nói ấy mà nỡ nhẫn tâm cho rằng ông bà cha mẹ nhiều đời của chúng ta nay là súc vật?

Đáp: Tất cả chúng sinh từ vô số kiếp đến nay không ngừng lưu chuyển trong sáu đường.[1] Chỉ lấy một kiếp mà luận thôi, con số [cha mẹ quyến thuộc] đã là không thể tính đếm, [huống chi đã trải qua vô số kiếp,] làm sao có thể nói rằng tất cả những chúng sinh nhìn thấy hiện nay lại không liên quan gì đến ta? Ông cho rằng nghĩ như thế là nhẫn tâm, nhưng nếu như vì không biết mà giết hại [cha mẹ, quyến thuộc đời trước], hoặc thấy họ bị giết mà không ra tay cứu giúp, như vậy không phải nhẫn tâm sao? Đó thật là [đúng như lời Mạnh tử nói:] "Đã không thể để tang [cho cha mẹ] ba năm, lại xét nét tìm hiểu phép để tang ba tháng, năm tháng."[2]

Hỏi: Cha mẹ quyến thuộc đời trước đã nhiều như thế, ắt con số đọa vào loài vật cũng không ít. Chỉ có điều là, nếu đã là cha mẹ quyến thuộc của ta trong đời trước thì nhất định là có duyên cùng ta, nên cho dù có đọa làm súc vật cũng chưa hẳn đã phải chết dưới tay ta.

Đáp: Ông có biết là trong số người làm cha mẹ quyến thuộc của ta nhiều đời, cũng có cả những người do oan gia nghiệp báo

---

[1] Sáu đường (lục đạo): bao gồm các cảnh giới chư thiên, loài người, a-tu-la, địa ngục, ngạ quỷ và súc sinh. Tất cả chúng sinh do nghiệp lực đã tạo mà lưu chuyển trong luân hồi, đều không ra ngoài sáu cảnh giới này.

[2] Câu này lấy ý từ sách Mạnh tử, chương Tận tâm thượng, tiết 46. Nguyên văn là: "不能三年之喪，而緦小功之察，放飯流歠，而問無齒決，是之謂不知務。- Bất năng tam niên chi tang, nhi ty tiểu công chi sát; phóng phạn lưu xuyết nhi vấn vô xỉ quyết, thị chi vị bất tri vụ." (Không thể để tang ba năm, lại đi tìm hiểu kỹ phép để tang ba tháng, năm tháng; ăn cơm nuốt chẳng kịp nhai, lại hỏi chuyện không có răng làm sao nhai, như thế gọi là không biết việc.)

mà đến với ta? Ta nhận ân huệ của một người, đó là người ấy đền trả nợ cũ cho ta. Người khác nhận ân huệ của ta, đó là ta đền trả nợ cũ cho người ấy. Ví như những người thân thiết cốt nhục, quả thật do duyên lành mà đến với nhau, thì do thương yêu quá sâu nặng cũng không khỏi có sự dạy dỗ trách mắng quá mức. Trách mắng mãi không thôi ắt sinh lòng giận dỗi, giận dỗi mãi không thôi ắt sinh hiềm khích giữa đôi bên. Đời này có chút hiềm khích nhỏ nhặt với nhau, ắt gieo nhân để đời tiếp theo kết thành oán cừu. Đã kết thành oán cừu, ắt lại gieo nhân để đời tiếp theo nữa sẽ giết hại, ăn nuốt lẫn nhau. Trong cái vòng xoay đó thì mạnh hiếp yếu, lớn nuốt nhỏ, không điều gì không làm.

Nên biết rằng, cội gốc của oán cừu chính là từ nơi thân quyến. Con người nếu không có người thân ắt không có kẻ oán, không có kẻ oán ắt cũng chẳng có người thân. Kẻ oán người thân vốn là đối đãi nhau mà có, thành ra căn bản của luân hồi. Đức Như Lai dạy chúng ta đối với kẻ oán người thân bình đẳng như nhau, quả thật là một lời dạy hết sức tinh tế nhiệm mầu, có thể mang đến lợi lạc cho khắp muôn loài.

Hỏi: Nhìn thấy người khác giết hại vật mạng, tuy có phát khởi tâm nguyện cứu giúp nhưng không đủ sức làm thì sao?

Đáp: [Nếu không cứu được, có thể] lặng lẽ trì chú trong tâm, hoặc xưng niệm danh hiệu chư Phật, Bồ Tát, hoặc thay con vật ấy mà phát tâm sám hối, phát tâm cầu xuất thế, ắt con vật bị giết ấy sẽ tự nhiên được phần lợi ích.

Giải thích việc đãi khách trái với thế tục[1]

Hỏi: Thân thuộc đến chơi nhà, cơm rau không đủ làm vui; bạn hiền cùng bàn luận, món ngon mới đủ thành lễ. Nay vì

[1] Phần này có 4 mục hỏi đáp. (Chú giải của soạn giả)

thương những con vật mà bỏ việc đãi đằng, phải chăng thật không đúng lẽ thường?

Đáp: Bạn bè thân thuộc, nếu là người hiền thiện ắt sẽ vui khi thấy ta không làm việc giết hại, ắt sẽ không trách ta khinh thường họ. Nếu người nào vì việc ấy mà trách ta khinh thường họ, ắt chỉ là hạng tiểu nhân tham miếng ăn ngon vào miệng, ta khinh thường họ cũng là chuyện tất nhiên. Bất chấp tội lỗi nặng nề chỉ để phục vụ miếng ăn vào miệng người khác, tôi quyết không làm.

Hỏi: Việc bày tiệc đãi khách cũng quan hệ đến lễ nghi. Thức ăn sơ sài quá, liệu có đúng lễ không?

Đáp: [Khổng tử có nói:] "Theo lễ mà xa xỉ quá chẳng bằng tiết kiệm."[1] Ăn uống xa xỉ dư thừa là điều người có lòng nhân không thể làm. Làm người mà không có lòng nhân, giữ theo lễ có ích gì?[2]

Hỏi: Người đời tranh nhau bày yến tiệc xa xỉ, tôi thấy đã quen thành thói tục, dù có muốn thay đổi theo hướng tốt đẹp hơn nhưng chỉ đơn độc cô thế, không người tán trợ, biết làm thế nào?

Đáp: Dù không có khả năng thay đổi thói tục của người đời, lẽ nào lại không có khả năng thay đổi hoàn thiện chính mình? Khắp cõi đời này dù uế trược ta cũng phải giữ mình trong sạch; hết thảy mọi người dù say sưa, ta cũng phải giữ mình tỉnh táo, như vậy mới đáng gọi là bậc trượng phu dũng mãnh, cương nghị.

---

1 Đoạn này trích theo lời Khổng tử trong sách Luận ngữ, chương Bát dật, tiết 4. Trọn câu này Khổng tử nói về nghi lễ và việc để tang như sau: "禮，與其奢也，寧儉。喪，與其易也，寧戚。- Lễ, dữ kỳ xa dã, ninh kiệm; tang, dữ kỳ dịch dã, ninh thích." (Nói về lễ nghi, nếu quá xa xỉ thì thà tiết kiệm còn hơn; nói về tang chế, nếu dể duôi xem thường thì thà thương xót còn hơn.)

2 Câu này cũng lấy ý theo câu nói của Khổng tử trong chương sách vừa dẫn trên, ở tiết 3: "人而不仁，如禮何？- Nhân nhi bất nhân, như lễ hà?" (Làm người mà không có lòng nhân, giữ theo lễ được sao?)

Nếu cũng tùy theo thế tục buông xuôi, thuận dòng với kẻ khác mà xem là chánh đạo, ấy chỉ là phong cách yếu hèn.[1]

Hỏi: Khách đến nhà mà đặc biệt giết hại để chiêu đãi, việc ấy tất nhiên phải tránh. Nhưng nếu người thân hoặc bè bạn bất ngờ đến chơi, không kịp mua sắm các thứ nơi chợ búa thì làm sao?

Đáp: Nếu đã giữ trai giới, không giết hại, ắt trong nhà phải sớm lo chuẩn bị những thứ dùng đãi khách. Một khi khách đến mà vì lo sợ tiếp đón không đủ lễ [nên nghĩ đến việc buộc phải giết hại], đều là do lúc bình thường vốn đã xem thường sinh mạng loài vật. Thiền sư Nguyện Vân có kệ rằng:

Trăm ngàn năm qua, mỗi bát canh,
Oán sâu như biển, hận như thành.
Muốn biết vì sao đao binh khổ,
Hãy nhìn lò mổ lúc sang canh.[2]

Người đãi khách nên viết bài thơ này đặt phía trên chỗ ngồi của mình.

Giải thích việc không nên sát sinh cúng tế[3]

Hỏi: Cúng tế thần linh là vì cầu được sinh con, cầu tăng tuổi thọ, hoặc cầu được công danh sự nghiệp, tiền tài... Xưa nay

[1] Nguyên tác dùng "妾婦之道" (thiếp phụ chi đạo), chỉ cách ứng xử của người hầu thiếp trong xã hội ngày xưa, bảo gì làm nấy, không dám chống trả hay cãi lại. Tác giả dùng ý nghĩa này để đối lại với phong cách "đại trượng phu" mạnh mẽ cương nghị vừa nói trên. Chúng tôi dựa theo ý nghĩa mà dịch là "yếu hèn", vì hình ảnh thí dụ của nguyên tác không còn thích hợp nữa.

[2] Nguyên bản Hán văn: "千百年來碗裏羹，怨深如海恨難平。欲知世上刀兵劫，但聽屠門半夜聲。- Thiên bá niên lai oản lý canh, oán thâm như hải hận nan bình. Dục tri thế thượng đao binh kiếp, đãn thính đồ môn bán dạ thanh." Dịch nghĩa: Trăm ngàn năm qua, trong mỗi một bát canh [thịt], oán sâu như biển, hận khó nguôi. Muốn biết [nguyên nhân] nạn binh đao trên đời này, hãy lắng nghe tiếng kêu [của những con vật] nơi lò mổ lúc giữa đêm. – Bản dịch thơ như trên là chúng tôi dựa theo ý mà dịch.

[3] Phần này có 6 mục hỏi đáp. (Chú giải của soạn giả)

dùng vật sống mang đến giết để cúng tế, nay bỏ đi thì biết lấy gì để tỏ lòng thành kính?

Đáp: Trời đất cho đến thần minh đều có đức hiếu sinh, ghét sự giết hại. Khiến loài vật phải mất con để cầu con cho mình, khiến loài vật phải giảm tuổi thọ để cầu tăng thọ cho mình, khiến loài vật phải mất đi mạng sống để cầu danh lợi cho mình, chưa bàn đến chuyện lẽ trời không dung, tự lương tâm mình ắt cũng đã thấy là bất nhẫn.

Cầu con mà được có con, ấy là tự thân người ấy vốn không phải tuyệt tự. Cầu tuổi thọ được tuổi thọ, ấy là tự thân người ấy thọ mạng chưa dứt. Cầu danh lợi được danh lợi, ấy là tự thân người ấy đang lúc vận số hanh thông. Nếu không rơi vào những trường hợp ấy, ngược lại có khi vốn là người sắp sinh con, do việc giết hại mà thành tuyệt tự cũng chưa thể biết được; hoặc là người vốn có thọ mạng lâu dài, do việc giết hại mà thành giảm tuổi thọ cũng chưa thể biết được; hoặc là người vốn có phúc phần danh lợi, do việc giết hại mà thành tổn phúc cũng chưa thể biết được. Đó là chỉ nói trong phạm vi nghiệp báo của đời này, đến như việc chúng sinh luân chuyển trong ba đường, oan nghiệp vay trả lẫn nhau thì quả thật không có hạn kỳ chấm dứt. "Thuận theo phàm tình thế tục nhất thời, phải chịu khổ đền trả trong muôn kiếp." Câu ấy chẳng phải là nói đến việc giết hại để cúng tế đó sao?

Hỏi: Ví như khi cha mẹ có bệnh, đã chạy chữa thuốc thang đủ cách không thuyên giảm, nếu không làm những việc bói toán cầu thần, chẳng lẽ khoanh tay đợi chết hay sao?

Đáp: Khi thọ mạng đã hết thì dù trời đất cũng chẳng làm gì được, huống hồ là quỷ thần. Giết hại vật mạng để cúng tế, chỉ làm tăng thêm nghiệp chướng mà thôi. Nếu vì tình yêu thương sâu nặng bộc phát, lại cũng không rõ biết được chuyện sống chết thế nào, thì cũng có thể dùng thức ăn chay lạt mà dâng cúng. Nếu nghe theo tà thuyết của những kẻ tiểu nhân, ắt sẽ muốn giết hại vật mạng lấy máu thịt mà cúng tế, tuyệt đối không thể được.

Hỏi: Nếu là nhà ăn chay thì việc cúng chay là đúng. Nhưng nếu trong nhà ăn mặn, dùng cá thịt mà lại cúng chay, chẳng phải khinh thường thần linh lắm hay sao?

Đáp: Chim thước một mình ăn con chuột thối, chim phụng hoàng nhất định không thèm tranh giành với nó.

Hỏi: Các vị quỷ thần hưởng máu thịt cúng tế, về sau sẽ đọa vào địa ngục, điều ấy có tin được không?

Đáp: Không chỉ riêng hàng quỷ thần, cho dù chư thiên ở cõi trời Phi tưởng phi phi tưởng thì khi phước đức đã hết cũng phải thọ nhận nghiệp báo của mình. Thuở xưa, phu nhân Ma-da có hỏi Bồ Tát Địa Tạng: "Vì sao có tên gọi là địa ngục Vô gián?" Bồ Tát đáp rằng: "Bất luận là nam hay nữ, rồng hoặc thần, cho đến chư thiên hoặc quỷ, [khi ác nghiệp chín muồi] cũng đều phải vào đó thọ báo, nên gọi là Vô gián."[1] Khi phước đức làm thần đã hết, ắt phải lưu chuyển trong ba đường, đó cũng là lẽ đương nhiên.

Hỏi: Cũng đều là thần cả, sao có vị thọ hưởng máu thịt cúng tế, có vị thì lại không?

Đáp: Đời trước làm người chính trực nên mới trở thành thần. Trong số ấy, người sân hận nặng nề ắt rơi vào chỗ thọ hưởng máu thịt, còn người có tâm từ ắt không thọ hưởng máu thịt. Lại nữa, do đời trước làm thiện, bố thí nên mới trở thành thần. Trong số ấy, người không biết đến Tam bảo, chỉ tu việc thiện theo thế gian, ắt phúc đức nhiều hơn trí tuệ, sẽ rơi vào chỗ thọ hưởng máu thịt. Nếu người tin sâu nhân quả, bố thí theo pháp Phật, ắt trí tuệ vượt hơn phúc đức, sẽ không rơi vào thọ hưởng máu thịt.

Hỏi: Nếu quỷ thần không có khả năng tác động đến tuổi thọ dài ngắn của người, thì việc cầu đảo ắt không thể hiệu nghiệm.

[1] Trích từ kinh Địa Tạng Bồ Tát. (Chú giải của soạn giả)

Nhưng quả thật đã có những trường hợp bệnh nặng, thuốc men đều vô hiệu, đến khi cầu thần thì được khỏi ngay. Như vậy ắt là tuổi thọ dài ngắn của con người phải có phần quyết định của quỷ thần, sao có thể không cùng nhau cung kính phụng thờ?

Đáp: [Cầu thần được lành bệnh, thì] bệnh trước đó [có thể] là do quỷ thần gây ra, nhưng tuổi thọ sau khi lành bệnh, chắc chắn không thể nhờ quỷ thần mà được kéo dài. Nếu thọ mạng chưa hết, dù không cầu đảo cũng sẽ lành bệnh. Nếu thọ mạng đã hết, dù cầu đảo cũng vô hiệu. Chẳng qua gặp phải những loại tà thần ác quỷ, tham muốn máu thịt, thừa cơ quấy nhiễu đòi hỏi. Kẻ ngu mê chỉ thấy sự trùng hợp ngẫu nhiên rồi tin chắc chẳng nghi ngờ. Thấy người cầu đảo được khỏi bệnh thì cho là nhờ quỷ thần mà khỏi bệnh, nhưng thấy người cầu đảo rồi vẫn bỏ mạng thì lại cho rằng vì người ấy không cầu đảo sớm hơn nên mới phải chết. Than ôi, hạng người như thế tôi dám chắc rằng đời đời kiếp kiếp về sau sẽ phải sinh làm những con vật tế thần.

Kinh Thí dụ có nói rằng: "Quỷ thần có thể biết được thọ mạng, tội phúc của con người, nhưng không thể cứu sống người hoặc giết chết người, cũng không thể làm cho người trở nên giàu sang hay nghèo hèn. Họ chỉ muốn xúi giục người làm điều xấu ác, phạm tội giết hại, rồi nhân lúc người bị suy yếu hao tổn tinh thần mà não loạn quấy nhiễu để được người lập đền miếu thờ phụng, cúng tế."

Việc phụng dưỡng cha mẹ, thờ cúng tổ tiên[1]

Hỏi: Nay đã biết được là không thể giết hại vật mạng để tế thần, nhưng nếu giết thịt con vật để phụng dưỡng cha mẹ, không biết là có tội hay chăng?

Đáp: Làm như vậy còn nặng tội hơn cả việc giết vật tế thần.

[1] Phần này có 6 mục hỏi đáp. (Chú giải của soạn giả)

Đạo làm con thì những việc tốt đẹp hiền thiện phải hướng về cho cha mẹ, những việc sai trái lỗi lầm phải tự mình nhận lấy. Nay tự mình không muốn giết hại, chỉ vì phụng dưỡng cha mẹ nên làm việc giết hại, đó là đem chuyện sai trái xấu ác hướng về cho cha mẹ. Lấy ví dụ như đối với luật pháp của quốc gia, tự mình không dám phạm vào, lại có thể khiến cho cha mẹ phạm vào hay sao? Quỷ thần khi hết phước cũng phải luân hồi, lẽ nào cha mẹ mình có thể hưởng phước mãi mãi không hết? Nếu như cha mẹ chưa thể ăn chay hoàn toàn, có thể tạm dùng ba món thịt thanh tịnh,[1] hoặc cũng có thể dùng những thức ăn bán sẵn nơi chợ búa, hàng quán. Nếu cho rằng nhất thiết phải tự mình giết vật để phụng dưỡng cha mẹ, đó chính là dâng rượu độc cho cha mẹ giải khát.

Hỏi: Có người nghe việc như trên có thể sẽ nổi giận nói rằng: "Sao có thể nói như thế được? Hạnh hiếu đứng đầu trăm hạnh. Giết con vật để phụng dưỡng cha mẹ là chuyện danh chánh ngôn thuận, trời cao ắt cũng không muốn bắt tội người con hiếu, cho đến con vật bị giết cũng không thể vì sự oán hận nhỏ nhặt này mà theo đuổi báo oán sau khi mạng chung."

Đáp: Xét từ góc độ một người con thì bất quá phụng dưỡng cha mẹ cũng chỉ có hai người mà thôi. Nhưng nếu xét trong toàn thiên hạ thì số người được phụng dưỡng thật không thể tính đếm hết được. Nếu tất cả mọi người đều vì phụng dưỡng cha mẹ mà giết hại vật mạng, ắt xương cốt chất lại như núi, máu chảy đọng thành biển lớn, cũng không đủ gọi là có tội hay sao? Như vậy giết hại vô số chúng sinh, làm sao có thể đảm bảo trong đó lại không có cha mẹ quyến thuộc của mình từ nhiều đời trước? Giết hại quyến thuộc đời trước để phụng dưỡng cha mẹ đời này, chẳng phải điên đảo lắm sao? Lại ví như giết hại cha mẹ đời trước để phụng dưỡng cha mẹ đời này, chẳng phải

[1] Ba món thịt thanh tịnh: là thịt của con vật rơi vào 3 trường hợp: 1. Mắt không nhìn thấy khi con vật bị giết. 2. Tai không nghe tiếng con vật kêu khi bị giết. 3. Không có lòng nghi rằng con vật ấy bị giết là vì mình.

càng điên đảo hơn nữa hay sao? Nếu nói rằng việc giết hại xuất phát từ tấm lòng phụng dưỡng cha mẹ ắt được trời cao lượng thứ, vậy thử hỏi trời cao chỉ lượng thứ cho một người thôi, hay sẽ lượng thứ cho người khắp trong thiên hạ? Nói gọn một lời thôi, quan điểm như thế thật là chẳng biết suy xét gì cả!

Hỏi: Đạo làm con báo hiếu mẹ cha đã khuất không gì quan trọng hơn việc cúng tế. Cha mẹ lúc sinh tiền không ăn chay, nay chết rồi lại cúng chay, như vậy thì đâu có theo đúng ý muốn của cha mẹ?

Đáp: Nếu như cha mẹ, tổ tiên nhờ cúng tế mà được no, thì mỗi năm chỉ có được mấy lần cúng tế, còn lại bao nhiêu ngày khác lẽ nào phải chịu đói hay sao? Nếu những ngày khác không phải chịu đói, thì biết rằng việc cúng tế chẳng qua chỉ để bày tỏ tấm lòng thành của con cái mà thôi. Liệu việc giết hại vật mạng tạo thành nghiệp ác có thể xem là bày tỏ lòng thành được chăng? Kẻ làm con, khi cha mẹ còn sống đã không thể hết lòng hết sức phụng dưỡng, chỉ khiến cha mẹ phải suốt một đời nhọc lòng lo lắng ân cần, đến sau khi chết lại chỉ vì chút hư danh hão huyền với người đời mà khiến cha mẹ phải liên lụy thêm nghiệp chướng nhiều đời, như vậy liệu có xứng đáng làm con hay chăng? Tăng Nguyên xưa kia [nuôi cha là Tăng Tử rất chu đáo mà còn bị chê là] chỉ phụng dưỡng được miếng ăn trong miệng, không theo được [như Tăng Tử nuôi cha là Tăng Tích, biết quan tâm đến] tâm ý của cha.[1] Cớ sao khi cha mẹ đã

[1] Cha của Tăng tử (tức Tăng Sâm, học trò đức Khổng tử) là Tăng Tích, con của Tăng tử là Tăng Nguyên. Khi Tăng tử phụng dưỡng cha, mâm cơm luôn tươm tất, cha ông ăn xong, trước khi dọn xuống ông luôn thưa hỏi ý cha về chỗ thức ăn còn dư. Người cha hỏi trong bếp còn nữa không thì nói vẫn còn, nên có lần cha ông bảo mang phần dư ấy cho hàng xóm, ông cũng vui vẻ làm theo. Về sau, Tăng Tích chết, đến khi Tăng tử già yếu, Tăng Nguyên phụng dưỡng Tăng tử, mâm cơm cũng luôn tươm tất, nhưng trước khi dọn xuống không thưa hỏi ý cha về chỗ thức ăn còn dư. Người cha hỏi trong bếp còn nữa không thì ông nói không còn, có ý sẽ dành chỗ thức ăn còn dư đó để hôm sau lại dâng cho cha. Mạnh tử kể chuyện

qua đời lại còn làm khổ lụy đến cha mẹ chỉ vì miếng ăn ngon miệng? Người con hiếu phụng dưỡng cha mẹ, [đến khi cúng tế còn phải] cầu cho được thóc gạo của người có đức nhân,[1] huống chi lại giết hại vật mạng để bày máu thịt lên mâm mà cúng tế, sao có thể bất nhân như vậy?

Hỏi: Con cháu cúng tế, tổ tiên có về thọ hưởng chăng? Hay là sẽ không về thọ hưởng?

Đáp: Tổ tiên nếu thác sinh làm quỷ, con cháu có thể hết sức thành tâm dâng cúng ắt sẽ về thọ hưởng. Nếu sinh vào cõi trời, được hưởng nhiều khoái lạc, ắt sẽ không về thọ hưởng. Nếu đọa vào ba đường ác, vì đang phải chịu khổ nên tất nhiên sẽ không thể về thọ hưởng. Nếu sinh vào cõi người, ắt đã riêng có thân bằng quyến thuộc [trong kiếp sống mới] nên sẽ không về thọ hưởng. Như thế, nói chung thì con cháu tuy có lòng thành kính dâng cúng, nhưng trong đa số trường hợp cũng chỉ tự mình thọ hưởng những phẩm vật đó thôi. Những điều này có nói rõ trong kinh Trung A-hàm.

Hỏi: Nếu tổ tiên đã không về thọ hưởng, vậy liệu có các thần linh khác đến thọ hưởng chăng?

Đáp: Trong kinh Trường A-hàm có nói: "Ở những nơi cư trú của con người, hết thảy đều có quỷ thần, không nơi nào không có." Kinh Ưu-bà-tắc giới nói: "Nếu ở gần nơi rừng cây thì có thần cây đến hưởng cúng tế, nếu ở gần những nơi sông, suối, giếng nước... thì có các vị thần ở đó đến hưởng cúng tế."

Hỏi: Lương Vũ Đế dùng bột gạo làm ra các con vật cúng tế, những người chép sử đều cho đó là điềm báo [tổ tiên ông sẽ

---

này (Mạnh tử - Ly lâu thượng, tiết 19) và nhận xét: "Phụng dưỡng cha mẹ như ông Tăng Nguyên chỉ là nuôi ăn thôi, như ông Tăng tử mới gọi là phụng dưỡng được cả tâm ý của cha."

[1] Sách Lễ ký, thiên Tế nghĩa chép: "Cha mẹ qua đời, nên cầu cho được thóc gạo của người có đức nhân mà cúng tế."

không còn được con cháu giết vật cúng tế nữa]. Cho nên biết rằng, việc cúng tế tổ tiên mà dùng chay là không hợp lễ.

Đáp: [Khổng tử nói:] "Sai lầm của mỗi người đều không giống nhau, quan sát chỗ sai lầm [một cách khách quan, cặn kẽ] thì có thể biết được đức nhân [của người ấy]."[1] Lương Vũ Đế từng giết sáu đại thần,[2] dẫn nước nhấn chìm cả thành Thọ Dương, đó là những điều bất nhân của ông ta. Nhưng luận về việc dùng bột gạo thay cho những con vật bị giết hại thì việc cúng tế cho đến nay đều nhờ ơn từ đó. Nếu không có ông khởi xướng làm theo phương pháp ấy thì số vật mạng bị giết hại, lại hao tốn tiền của người dân thật không biết đến mức nào. Lương Vũ Đế khởi một niệm từ bi có thể khiến cho người đời sau nhờ đó mà hóa giải được vô số nghiệp ác giết hại. Phương thức dùng bột gạo thay vật cúng tế của ông thật có thể sánh với việc vua Thành Thang ngày xưa mở lưới cứu chim[3] hay Tử Sản nuôi cá,[4] mà công đức còn có phần vượt trội hơn nữa.

Đến như việc nhà Lương[5] để mất thiên hạ, ấy là do vận nước mà thôi. Nếu cho rằng do việc dùng bột gạo cúng tế mà mất nước, vậy các vua nhà Trần, Tùy đều dùng đủ ba loại vật sống[6] để cúng tế, sao lại mất nước nhanh đến thế?[7] Nếu theo

---

[1] Câu này An Sĩ toàn thư không dẫn nguồn, nhưng là trích gần như nguyên văn câu nói của Khổng tử trong sách Luận ngữ, chương Lý nhân, tiết thứ 7: "人之過也，各於其黨。觀過斯，知仁矣。- Nhân chi quá thất, các ư kỳ đảng. Quan quá tư, tri nhân hĩ." An Sĩ toàn thư khắc câu sau hơi lệch đi nhưng không khác nghĩa: "觀過，則可知仁。- Quan quá, tắc khả tri nhân."

[2] Sáu người này là Tiêu Dao Quang, Tiêu Thản Chi, Từ Hiếu Tự, Lưu Huyên, Giang Thạch và Giang Tự.

[3] Theo truyền thuyết, vua Thành Thang có lần đi tuần thú thấy người bắt chim giăng lưới bốn bề, liền khuyên họ nên mở ra một phía để còn có được số chim bay thoát.

[4] Tử Sản người nước Trịnh, là học trò đức Khổng tử, làm quan đại phu, vốn giàu lòng nhân. Một hôm, có người mang đến biếu một con cá còn sống, ông không nỡ giết ăn, sai người mang thả vào hồ để nuôi.

[5] Lương Vũ Đế (464-549) là vị hoàng đế sáng lập triều Lương.

[6] Tức lệ tế Tam sinh, gồm 3 con vật còn sống là trâu, dê và lợn.

[7] Nhà Trần cai trị từ tháng 10 năm 557 đến tháng 1 năm 589, vỏn vẹn chỉ có hơn 31 năm mà thay đổi đến 5 đời vua. Nhà Tùy cai trị từ năm 581 đến năm 619, được 38 năm, trải qua 4 đời vua. Lương Võ Đế sáng lập triều Lương từ năm 502, chỉ riêng

kiểu lập luận ấy thì có lẽ chỉ cần vua Lương Vũ Đế không dùng bột gạo thay vật cúng tế, ắt bọn giặc loạn Hầu Cảnh sẽ tự nhiên sợ hãi mà rút lui chạy trốn chăng? Nói thế chẳng khác nào cho rằng vận mệnh bậc đế vương, sự an nguy của đất nước đều chỉ phụ thuộc hoàn toàn vào sự còn mất của trâu, dê, lợn đó sao? Huống hồ bậc thánh nhân như vua Nghiêu, vua Thuấn cũng không thể bảo đảm rằng con mình sẽ được giống như mình, sao có thể đem chuyện thành bại mà luận việc?

Đại sư Liên Trì có dạy: "Người xưa dùng tượng gỗ tạc giống như hình người để chôn theo người chết, đức Khổng tử đã chê [là bất nhân, bảo những người làm như vậy về sau ắt] là không con nối dõi. Như vậy, việc Lương Vũ Đế dùng bột tạo hình giống những con vật để cúng tế, e rằng người có đức nhân thấy vậy vẫn còn chưa tán thành, huống chi lại muốn bỏ những con vật giả ấy mà thay bằng vật sống thì còn nhẫn tâm nào hơn?"

LỜI BÀN

Lương Vũ Đế từ sau khi lên ngôi thì từ bỏ rượu thịt, tiêu pha cần kiệm, thương dân như con, dù một mình ở trong nhà tối cũng áo mão nghiêm trang không dám xuề xòa, tiết trời nóng nực cũng không dám cởi trần, mỗi khi phải phán tội tử hình thì ăn chay trước đó một tháng, đến lúc hành hình lại vì người chết mà khóc. Ông ngưng việc binh đao để dân được ngơi nghỉ, nhiều năm liền mùa màng trong nước được bội thu. Từ đời Tấn đến đời Tùy, [trải qua hơn bốn thế kỷ,] trong những giai đoạn được khen là xã hội an ổn cũng không có lúc nào hơn được thời Lương Vũ Đế.

Ông trị nước 49 năm, thọ đến 86 tuổi, so với các vị đế vương thời ấy cũng là vượt trội hơn hết. Con cháu ông về sau đến triều

---

ông đã cầm quyền đến năm 549 và vẫn còn truyền nối được qua 5 đời vua sau nữa, cho đến năm 557 triều Lương mới dứt.

Đường có 8 đời làm quan đến chức Tể tướng.[1] Các quan chép sử [của Nho gia về sau] do việc ông kính tin theo Phật pháp nên cố ý nói xấu, chê bai ông những điều không đúng thật mà bỏ qua hết những điều tốt đẹp của ông, như vậy sao có thể gọi là công bằng nhận lấy điều hay tốt của người khác như lời dạy của thánh hiền?[2]

Mối nghi rằng thánh hiền xưa dạy sát sinh[3]

Hỏi: Đời Phục Hy chế ra lưới để giăng bắt chim, thú, như vậy vua Phục Hy có sai trái chăng?

Đáp: Bắt cá, lưới chim là những việc người nông dân cho đến đứa trẻ con đều làm được, cần gì phải đợi vua Phục Hy dạy bảo? Hẳn là vào thuở hồng hoang chim thú quá nhiều, nếu không có sự phòng vệ e chúng có thể gây nguy khốn cho con người. Rất có thể là vua Phục Hy đã dạy dân dùng lưới để phòng vệ quanh nơi cư trú, cũng chưa biết chừng. Hoặc giả nếu không như thế thì việc bắt thú đánh cá vốn đã thịnh hành vào thời Phục Hy rồi chăng, cũng chưa biết được.

Nếu nói rằng vua Phục Hy dạy người giết hại thì tôi e rằng những phường chài lưới thô thiển hẳn đã là quan lớn trong triều Phục Hy, mà những kẻ mở lưới thả chim [như vua Thành Thang], thả cá biếu vào hồ nuôi [như Tử Sản nước Trịnh] đều phải xem là có tội không nhỏ. Trong tập Thi tử[4] có câu: "Vào đời Phục Hy, trong thiên hạ cầm thú quá nhiều nên vua dạy người săn bắt."

---

[1] Những chuyện này xem trong sách Đường thư. (Chú giải của soạn giả)

[2] Thánh hiền ở đây chỉ Mạnh tử, vì ý câu này được trích từ sách Mạnh tử, chương Công Tôn Sửu thượng, tiết thứ 8: "善與人同，舍己從人，樂取於人以為善。- Thiện dữ nhân đồng, xả kỷ tòng nhân, nhạo thủ ư nhân dĩ vi thiện." (Điều thiện của mình và người ngang nhau thì bỏ của mình chọn lấy của người, ưa thích học lấy điều hay tốt của người, lấy đó là thiện.)

[3] Phần này có 6 mục hỏi đáp. (Chú giải của soạn giả)

[4] Thi tử: một tuyển tập thơ hay vào thời Chiến quốc của người nước Tấn, nay đã thất bản.

Hỏi: Về chuyện Phục Hy như vậy tôi đã rõ, nhưng còn chuyện Tây Bá hầu[1] nuôi dưỡng người già, ấn định con số gà mái và lợn nái thì giải thích thế nào?

Đáp: Những việc làm của bậc thánh nhân thời xưa, cũng có việc nên noi theo, cũng có việc nên sửa đổi, như những cách dùng gút dây để ước hẹn kỳ hạn, đào hang hố làm thành cung điện, đều là những việc người đời nay không cần làm theo nữa. Tục ngày xưa [khi cúng tế cho con em mình] làm cốt thi,[2] rồi cha mẹ, anh chị đều quỳ bên dưới mà khấu đầu lạy [đứa trẻ ấy], thật điên đảo trái nghịch biết bao? Ngày nay cúng tế chỉ đặt chỗ ấy một cái ngai trống tượng trưng thôi, sao vẫn được bình an? Cho nên biết rằng, việc ngày nay không nuôi gà lợn cũng chưa hẳn đã là không khéo làm theo đúng ý Văn vương.

Huống chi cái thuyết *"năm con gà mái, hai con lợn nái"* cũng chỉ là để nói lên sự sung túc của người dân khi ấy mà thôi. Hơn nữa, việc nghi lễ cúng tế ắt có quan chuyên trách, bậc thánh nhân lẽ nào lại phải xem xét đến những chuyện [nhỏ nhặt như] gà, lợn ấy sao? [Kinh Thư, thiên Lập chánh nói rằng:] "Văn vương không quản đến những lời dị nghị, những việc hình ngục hay phạt vạ thông thường, [mỗi việc đều có quan chuyên trách lo liệu,] lẽ nào lại quan tâm đến chuyện sinh đẻ của các giống gà, lợn, đến nỗi đưa ra quy định về số lượng? Huống chi loài vật các nơi số lượng khác biệt nhau, trạng thái cũng chẳng giống nhau, làm sao có thể phán định dứt khoát phải là năm con, hai con? Cứ theo lý mà suy thì việc ấy chưa hẳn đã là thật có. Nếu không, làm sao có chuyện Văn vương quan tâm đến cả bộ xương khô?[3] Xương khô là vật vô tri vô giác mà còn được

[1] Tức Chu Văn vương (Cơ Xương), cha của Chu Vũ Vương (Cơ Phát), người sau này lật đổ vua Trụ nhà Thương để lập nên nhà Chu.

[2] Tục cúng tế ngày xưa đặt một đứa trẻ ngồi lên trên đàn gọi là "thi" (尸) để thần linh về dự cúng tế sẽ có chỗ nương vào. Về sau này người ta mới thay tục này bằng các tranh, tượng thần.

[3] Sách Thông sử chép rằng: "Văn vương tuần thú vùng đồng nội, thấy một bộ xương

ông quan tâm đến, ban ân trạch chôn cất tử tế, huống chi đối với con vật có tri giác thì lẽ nào lại ban lệnh giết hại? Cách hiểu như thế thật chẳng khác nào trẻ con. Cho nên mới nói rằng: "Nếu quá tin vào sách, chẳng bằng không đọc sách."

Hỏi: Khổng tử dạy việc không giết hại, bất quá chỉ *"không dùng lưới bắt, không bắn chim đang ngủ đêm"*[1] là đủ, chưa từng cấm hẳn việc câu cá, bắn chim. Nay muốn ngăn cấm hoàn toàn việc giết hại, phải chăng là cho rằng không nên làm theo lời Khổng tử?

Đáp: Ông có hiểu được ý nghĩa của Khổng tử khi đề cập đến việc câu cá, bắn chim đó chăng? Nói câu cá, là [chỉ ra sự tàn nhẫn của việc câu cá] để dẫn người ta đến chỗ không dùng lưới bắt, nói bắn chim, là [chỉ ra sự bất nhân của việc bắn chim] để giáo hóa người ta không tàn sát cả bầy chim đang ngủ trên cây. Người đời sau [không hiểu câu ấy,] cho rằng Khổng tử vì muốn giữ miếng ăn cho người cũng như có thịt cá dùng vào việc tế tự mà dạy như vậy, quả thật là nhận hiểu một cách hết sức thiển cận và sai lệch về bậc thánh nhân. Thử hỏi, người đời sau tôn kính đức Khổng tử có phải vì ngài giỏi câu cá, bắn chim chăng? Hay là vì phẩm chất đạo đức không ai hơn được? Nếu xem trọng những việc câu cá, bắn chim, ắt những kẻ chài lưới, săn bắn phải được xem là tài giỏi hơn Khổng tử rất nhiều.

Còn nếu tôn trọng ngài là do phẩm chất đạo đức không ai hơn, vậy xin hỏi phẩm chất đạo đức của ông có thể so bằng Khổng tử hay chăng? Nếu phẩm chất đạo đức không thể bằng được Khổng tử mà đã đem chuyện câu cá, bắn chim bắt chước theo Khổng tử,

khô, lệnh tùy tùng chôn cất, người ấy nói: "Đó là xương vô chủ." Văn vương nói: "Người trong thiên hạ thì thiên hạ là chủ, người trong nước thì đất nước này là chủ, nay ta chính là chủ của bộ xương ấy." Nói rồi sai dùng quan tài khâm liệm, chôn cất tử tế. Chuyện này truyền khắp thiên hạ, người người đều nói: "Ân trạch của Tây Bá Hầu (tức Văn vương) thấm nhuần đến cả bộ xương khô, huống chi là người sống."

[1] Câu này trích từ sách Luận ngữ, chương Thuật nhi, tiết thứ 26: "釣而不綱，弋不射宿鳥 - điếu nhi bất võng, dặc bất xạ túc điểu". (Chỉ câu cá mà không dùng lưới bắt, không bắn chim ngủ đêm trên cây.)

như vậy khác nào muốn học theo Nhan Hồi mà [không học sự hiền đức,] chỉ học riêng sự đoản mạng,[1] học theo Tăng Tích mà [không học phong thái sái nhiên thoát tục,] chỉ học mỗi việc thích ăn táo đen.[2] Than ôi, bắt chước họ Quách bẻ góc khăn đội đầu,[3] ngưỡng mộ họ Lận mà đổi tên,[4] cũng không đủ để trở thành họ Quách, họ Lận. Phải biết đem chỗ "không thể" của mình mà học theo cái "có thể" của Liễu Hạ Huệ,[5] như vậy mới đáng làm bậc nam tử nước Lỗ, ông còn chưa biết chuyện ấy sao?[6]

Hỏi: Người quân tử xem mạng người là cao quý, mạng súc vật là hèn kém, do đó giữ lấy sự cao quý mà giết mạng hèn kém

[1] Nhan Hồi là một học trò xuất sắc của đức Không tử nhưng rất yểu mạng. Ông mất ở tuổi 31.

[2] Sách Mạnh tử, thiên Tận tâm hạ, tiết thứ 36 có câu: "曾晳嗜羊棗，而曾子不忍食羊棗。- Tăng Tích thị dương táo, nhi Tăng tử bất nhẫn thực dương táo. " (Tăng Tích thích ăn táo đen, nên Tăng tử không nỡ ăn táo đen.) Tăng Tích (hay Tăng Điểm) là cha của Tăng tử, cũng là một học trò giỏi của đức Khổng tử. Sau khi Tăng Tích mất, Tăng tử vì nhớ đến cha nên không nỡ ăn món táo đen.

[3] Thời Đông Hán, Quách Lâm Tôn (郭林宗) là một bậc danh nho được nhiều người mến mộ. Một hôm ông đi đường gặp trời mưa, tiện tay bẻ một góc khăn đội đầu kéo thấp xuống để che mưa. Từ đó có rất nhiều người bắt chước theo, cố ý bẻ một góc khăn đội đầu xuống cho giống ông và gọi là "khăn Lâm Tôn".

[4] Tư Mã Tương Như (司馬相如) là người đời Hán, vốn không phải mang tên Tương Như, nhưng thuở thiếu thời vì ngưỡng mộ Lận Tương Như (藺相如) thời Chiến quốc nên đổi tên mình thành Tương Như.

[5] Liễu Hạ Huệ người nước Lỗ thời Xuân thu, được khen là một bậc chánh nhân quân tử. Một lần ông phải nghỉ qua đêm dưới cổng thành, tình cờ cũng có một người phụ nữ đến đó trú chân, bỗng bị cảm lạnh rét run toàn thân. Liễu Hạ Huệ thấy vậy liền cởi áo ngoài khoác cho cô ta rồi ôm vào lòng để cô được bớt lạnh. Ông làm như thế chỉ cốt để cứu người mà không hề khởi chút tà tâm nào.

[6] Phần này lấy ý từ câu chuyện một người thanh niên nước Lỗ (Lỗ nam tử). Ở nước Lỗ có hai nhà gần nhau, một thanh niên sống độc thân, một phụ nữ cũng sống độc thân. Đêm nọ, trời mưa to gió lớn, nhà người phụ nữ bị nghiêng đổ, cô ta chạy sang nhà anh thanh niên xin trú ngụ. Người thanh niên đóng chặt cửa không cho vào. Người phụ nữ thấy anh ta cố tránh chuyện nam nữ gần gũi đêm khuya, liền đến chỗ cửa sổ nói vào: "Sao anh không làm giống như Liễu Hạ Huệ?" Người thanh niên đáp: "Cô và tôi đều còn trẻ tuổi, cho nên Liễu Hạ Huệ có thể, còn tôi thì không thể. Tôi vẫn đang đem cái không thể của mình mà học làm theo cái có thể của Liễu Hạ Huệ." Người đời sau đều gọi người này là Lỗ nam tử và xem như điển hình của việc biết chống lại sự cám dỗ của nữ sắc.

cũng là lẽ đương nhiên. Nay xem mạng người với vật bình đẳng như nhau chẳng phải là hết sức viển vông vô nghĩa hay sao?

Đáp: Nếu luận theo đạo lớn của thánh hiền thì trời đất, muôn vật với chúng ta đều cùng một thể. Cũng ví như tay với chân của người, tuy có phân biệt hơn kém, nhưng không thể lấy tay chặt chân. Nếu chỉ so sánh theo sự cao thấp nhìn thấy trước mắt, thì đến những kẻ tôi tớ trong bếp cũng biết mắng chửi loài súc sinh, đâu phải đợi đến người quân tử đưa ra thuyết [phân biệt] cao quý với hèn kém như vậy.

Hỏi: Nói rằng trời đất, muôn vật với chúng ta đều cùng một thể, điều đó có thể khảo chứng ở sách nào?

Đáp: Ông chưa đọc qua [sách Trung dung của] Tử Tư hay sao? Tử Tư nói rằng: "Hiểu thấu tính mình ắt hiểu thấu được tính người, hiểu thấu tính người ắt hiểu thấu được tính của vật".[1] Phân tích cho kỹ một chữ "ắt" thì [thấy sự tương quan tất nhiên giữa mình với người, giữa mình với muôn vật, từ đó cái đạo lý "trời đất, muôn vật với chúng ta đều cùng một thể"] có thể tự nhiên hiểu được rõ ràng. Nếu không như vậy thì làm sao nói rằng đạt đến chỗ "trung" có thể khiến cho trời đất đều được an ổn ở đúng vị trí, đạt đến chỗ "hòa" có thể khiến cho muôn vật đều được sinh trưởng nuôi nấng?[2]

Những mối nghi về "yêu người thương vật"

Hỏi: [Mạnh tử nói:] "Người quân tử [trước phải] thân thiết hiếu kính với cha mẹ ruột thịt của mình, [sau mới nhân đó phát triển thành] nhân ái với muôn người; [do nhân ái với muôn

[1] Nguyên văn đoạn này trong sách Trung dung, chương 22: "能盡其性，則能盡人之性；能盡人之性，則能盡物之性 – năng tận kỳ tánh, tắc năng tận nhân chi tánh; năng tận nhân chi tánh, tắc năng tận vật chi tánh".

[2] Phần này cũng lấy ý từ sách Trung dung, chương 1, nguyên văn: "致中和，天地位焉，萬物育焉 。- Trí trung hòa, thiên địa vị yên, vạn vật dục yên". (Đạt đến chỗ trung hòa thì trời đất được an ổn đúng vị trí, vạn vật được sinh trưởng nuôi dưỡng.)

người mới phát triển thành] thương yêu bảo vệ muôn vật, tấm lòng mở ra có thứ tự như vậy." [Nay dạy người] không giết hại, cứu vật phóng sinh, phải chăng đã đi ngược lại từ ngọn đến gốc, [quan tâm đến loài vật trước con người]?

Đáp: Lời của Mạnh tử nhằm chỉ ra mức độ thân sơ, [từ chỗ thân thiết nhất đến chỗ kém thân thiết hơn,] không hề nêu ra thứ tự trước sau. Nếu hiểu rằng phải lo xong điều trước rồi mới đến điều sau, ắt những kẻ cha mẹ mất sớm mà có thể cứu giúp muôn người, hoặc những kẻ chưa đỗ đạt làm quan [giúp người] mà làm việc cứu vật phóng sinh, đều phải xem là đắc tội với nước nhà, với gia đình hay sao? Mạnh tử sao có thể đưa ra luận thuyết cố chấp như vậy?

Huống chi những việc hiếu kính với cha mẹ, nhân ái với muôn người, thương yêu muôn vật, theo lý phải hỗ tương, cùng thành tựu cho nhau, không nên phân biệt ra thành ba việc riêng rẽ. Hữu tử[1] cho rằng hiếu đễ là gốc của đức nhân,[2] đó chính là xem việc hiếu kính cha mẹ và nhân ái với muôn người vốn không khác nhau. Mạnh tử khen [Tề Tuyên Vương] dùng dê thay trâu là phương thức để làm điều nhân,[3] đó là xem đức nhân

1 Hữu tử tức là Hữu Nhược, một trong các học trò giỏi của đức Khổng tử.

2 Câu này trích từ sách Luận ngữ, chương Học nhi, tiết thứ 2, nguyên văn lời của Hữu tử là: "孝弟也者，其為仁之本與? – Hiếu đễ dã giả, kỳ vi nhân chi bản dư?" (Hiếu đễ chẳng phải là căn bản của đức nhân đó sao?)

3 Chuyện này được trích từ sách Mạnh tử, chương Lương Huệ Vương thượng, tiết thứ 7. Tề Tuyên Vương ngồi trên ngai vàng, có người dắt con trâu đi qua dưới sân, vua hỏi: "Trâu để làm gì thế?" Người hầu thưa: "Sắp giết để lấy máu làm lễ bôi vào chuông." Vua bảo: "Thả ra đi, ta không nỡ thấy nó run lập cập, có vẻ như vô tội mà bị đưa vào chỗ chết." Người hầu thưa: "Vậy bỏ không làm lễ bôi chuông sao?" Vua đáp: "Sao lại bỏ? Lấy con dê thay vào." Mạnh tử nhắc chuyện này, khen rằng vua Tề có lòng nhân ái, vì không nỡ nhìn thấy con trâu run sợ trước khi chết. Mạnh tử hỏi vua: "Nếu là thương vật vô tội bị đưa vào chỗ chết, sao lại giết dê thay trâu?" Vua Tề đáp: "Thật tình trẫm không biết, chỉ không nỡ thấy con trâu đang run rẩy." Mạnh tử nói: "Không sao cả. Đó chính là phương thức để làm điều nhân, không nỡ nhìn thấy sự giết hại. Cái khác giữa trâu với dê chỉ là thấy và không thấy. Người quân tử tránh xa chỗ bếp núc là vì vậy."

với lòng thương yêu muôn vật vốn không khác nhau. Khổng tử cho rằng chặt cây giết thú là bất hiếu, đó là xem lòng hiếu với cha mẹ và thương yêu muôn vật vốn không khác nhau. Cũng ví như đầu với chân tay, tuy có sự cao thấp khác biệt nhau, nhưng bên trong có mạch máu lưu thông, cùng hợp lại, nương tựa vào nhau mới thành sinh mạng, có thể nào lại sai lầm mà phân chia riêng biệt các bộ phận ấy được sao?

Hỏi: Xin ông nói rõ hơn.

Đáp: Việc chính sự chú trọng vào lòng nhân ái với muôn dân, cho nên hết sức khuyên người thương yêu quý tiếc vật mạng. Cách yêu người của ông chỉ đặt nặng việc cho ăn, nên xem đức nhân ái với muôn người là việc nhỏ nhặt. Còn tôi cho rằng yêu người phải nuôi dưỡng được cả tâm ý [tốt đẹp cho] họ, nên xem đức nhân ái với muôn người là quan trọng.

Hỏi: Nho gia răn việc giết hại, bất quá cũng chỉ nói việc không nỡ nhìn thấy con vật bị giết chết, hoặc nghe tiếng con vật kêu la thì không nỡ ăn thịt nó. Phật giáo răn việc giết hại [thì triệt để đến mức] một con côn trùng cũng không giết hại, vậy có khác gì với thuyết "kiêm ái"[1] của Mặc tử?

Đáp: Vào thời Mặc tử, ông ấy chưa từng đưa ra thuyết giới sát, vì khảo cứu hết thảy các sách cổ đều không thấy việc ấy. Hơn nữa, cái sai lầm trong học thuyết của Mặc tử là ở chỗ xem nhẹ [đạo hiếu với] cha mẹ[2] chứ không ở chỗ "bình đẳng thương yêu tất cả". Nếu nói thuyết "kiêm ái" của Mặc tử là sai lầm, thì như Khổng tử dạy "rộng lòng thương yêu mọi người"[3] hay

[1] Thuyết kiêm ái của Mặc tử chủ trương thương yêu bình đẳng tất cả mọi người trong thiên hạ, không phân biệt thân sơ. Thuyết này tuy nghe qua rất cao quý tốt đẹp, nhưng lại kêu gọi điều quá tuyệt đối mà không có giải pháp thích hợp nên thành ra bất khả thi.

[2] Mặc tử từng nói rằng: "Thiên hạ chi vi phụ mẫu giả chúng, nhi nhân giả quả." (Trong thiên hạ người làm cha mẹ thì rất đông, nhưng người có đức nhân thì rất ít.) Do đó, ông chủ trương trọng đức nhân chứ không xem "cha mẹ là trên hết" như Nho gia.

[3] Khổng tử nói: "泛愛眾 – Phiếm ái chúng." (Yêu thương rộng khắp mọi người.)

Mạnh tử nói: "Người có đức nhân thì thương yêu không loại trừ một ai",[1] thử hỏi những ý nghĩa đó có khác gì so với sự "thương yêu khắp cả" của Mặc tử? Đến như thuyết "mòn đầu rụng gót",[2] đó là vì quá xem trọng đức nhân mà không chú trọng học hỏi tri thức, [giàu lòng từ bi mà thiếu trí tuệ], có thể so với chuyện [không lượng sức mà] xuống giếng cứu người, đôi bên cùng chết, người như thế mất mạng vô ích. Nhưng người đời ngược lại đổ lỗi là do đức nhân [mà không thấy đó là do thiếu sự sáng suốt]. Mạnh tử thấu rõ được chỗ ý nghĩa ẩn khuất sâu xa của vấn đề, mới có lời chê trách. Những chuyện [sâu xa] như thế không thể nói với người thiếu trí tuệ.

Hỏi: Mạnh tử cho rằng lòng người thương yêu đứa con của anh mình với thương yêu đứa con của hàng xóm vốn đã sẵn có sự khác biệt nhau. Nhưng Phật giáo dạy thuyết [tất cả chúng sinh đều] bình đẳng, nên tôi cho rằng gần giống với [thuyết kiêm ái] của Mặc tử, chẳng phải vậy sao?

Đáp: Mạnh tử nói như thế là dựa theo tình cảm của con người, không phải dựa theo đạo lý. Ông không nghe lời đức Khổng tử dạy sao? Ngài nói rằng: "Nếu thực hành theo đạo lớn thì thiên hạ là chung, nên người ta không chỉ hiếu kính riêng với cha mẹ của mình, không chỉ thương yêu riêng con cái của mình. Nay đạo lớn bị khuất lấp, nên thiên hạ là riêng mỗi nhà, mỗi người chỉ hiếu kính với cha mẹ của riêng mình, chỉ thương yêu con cái của riêng mình."

Khổng tử cũng từng nói rằng: "Khi đạo lớn được thi hành, ví như ta còn chưa theo kịp nhưng tâm chí đã sớm hướng theo rồi."

---

[1] Mạnh tử nói: "仁者無不愛 - Nhân giả vô bất ái." (Người có đức nhân thì thương yêu không loại trừ một ai.)

[2] Sách Mạnh tử, chương Tận tâm thượng, tiết thứ 26, Mạnh tử có nhắc đến Mặc tử, nói rằng: "墨子兼愛，摩頂放踵利天下，為之。- Mặc tử kiêm ái, ma đỉnh phóng chủng lợi thiên hạ, vi chi." (Mặc tử chủ trương thương yêu khắp cả, dù phải mòn đỉnh đầu, rơi gót chân mà có lợi cho thiên hạ cũng làm ngay.) Ý nói không từ nan bất kỳ việc khó nhọc nào, miễn là có thể làm lợi cho thiên hạ.

Theo đó mà nói thì chỗ công kích trong lời nói hẹp hòi của Mạnh tử lại chính là chỗ mà Khổng tử thường tán thán ngưỡng mộ nhưng vẫn chưa có khả năng đạt đến. Cứ theo lời của Khổng tử mà suy rộng ra, ắt sẽ thấy [tấm lòng con người theo đạo lớn thì phải] như trời cao vô tư che chở, như đất rộng vô tư nuôi dưỡng muôn loài, như mặt trời, mặt trăng vô tư mà soi chiếu khắp nơi.

Còn theo lời Mạnh tử mà suy rộng thêm, ắt người ta thương yêu con của anh mình lại cũng không giống như yêu con của chính mình. Cho nên, ý niệm của Khổng tử có thể mở rộng vô cùng, mà ý niệm của Mạnh tử thì không thể mở rộng.

Huống chi, giáo huấn tốt đẹp của thánh hiền sở dĩ bị hủy hoại đều là do nạn tranh danh đoạt lợi, chú trọng quá nhiều vào lợi ích riêng tư, chứ không phải do sự chú tâm vào việc chung. Cho nên, lời của Khổng tử mới thực sự là phương thuốc hay cứu người giúp đời của Nho gia, mà lời của Mạnh tử [như ông dẫn đó] khác nào như thêm nước vào nước, chẳng ích lợi gì. Luận về đạo lý, tất nhiên phải xem lời của Khổng tử là chính đáng hơn.

Hỏi: Nói như vậy thì hóa ra Di tử[1] ắt là cao minh hơn Mạnh tử chăng?

Đáp: Chim én, chim sẻ làm sao có thể so với chim hồng, chim hộc? Thương yêu con người hàng xóm giống như con của anh mình thì đúng là Mạnh tử không tán thành, nhưng cho rằng Di tử là đúng thì e rằng không khỏi sai lệch.[2]

---

[1] Di tử: tức Di Chi, một học trò của Mặc tử, tiếp tục phát huy thuyết kiêm ái của thầy. Ông từng có lần tranh biện với Mạnh tử qua trung gian chuyển lời của Từ Tịch (học trò Mạnh tử), trong đó ông có ý cho quan điểm của Mạnh tử "Yêu con của anh mình hơn con người hàng xóm" là hẹp hòi, vì ông tin thuyết "thương yêu khắp cả như nhau" của thầy mình là Mặc tử.

[2] Theo câu này thì tiên sinh An Sĩ có ý nhắc nhở rằng thuyết kiêm ái của Mặc tử (qua Di tử) chưa hẳn đã hoàn toàn đúng.

Giải thích mối nghi về nhân quả sai biệt[1]

Hỏi: Người quý tiếc vật mạng, làm việc phóng sinh ắt được trường thọ, kẻ xem thường mạng sống, ưa giết hại ắt phải chết yểu, theo lý chắc chắn là như vậy. Nhưng sao vẫn thấy có những người quý tiếc vật mạng mà chết yểu, lại có người ưa giết hại mà sống lâu?

Đáp: Quả báo có ba loại. Đối với việc làm trong đời này, thứ nhất là có thể ngay trong đời này chịu quả báo (hiện báo), thứ hai là có thể qua đời tiếp theo chịu quả báo (sinh báo), thứ ba là có thể trải qua nhiều đời sau nữa mới chịu quả báo (hậu báo).

Người quý tiếc vật mạng mà chết yểu, đó là do oan nghiệt đã tạo từ đời trước, nếu không biết quý tiếc vật mạng ắt còn chết sớm hơn nữa.

Người ưa thích giết hại mà được sống lâu, đó là nhờ phước báo đời trước, nếu không giết hại ắt còn được sống lâu hơn nữa.

Hỏi: Tôi thấy có người nọ, người kia... đã từng làm việc phóng sinh, giữ giới không giết hại, còn tụng kinh, trì chú nữa, nhưng đến nay không thấy chút báo ứng gì, vì sao vậy?

Đáp: Quả báo có nhanh, có chậm, còn phải xem duyên đã chín mùi hay chưa. Nếu duyên chưa đến mà mong được báo ứng ngay, khác nào như chỉ vừa gieo giống xuống lại mong được thu hoạch lúa thóc ngay. Huống chi đời người rất dễ dàng gặp phải những mối nguy như: oan ức cửa quan, hỏa hoạn, trộm cướp, bệnh tật... Nếu ngày nay không mắc vào những tai nạn ấy thì đã là phước báo rồi, sao có thể biết được lại không có những sự âm thầm giúp đỡ bảo vệ [nhờ nơi sự tu tập ấy] hay sao?

Hỏi: Quả báo ngay trước mắt trong đời này thì người ta mới biết sợ. Quả báo chậm lại đến đời sau thì mơ hồ khó biết, vì sao

[1] Phần này có 7 mục hỏi đáp. (Chú giải của soạn giả)

trời không bắt người ta phải nhanh chóng chịu quả báo ngay trong đời này?

Đáp: Quả báo nhanh hay chậm là do nghiệp báo của chính người đó chiêu cảm. Người hiền thiện mà nghiệp ác trước đây đã đến thì quả thiện không thể đến trước. Người xấu ác mà phước báo đời trước đã đến thì quả ác cũng không thể đến trước. Cũng giống như người làm vườn đã trồng đào trước, trồng mận sau, dù có khéo chăm sóc thế nào cũng không thể làm cho mận ra quả trước đào. Nếu cứ nhất định đợi thấy được quả báo ngay trước mắt rồi mới tin nhân quả thì thật là quá sức mê muội.

Hỏi: Tôi thấy có người kia, lúc chưa làm việc tu tích phước đức thì cầu gì được nấy, từ sau khi biết tu thiện tích phước thì làm gì cũng gặp khó khăn trở ngại, lẽ nào nghiệp báo như thế chỉ là chuyện ngẫu nhiên mà đến?

Đáp: Không thể cho là ngẫu nhiên được. Việc như thế ắt là do đời trước đã tạo nghiệp ác, theo lẽ phải chịu quả báo nặng nề, chính nhờ việc tu thiện tích phước nên đã chuyển nặng thành nhẹ, [chỉ gặp phải những trở ngại khó khăn trong công việc mà thôi]. Cũng giống như người phạm tội tử hình, đến mùa đông sẽ mang ra hành hình, nhưng chưa đến lúc ấy thì được người có uy thế quyền lực xin tha cho, nhờ vậy chỉ bị phạt đánh bằng trượng rồi thả ra.

Hỏi: Bố thí được giàu có, keo kiệt phải nghèo cùng, điều đó tất nhiên không cần phải bàn. Nhưng nay lại thấy người ưa thích bố thí đa số thường nghèo khốn, còn những nhà giàu có thì đa phần keo lận tham lam. Vì sao lại như thế?

Đáp: Người sống trong hoàn cảnh trái nghịch ắt phải nảy sinh sự suy nghiệm, nhờ suy nghiệm ắt khởi tâm hiền thiện. Người sống trong hoàn cảnh thuận lợi ắt được vui vẻ, ham vui thì không khởi được tâm hiền thiện, không có tâm thiện ắt tâm ác khởi sinh. Những điều như thế đều là lẽ tự nhiên. Huống chi trong chốn luân hồi [nhân quả] hỗ tương qua lại, cao thấp thay đổi. Người nghèo khó nếu tham lam keo kiệt thì đời sau lại càng nghèo hơn, người giàu có nếu chịu làm việc bố thí thì đời sau càng giàu hơn nữa, sự khác biệt giàu nghèo lại càng rất lớn.

Kinh Nghiệp báo sai biệt[1] dạy rằng: "Nếu có chúng sinh do được nghe lời người khác khuyên bảo mà bố thí, nhưng sau đó lại hối tiếc, sẽ chịu quả báo trước giàu sau nghèo. Nếu có chúng sinh do được nghe người khác khuyên bảo mà bố thí được chút ít, bố thí rồi thì sinh tâm hoan hỷ vui mừng, sẽ được quả báo trước nghèo sau giàu. Nếu có chúng sinh trước đây từng bố thí nhưng không gặp được bậc phước điền,[2] sau đó lưu lạc trong sinh tử luân hồi, sinh ra làm người, vì bố thí không gặp bậc phước điền nên quả báo rất nhỏ nhặt, vừa có được đã hết ngay. Tuy nhiên, do đã tập quen với việc bố thí nên tuy sinh vào hoàn cảnh nghèo khó vẫn ưa thích làm việc bố thí. Lại có những chúng sinh chưa từng bố thí, nhân gặp được bậc thiện tri thức khuyên bảo nên tạm thời nghe theo mà bố thí một lần, lại gặp được bậc phước điền, do đó được quả báo sinh ra trong hoàn cảnh đầy đủ sung túc. Tuy nhiên, vì không thường làm việc bố thí, nên người như vậy sẽ giàu có mà tâm thường keo kiệt."

Hỏi: Những kẻ giết hại vật mạng, khiến cho loài vật mẹ con chia lìa, lẽ ra phải chịu quả báo không con nối dõi. Nhưng những người đánh cá tạo nghiệp ác hết sức nặng nề, vì sao thường thấy con cháu rất đông đúc?

---

[1] Tên kinh đầy đủ là Phật vị Thủ Ca Trưởng giả thuyết Nghiệp báo sai biệt kinh - 佛為首迦長者說業報差別經, do ngài Cù Đàm Pháp Trí dịch vào đời Tùy, được xếp vào Đại Chánh tân tu Đại tạng kinh, Tập 1, kinh số 80. Các trích dẫn ở đây là lược ý, không phải nguyên văn kinh.

[2] Cúng dường bố thí cho người có đạo hạnh, phước đức càng lớn thì được quả báo càng lớn lao hơn so với bố thí cho những người phàm tục. Vì thế các bậc tỳ-kheo đạo hạnh cho đến những vị chứng thánh quả được xem là phước điền, nghĩa là mảnh ruộng để chúng sinh gieo trồng phước đức.

Đáp: Người đời sinh con cái, có khi là do phúc đức mà được, cũng có khi do oan nghiệt mà thành. Người đánh cá vì mưu sinh mà giết hại rất nhiều, nên do nghiệp lực chiêu cảm mà có nhiều quyến thuộc xấu ác, chẳng qua để phân chia miếng cơm manh áo, khiến cho họ phải khổ nhọc sớm tối vẫn không đủ nuôi dưỡng, cho nên con cái càng nhiều, khổ lụy càng nặng. Ông không thấy như các loài dê, chó, gà, lợn đều sinh sản rất nhiều, trong khi chư thiên chẳng bao giờ sinh sản đó sao? Ông nên suy nghĩ cho kỹ về điều đó.

Hỏi: Người ta sống ở đời nên theo học đạo lớn của thánh hiền, trên báo đền ơn nước, dưới lợi lạc muôn dân, như thế mới có thể gọi là đáng quý. Còn như thuyết nhân quả đó thì đâu có liên quan gì đến việc đời hay lòng người?

Đáp: Lý nhân quả cũng chính là đạo của thánh hiền đó thôi. Kinh Thư nói rằng: "Người làm việc thiện, ban xuống điều lành; người làm việc ác, ban xuống tai ương." Làm việc thiện hay làm việc ác, đó là *nhân*; ban xuống điều lành hay ban xuống tai ương, đó là *quả*.

Kinh Dịch thì gọi là lành, dữ (cát hung), tiêu mất hay tăng trưởng (tiêu trưởng); thiên Hồng phạm [trong Kinh Thư] thì gọi là năm phước lành (ngũ phúc), sáu khổ nạn (lục cực), thiên Vô dật [trong Kinh Thư] thì gọi là sống lâu (thọ) hay chết sớm (yểu), trong Phật giáo gọi là nhân quả, thật ra cũng chỉ là cùng một nguyên lý mà thôi.

Chúng sinh thời suy mạt thường buông thả làm theo các nghiệp xấu ác, không sợ luật pháp, không quan tâm đến liêm sỉ, nhưng cũng có lúc đêm khuya thanh vắng chợt suy nghĩ lại, trong lòng thấp thỏm lo sợ [về lẽ nhân quả] mà không dám làm chuyện xấu ác nữa, chỉ vì sợ rằng sau khi chết sẽ phải chịu quả báo.

Ôi, từ khi có Phật pháp đến nay, thật không thể biết đã có biết bao nhiêu kẻ loạn thần tặc tử [vì nghĩ đến nhân quả mà] run sợ trong lòng, biết bao nhiêu người gian ác hiểm độc [cũng vì nghĩ đến nhân quả mà] khiếp đảm. Như vậy, thuyết nhân quả không thể cho là không có công đóng góp cùng Nho giáo, giúp ích thêm cho giềng mối pháp luật.

Nếu cho rằng việc thiện việc ác đều không có quả báo, sau khi chết không có chuyện phải thọ nhận hình phạt, ắt người đời chẳng có việc gì phải né tránh kiêng sợ. Quan điểm như thế ắt cho rằng có nỗ lực làm thánh làm hiền cũng chỉ uổng công tự khổ nhọc, mà kẻ chống lại người trên, làm loạn quy củ hóa ra lại là được việc. Như vậy làm sao người trong thiên hạ lại không về hùa theo những kẻ phản loạn? Tuy nhiên, người đời nay bàn luận đến đạo lý thánh hiền liền cho rằng không đề cập đến nhân quả mới là cao siêu, ý muốn khác biệt hoàn toàn với Đạo giáo và Phật giáo. Những kẻ như thế chỉ là tham muốn hư danh, kỳ thật đối với đạo lớn của thánh hiền thì dù nằm mơ cũng chưa thấy được chút gì.

Đời Tấn, vào niên hiệu Vĩnh Gia năm thứ tư,[1] cao tăng Ấn Độ là ngài Phật Đồ Trừng đến Lạc Dương, thấy Thạch Lặc[2] là người hiếu sát nên tìm đến muốn giáo hóa. Thạch Lặc hỏi: "Đạo Phật có những gì linh nghiệm?" Ngài biết Thạch Lặc chưa hiểu gì về giáo lý đạo Phật nên trước hết liền hiển lộ thần thông để nhiếp phục. Ngài cầm trên tay một bát nước, đốt hương niệm chú giây lát liền bỗng nhiên hóa sinh trong bát một đóa hoa sen xanh. Thạch Lặc nhân đó tin phục. Từ đó, mỗi khi có người bị tội chết, ngài liền đem việc nhân quả báo ứng mà giảng bày cho Thạch Lặc, nhờ đó có rất nhiều người được cứu thoát.[3]

---

[1] Tức là năm 310, đời Tấn Hoài Đế.

[2] Thạch Lặc (274-333): vị vua sáng lập nhà Hậu Triệu. Ông gốc người Yết, một dân tộc ít người. Tuy xuất thân là nô lệ hèn kém, thất học, nhưng ông có tài vũ dũng, gặp thời loạn lạc nên nhờ chinh chiến mà giành được quyền lực. Ông lập nên nhà Hậu Triệu và cầm quyền cai trị trong 15 năm, xây dựng đất nước hùng mạnh. Ông bị bệnh mất năm 333, thọ 60 tuổi.

[3] Chuyện này trích từ sách Tấn thư.

Lại như vào thời Nam Bắc triều, Chu Ngung thấy Minh Đế[1] của nhà Lưu Tống thường giết hại nhiều người tàn nhẫn nhưng không dám trực tiếp khuyên can, liền tụng đọc các đoạn kinh nói về tội phúc, nhân duyên cho ông ta nghe. Minh Đế nghe qua rồi có sự thay đổi hối cải.[2]

Ôi, không dùng phần thưởng mà khuyến khích được người, không nổi giận mà vẫn đầy uy vũ, giúp người dân tự nhiên mỗi ngày hướng về điều thiện mà không cần biết do ai dẫn dắt. Đó là những điều tôi thấy được khi nhìn vào Giáo pháp của đức Như Lai.

Những mối nghi về sự hiện hữu của ba đường ác[3]

Hỏi: Con người là giống tối linh trong muôn vật, thế nhưng chuyện đền ơn trả oán vẫn thường điên đảo mơ hồ, huống chi loài súc sinh hết sức ngu si, sao có thể biết báo oán trả ơn [một cách chính xác] được?

Đáp: Trong sự đền ơn báo oán, có những chuyện có thể suy xét mà biết, cũng có những chuyện không thể suy xét mà biết được.

Những ân oán mà mình biết để báo đáp, đó là trường hợp có thể suy xét mà biết được. Lại có những trường hợp người làm ơn mà mình không hề biết, nhưng do duyên lành đời trước như thế nên ngày nay vừa gặp nhau đã thấy hoan hỷ vui mừng; hoặc người có oán cừu mà mình không hề biết, nhưng do duyên xấu ác trong quá khứ nên ngày nay vừa gặp nhau đã tự nhiên sinh lòng giận ghét. Đó là những trường hợp không thể suy xét mà biết được.

Cho nên, nói chung thì nghiệp giết hại có quả báo nhanh

[1] Tức Lưu Úc (439-472), lên ngôi từ năm 465.

[2] Chuyện này trích từ sách Nam sử.

[3] Phần này có 4 mục hỏi đáp. (Chú giải của soạn giả)

chậm khác nhau, một khi nghiệp duyên đã đến thì bất luận là trời, người hay quỷ thần cũng đều không thể trốn tránh. Lấy ví dụ, nếu như người gây nghiệp giết hại rồi tương lai sinh làm người, kẻ bị giết hại lại sinh vào loài súc sinh, ắt sẽ có những việc như rắn mổ, chó cắn, cọp vồ... Nếu người giết hại sinh làm người, kẻ bị giết hại lại sinh làm quỷ thần, ắt sẽ có những việc như dịch lệ, bắt hồn, chết bất đắc kỳ tử, chết yểu... Nếu người giết hại sinh làm người, kẻ bị giết hại sinh lên cõi trời, ắt sẽ có những việc như tai ương, tật bệnh, bạo tử... Nếu người giết hại sinh làm dân thường, kẻ bị giết hại lại sinh làm quan lại, ắt sẽ có những việc như lao ngục, gông cùm, khép tội chết oan uổng... Nếu người giết hại sinh làm quân lính, kẻ bị giết hại sinh làm quan binh, võ tướng, ắt sẽ có những chuyện như đao thương giao đấu, đạn lạc tên bay, bỏ mạng sa trường... Nếu người giết hại sinh lên cõi trời, kẻ bị giết hại sinh vào loài a-tu-la, hoặc ngược lại, ắt sẽ có những chuyện như núi lay biển động, chiến đấu không ngừng...

Người đời mỗi khi gặp phải tai ương hoạn nạn thì lập tức oán trời trách người, không biết rằng mỗi việc như thế đều có nguyên do, chẳng phải tự nhiên mà đến.

Hỏi: Thuyết địa ngục chẳng qua cũng chỉ để khuyên người tránh ác làm thiện mà thôi, lẽ nào lại là có thật?

Đáp: Cõi dương gian cũng có lao ngục, vì sao riêng ở cõi âm lại không có? Đức Phật tuy khuyên người làm thiện nhưng lẽ nào [vì thế mà] nói dối, lừa gạt người sao? Ông Vương Long Thư[1] có nói rằng: "Người đời nói dối có hai nguyên do, một là để tranh lấy điều lợi, hai là để tránh né điều hại. Đức Phật xem địa vị của vua trời Đế Thích như chiếc giày rách, xem vàng ngọc châu báu như gạch ngói đá sỏi, thế thì có điều lợi nào để tranh lấy? Phật xem đao kiếm cắt xẻo thân thể chỉ như vẽ vào hư không, lửa dữ thiêu đốt thân hình chỉ như thiêu đốt hình ảnh, thế thì có điều hại nào phải tránh né?

[1] Tức Cư sĩ Vương Nhật Hưu, hiệu Long Thư, sống vào đời Nam Tống.

Cho nên, không chỉ là Phật không nói dối, mà là chẳng cần phải nói dối để làm gì cả."

Thuở xưa, trong vô số kiếp về trước, đức Thế Tôn từng ở nơi thế giới này làm vị Thiên vương cõi trời Đao-lợi, tên là Thiện Nhật Quang Minh,[1] còn thế giới này lúc ấy tên là San Hô Trì. Khi ấy, đức Thiên Vương nhìn xuống cõi Diêm-phù-đề[2] thấy người người đều ưa thích việc giết hại, liền hiện xuống hóa hình làm quỷ dạ-xoa, đến chỗ con người đòi hỏi thức ăn. Mọi người đều kinh hãi, liền hỏi muốn ăn gì, quỷ dạ-xoa đáp: "Ta chỉ ăn thịt những kẻ giết hại thôi." Rồi ngài đến những nơi lò mổ sát sinh, biến hóa ra các hình nhân trông như thật, xé xác mà ăn. Mọi người thấy thế đều kinh sợ, tất cả đều xin giữ giới không giết hại nữa.

Qua câu chuyện ấy, đức Phật có dạy rằng: "Ta tuy hóa độ được vô số chúng sinh bằng cách ấy, nhưng do quả báo của việc nói dối và đe dọa chúng sinh nên khi ta ngồi dưới cội Bồ-đề sắp thành quả Phật thì bị thiên ma Ba-tuần cùng với chúng ma kéo đến khủng bố, muốn cho ta rối loạn mà không thể chứng đạo Bồ-đề."[3]

Theo chuyện này mà xét thì biết đức Phật không hề nói dối về chuyện có cảnh giới địa ngục.

Hỏi: Thuyết nói về địa ngục hẳn là [hàm ý chỉ đến những nỗi khổ] ngay trong cõi dương gian này đó thôi. Như kẻ đói

---

[1] Trích từ Kinh Bi Hoa, quyển 10, được xếp vào Đại Chánh, thuộc Tập 3, kinh số 157. Câu chuyện này bắt đầu từ dòng thứ 17, trang 229, tờ a. Tên vị Thiên vương này là Thiện Nhật Quang Minh, nhưng An Sĩ toàn thư chép là Thiện Nhật Quang. Chúng tôi căn cứ vào kinh văn để điều chỉnh.

[2] Theo kinh văn thì tiền thân đức Thế Tôn khi ấy từ cung trời nhìn thấy người ở cõi Diêm-phù-đề ưa thích giết hại nên mới hiện xuống giáo hóa. An Sĩ toàn thư chỉ chép là "khắp cõi thế gian đều ưa thích giết hại" (cử thế hiếu sát). Chúng tôi căn cứ vào kinh văn để điều chỉnh.

[3] Trích từ kinh Đại Bi Liên Hoa. (Chú giải của soạn giả) Tức kinh Bi Hoa như vừa dẫn trên. An Sĩ toàn thư chỉ lược kể chứ không trích dẫn nguyên văn kinh. Tuy nhiên, có một vài chi tiết sai lệch nên chúng tôi đã căn cứ theo kinh văn để điều chỉnh.

thiếu khốn cùng phải đi xin ăn, cơm không đủ no, áo không đủ mặc, ấy chính là cảnh giới ngạ quỷ. Như kẻ bị giam nơi tù ngục, gông cùm xiềng xích quanh thân, đó chính là địa ngục. Còn như núi đao rừng kiếm, chẳng phải chính là [cái khổ mà] những con vật bị mang ra giết mổ phải chịu đó sao? Vạc dầu sôi, lò lửa nóng, chẳng phải chính là [cái khổ mà] những con vật bị nấu nướng chiên xào phải chịu đó sao?

Đáp: Nói như thế nghe qua tưởng chừng như đúng, nhưng thật ra không phải vậy. Nếu nói ở cõi dương gian này có cảnh khổ như địa ngục thì cũng đúng, nhưng nếu nói cảnh giới địa ngục chỉ có ở cõi dương gian này thôi thì không đúng.

Ví như những kẻ quá thấp hèn ngu si, người đời thường ví như súc sinh, nhưng lẽ nào vì thế mà cho rằng hạng người ấy chính là súc sinh, rồi phủ nhận rằng không có súc sinh thật vốn là những loài mang lông đội sừng?

Thuở xưa Tư Mã Ôn Công có lần giảng giải kệ thiền, nói rằng "người quân tử thanh thản an nhiên, đó là thiên đường, kẻ tiểu nhân thường buồn lo đau khổ, ấy là địa ngục". Đại sư Liên Trì hết sức quở trách cách hiểu này, cho rằng nói như vậy thì hàm ý sâu xa sẽ đi đến chỗ bác bỏ nhân quả. Nếu điều ông nói đó mà đúng, ắt những điều truyền lại trong Kinh điển đều là dối trá cả sao?

Hỏi: [Vậy cứ xem như] địa ngục ắt là có thật, nhưng chỉ thấy ghi trong các sách vở khác mà không có trong sách vở của Nho gia, nên người học Nho hẳn là không nên đề cập đến?

Đáp: Nếu miệng tránh không muốn nói đến địa ngục, sao bằng trước hết giữ thân tránh không cho rơi vào địa ngục? Nếu hiểu được con đường tránh xa địa ngục thì khi gặp người khác có khuyên bảo, khuyến khích cũng là điều tốt. Bằng như không hiểu được, thì dù ngậm miệng không nhắc đến địa ngục, liệu có ích lợi gì chăng?

Những mối nghi về ăn chay, không ăn thịt[1]

Hỏi: Giết hại vật mạng đương nhiên là có tội nặng, còn như việc ăn thịt dường như không có tội, nhưng kinh Phật dạy rằng người ăn thịt ắt phải chịu quả báo xấu ác, thế thì luật pháp ở cõi âm ty có phải là quá mức khắc nghiệt chăng?

Đáp: Không chỉ là ở cõi âm ty, mà luật pháp ở cõi dương gian này cũng giống như thế mà thôi. Người giết hại vật mạng cũng ví như kẻ cướp, còn người ăn thịt cũng giống như kẻ tòng phạm chứa chấp tang vật, che giấu tội phạm, tội lỗi có khác nhau là mấy?

Đức Thế Tôn từng nói với Bồ Tát Đại Tuệ rằng: "Có vô số lý do để chúng sinh không nên ăn thịt. Hết thảy chúng sinh [luân chuyển trong chốn luân hồi] nên thường thay đổi qua lại làm cha mẹ, quyến thuộc của nhau. Chúng sinh nếu nghĩ tưởng đến cha mẹ thân quyến của mình thì không nên ăn thịt. Máu thịt vốn là nhơ nhớp không sạch, vì thế không nên ăn thịt. Người ăn thịt luôn bị chư thiên cõi trời chán ghét xa lánh, [không được sự hộ trì giúp đỡ,] vì thế không nên ăn thịt. Ăn thịt làm cho hơi thở hôi hám, vì thế không nên ăn thịt. Người ăn thịt trong giấc ngủ thường bị nhiều ác mộng, vì thế không nên ăn thịt. Người ăn thịt khi đi vào chốn rừng núi, các loài hổ báo có thể ngửi mùi [tìm đến hại mạng], vì thế không nên ăn thịt. Nếu nói rằng ta cho phép [các đệ tử] ăn thịt, thật không thể có chuyện đó."[2]

Hỏi: Việc ăn mặc hưởng thụ đời này đều do kết quả việc làm

---

1 Phần này có 8 mục hỏi đáp. (Chú giải của soạn giả)

2 Trích từ kinh Lăng-già. (Chú giải của soạn giả) Nội dung tương tự được tìm thấy trong kinh Đại thừa Nhập Lăng-già (大乘入楞伽經), quyển 6. (Đại Chánh tạng, Tập 16, kinh số 672, trang 623, tờ b, bắt đầu từ dòng thứ 3). Tuy nhiên, căn cứ theo câu chữ được trích dẫn thì An Sĩ toàn thư thật ra đã dẫn lại nội dung này từ Lăng-già A-bạt-đa-la Bảo Kinh Hội dịch (楞伽阿跋多羅寶經會譯), quyển 4. (Vạn tân toản Tục tạng kinh, Tập 1, kinh số 8, trang 347, tờ b, bắt đầu từ dòng thứ 15.) Chúng tôi đã căn cứ theo kinh văn ở đây để điều chỉnh một vài chi tiết cho chuẩn xác hơn.

từ đời trước, nên người tạo nhiều phước đức ắt sẽ được hưởng thụ nhiều. Xem thế thì biết những người ăn chay [không hưởng thụ được bao nhiêu,] ắt là phước đức rất mỏng manh ít ỏi?

Đáp: [Đối với các món rượu thịt mà nói], được thụ hưởng ấy là người có lộc, nhưng không hưởng thụ mới chính là phước lớn. Nên người ăn chay giữ giới không giết hại, phải thấy rằng phước đức của họ rất sâu dày. Nếu như cho rằng được ăn vào miệng gọi là có phước, thì như con gà ăn con rết, chim khách mổ nuốt giun đất, [lúc nào cũng sẵn có món ăn,] so ra con người thật kém phước hơn những con vật ấy hay sao?

Hỏi: Nay tin những lời ông nói, ắt phải khuyên người ăn chay thôi. Nhưng xin hỏi Khổng tử xưa kia có ăn chay hay không?

Đáp: Khổng tử thật có ăn chay. Kinh Thư nói: "*Khi ăn chay nhất định phải dùng thức ăn thanh khiết khác với bình thường.*"[1] Khổng tử rất thận trọng trong việc giữ gìn trai giới. Sách Lễ Ký có nói: "*Trai giới thành tựu từ trong nội tâm, biểu hiện ra thành hình thức bên ngoài.*" Như vậy, sách vở Nho gia nói về điều này rất rõ ràng, có thể tự khảo chứng. [Khổng tử còn nói rằng] người giữ gìn trai giới thanh tịnh thì sau đó mới có thể giao cảm với thần minh, còn người ăn thịt thì tâm trí mê muội hôn ám, có thể thấy rõ.

Người đời nay hết thảy mọi việc làm đều hoàn toàn không được như Khổng tử, nhưng khi không muốn ăn chay thì viện dẫn rằng Khổng tử không ăn chay, lẽ nào lại muốn dùng việc ăn thịt để bước vào cửa thánh được sao?

Hỏi: Bậc Nho gia ứng xử ở đời tất yếu phải đặt chí hướng

---

[1] Thật ra câu này xuất hiện trong sách Luận ngữ, chương Hương đảng, tiết thứ 7, nguyên văn là: "齋必變食，居必遷坐。- Trai tất biến thực, cư tất thiên tọa." (Giữ trai nhất định thay đổi thức ăn, chỗ ở cũng đổi sang nơi khác.) Ở đây ngụ ý là ăn những thức rau cải, chay lạt khác với bình thường, và sống tĩnh lặng trong một căn phòng riêng, không quan hệ như thường ngày với vợ con.

của mình nơi lý tưởng cao xa rộng lớn, nếu chỉ cố chấp vào việc không uống rượu ăn thịt, thì có khác biệt gì so với hạng phàm ngu nam nữ ở đời?

Đáp: Hạng nam nữ phàm ngu ở đời, trong mười người ắt khó tìm được một vài người biết ăn chay giữ giới, mà những kẻ ăn thịt thì dẫy đầy khắp chốn, làm sao có thể nói rằng chỉ những người ăn chay mới là phàm ngu, còn những kẻ ăn thịt không phải phàm ngu chăng? Xin thử hỏi từ xưa đến nay, trong số những kẻ đại gian đại ác, có thấy người nào ăn chay hay chăng? Quả thật không có. Vậy lại xin hỏi, trong số những kẻ cầm dao giết mổ, cho đến những phường vô lại đó đây nơi phố chợ, có thấy người nào ăn chay hay chăng? Quả thật cũng không. Như thế thì nhân phẩm của người ăn chay là như thế nào, tưởng cũng đã thấy được quá rõ rồi.

Hỏi: Ăn chay giữ giới là hiền thiện, nay tôi đã rõ, nhưng người ăn chay hình dung thường tiều tụy khô héo, như vậy biết làm sao?

Đáp: Thân chân thật mới là quan trọng, còn thân xác giả tạm này không cần xem nặng.

Hỏi: Năm món gia vị cay nồng cũng là từ đất sinh ra, vì sao cũng kiêng cử không ăn?

Đáp: Đó là vì mùi vị hôi hám, cay nồng, có thể làm chướng ngại việc tu đạo Bồ-đề. Người ăn các món ấy thì chư thiên cõi trời ghét bỏ lánh xa. Lại nữa, các món ấy nếu ăn chín thì kích thích tăng thêm sự dâm dục, nếu ăn sống thì làm tăng thêm sự sân hận nóng nảy. Người ăn các món ấy thì tà ma, ngạ quỷ ngửi mùi thường kéo đến, thè lưỡi liếm môi người ấy. Vì những lý do ấy mà không nên ăn.

Hỏi: Có người nói rằng, tuy tôi không ăn chay, vẫn còn hơn những người ăn chay mà phá giới. Lại có người khác nói ngược lại rằng, tôi tuy ăn chay mà phá giới, vẫn còn hơn những người hoàn toàn không ăn chay. Xin phân biệt sự hơn kém thế nào trong những trường hợp ấy?

Đáp: Việc ấy cũng tương tự như trên con đường công danh quan tước. Người không ăn chay ví như kẻ chưa từng được nhận quan tước. Người ăn chay rồi phá giới, cũng giống như kẻ nhận được quan tước rồi sau đó bị truất phế. Nếu vừa ăn chay đã phá giới, cũng giống như kẻ vừa được bổ nhiệm chức quan đã bị cách chức đuổi về ngay, còn ăn chay lâu rồi mới phá giới, cũng giống như người nắm quyền hạn đã lâu, nay bị tước bỏ phải quay về vườn ruộng.

Hỏi: Chúng tôi cũng rất muốn ăn chay, chỉ có điều món ngon vị ngọt bày ra trước mắt thật khó kiềm chế, vậy biết phải làm sao?

Đáp: Nên dùng phép quán "năm điều bất tịnh" thì nhất định có thể tự chế được. Những gì là năm điều?

Thứ nhất là quán xét chủng loại bất tịnh. Các món cá thịt đều là máu thịt của chúng sinh nên không hề sạch sẽ, thảy đều nhơ nhớp bất tịnh.

Thứ hai là quán xét những món mà súc vật ăn vào đều bất tịnh. Món ăn của các loài dê, lợn... không gì khác hơn là cám, bã rượu, đồ nhơ nhớp. Vậy thì máu thịt của chúng làm sao có thể không nhơ nhớp?

Thứ ba là quán xét chỗ ở của chúng thật bất tịnh. Những con vật ấy ở trong chuồng trại hôi hám, đại tiểu tiện cùng chung một chỗ, thật vô cùng nhơ nhớp, bất tịnh.

Thứ tư là quán xét trong ruột gan của chúng bất tịnh. Bên trong thân thể chúng chỉ cần nhìn kỹ sẽ thấy toàn những thứ ô uế bất tịnh như máu mủ, phẩn dơ, nước tiểu, đờm dãi...

Thứ năm là quán xét sự bất tịnh sau khi chết của những con vật ấy. Vì sau khi chúng bị giết chết đi rồi thì thân xác bắt đầu phân rã thối nát, so với xác người chết cũng không có gì khác, thật là nhơ nhớp bất tịnh.

Quán xét năm điều bất tịnh như thế thì không còn thấy tham muốn những món thịt cá nữa, mà sẽ thấy việc ăn chay thanh khiết là nên làm.

Những mối nghi rằng đạo Phật khó tin nhận[1]

Hỏi: Ông bàn luận về đạo lý không nên giết hại, thường trích dẫn kinh Phật, xem ra giáo lý đạo Phật là rất đáng tin cậy. Nhưng [theo sử sách chép lại thì vào thời Đông Hán] Sở Vương Anh[2] hết sức tín phụng Phật pháp, sao lại bị tội cho đến phải mang họa?

Đáp: Sở vương gặp tai họa,[3] chính là vì không làm theo Phật pháp. Người đã đem tâm hướng theo cửa Phật thì phải cung kính làm theo lời Phật dạy. Đức Phật đối với người làm con dạy đạo hiếu thuận, đối với kẻ bề tôi dạy nết trung lương, những thánh giáo ấy đều được ghi chép rõ ràng trong kinh luận. Sở vương là người đã kính tin Phật pháp còn trái nghịch mưu tính chuyện phản loạn, nên đối với Phật pháp thì ông là kẻ có tội, lại còn mong có được sự gia hộ giúp đỡ từ Phật pháp được sao? Lời nói

---

1 Phần này có 5 mục hỏi đáp. (Chú giải của soạn giả)

2 Sở Vương Anh: tức Lưu Anh, là anh em khác mẹ với Hán Minh Đế, được phong làm Sở vương ở đất Bành Thành (nay là Từ Châu thuộc tỉnh Giang Tô). Theo truyện Sở Vương Anh được chép trong Hậu Hán thư thì vào niên hiệu Vĩnh Bình năm thứ 8 (tức năm 65), ông từng dâng lên 30 cây vải lụa để chuộc tội, nhưng Hán Minh Đế ban chiếu thư khen ngợi ông là người biết "sùng kính đạo Lão, học theo đức nhân từ của Phật", liền trả hết số lụa ấy cho ông để cúng dường Tam bảo. Các nhà nghiên cứu thường dựa trên câu chuyện này để chứng minh rằng từ thế kỷ I, nghĩa là còn rất sớm, đạo Phật đã chiếm được vị trí quan trọng trong tầng lớp cai trị tại Trung Hoa.

3 Hán Minh Đế vốn là con trai thứ tư của Hán Quang Vũ Đế được lập làm thái tử nên nhiều người không phục. Sau khi lên ngôi, ông âm thầm muốn củng cố quyền lực, thanh trừng những người chống đối. Khoảng năm 70, có người vu cáo Sở vương Lưu Anh mưu phản. Minh Đế tuy biết Sở vương bị vu oan, nhưng muốn nhân cơ hội này để tiêu diệt những người bị nghi ngờ là có ý chống đối ông nên biến vụ này thành một án lớn, liên quan đến hàng ngàn người.

không hợp đạo lý, người quân tử còn không chấp nhận nói ra, huống chi đức Phật là bậc cao quý nhất trong chư thiên, là bậc đại thánh trong tất cả các thánh, lẽ nào có thể có lòng riêng tư với kẻ phản nghịch?[1] Những kẻ thiển cận muốn dựa vào việc này để hủy báng Phật pháp, quả thật là kiến thức vô cùng nông cạn, nhỏ hẹp.

Hỏi: Sở Vương Anh gặp tai họa, nay đã được nghe lời giải thích của ông. Nhưng còn trường hợp Lương Vũ Đế kính phụng Phật pháp, cuối cùng vẫn phải chết đói ở Đài thành thì sao?

Đáp: Chuyện Lương Vũ Đế chết đói ở Đài thành chỉ là thuyết của bọn hủ nho thiển cận. Nay khảo cứu trong sách Thông giám,[2] thấy chép việc Hầu Cảnh vây đánh Đài thành, nhìn thấy Lương Vũ Đế tại Thái cực Đông cung, thần sắc không hề thay đổi, Hầu Cảnh sợ không dám nhìn lên, quay lại nói với Vương Tăng Quý: "Có câu rằng 'uy trời thật khó phạm vào', ta không dám đến nhìn lần nữa." Sau đó, mỗi khi Vũ Đế yêu cầu điều gì, phần lớn đều không được đáp ứng, món ăn thức uống cũng bị Hầu Cảnh hạn chế cắt giảm. Vương Luân dâng lên mấy trăm quả trứng gà. Vũ Đế thấy đắng miệng bảo dâng mật ong, cuối cùng không có, Vũ Đế mấy lần bật ra tiếng kêu "hà hà" rồi chết.

[Nay phân tích những dòng chép lại trong sử thì có thể biết.] Nói vua đắng miệng, ắt biết rằng không thể bụng trống; nói vua đòi mật ong, ắt có thể biết vua không bị đói; nói rằng

---

1 Theo những lời này của tiên sinh An Sĩ thì có lẽ ông tin rằng Sở vương Lưu Anh thực sự mưu phản. Tuy nhiên, hầu hết các sử gia ngày nay đều đồng ý xem đây là một vụ án oan, và Lưu Anh chỉ là cái cớ để Hán Minh Đế dựa vào đó mà làm cuộc thanh trừng củng cố quyền lực.

2 Tức là sách Tư trị thông giám (資治通鑑), một bộ sử rất lớn do Tư Mã Quang chủ trì việc biên soạn vào đời Tống, hoàn tất vào năm 1084. Bộ sách trình bày khái quát một thời kỳ lịch sử dài 1.362 năm, từ năm 403 trước Công nguyên (thời Chiến quốc) đến năm 959 (hết thời Hậu Chu). Toàn bộ tác phẩm có 294 quyển, khoảng 3 triệu chữ, ngoài ra còn có 30 quyển mục lục, 30 quyển khảo dị (khảo sát những điểm giống nhau và khác nhau).

món ăn thức uống bị hạn chế, ắt có thể biết là không phải hoàn toàn không có. Thức ăn trong nhà của bậc đế vương, cho dù chỉ cơm thừa canh cặn cũng có thể đủ cho nhiều người ăn no, lẽ nào lại giống như thân phận nô tỳ vừa cắt giảm thức ăn đã rơi ngay vào cảnh chết đói? Trứng gà đến mấy trăm quả, ắt còn những thứ khác số lượng không ít. Hơn nữa, còn có đến mấy trăm quả trứng gà thì làm sao có thể chết đói?

Than ôi, thiên hạ xưa nay những kẻ xưng là trượng phu nam tử vẫn tin theo thuyết ấy, số lượng rất nhiều, nhưng chỉ mới xem qua một đoạn văn trong sử sách thôi, đã thấy rằng bọn họ hoàn toàn không có sự phân tích sáng suốt, nhầm lẫn lấy tai làm mắt, huống chi là đối với những kinh văn mang ý nghĩa thâm sâu uyên áo khác?

Hỏi: Người đời sau khi luận về cuộc đời Lương Vũ Đế đều cho rằng việc ông ta xả thân [vào chùa] cũng là xả bỏ cả thiên hạ.[1] Tôi cho rằng việc ấy là không thể chấp nhận được.

Đáp: Từ xưa đến nay, từ kẻ phàm ngu cho đến bậc thánh hiền, chưa từng có ai là không xả bỏ thân mạng:

Ba tấc hơi còn, muôn việc tính,
Một phút vô thường, vạn sự thôi.

Người đời sau tuy cười chê việc Vũ Đế xả thân, nhưng thật không biết rằng chính tấm thân của mình đây từ lâu cũng đã xả bỏ. Như bản thân ông, hôm nay hết sức cho rằng việc xả thân của Vũ Đế là sai lầm, thật không biết rằng trong tương lai cũng nhất định có một ngày rồi ông cũng phải xả thân mà thôi. Kẻ hủy bájng Phật thì xả thân trong địa ngục, kẻ hủy báng Chánh pháp thì xả thân trong cảnh giới ngạ quỷ, kẻ hủy báng Tăng-già

[1] Vào năm 527, Lương Vũ Đế lần đầu tiên đến "xả thân" tại chùa Đồng Thái ở kinh thành Kiến Khang, nghĩa là vào ở hẳn trong chùa sống như một vị tỳ-kheo, buông bỏ hết mọi việc triều chính cũng như gia đình. Sau đó, các quan trong triều đến chùa xin đón vua về, ông yêu cầu phải nộp tiền "chuộc thân" cho nhà chùa. Trong cuộc đời mình, Lương Vũ Đế còn tiếp tục xả thân vào chùa nhiều lần sau đó nữa.

thì xả thân trong các loài súc sinh, chỉ e lúc ấy dù muốn được xả thân nơi chùa Đồng Thái [như Võ Đế] cũng không thể được.

Căn cứ theo các sách Cựu giám, Tăng sử, Kim thang biên,[1] đều thấy chép rằng, vào năm đầu niên hiệu Đại Thông,[2] sau khi xây dựng vừa hoàn thành chùa Đồng Thái, Lương Võ Đế đích thân đến chùa xả thân vào ở trong chùa ba ngày, các quan lớn nhỏ trong triều đều tùy ý thí xả tiền bạc, cúng dường vào chùa. Đến năm đầu niên hiệu Trung Đại Thông,[3] Võ Đế lại đích thân đến chùa Đồng Thái, vì đại chúng giảng giải đề kinh Đại Bát Niết-bàn, lần này không phải là vua đến xả thân. Người đời cho rằng Võ Đế ba lần xả thân, điều đó sai lầm, lại còn thêm vào mấy chữ "làm nô dịch", lại cho rằng quần thần phải mang nhiều tiền đến chuộc vua ra khỏi chùa, thật không khỏi rơi vào chỗ văn chương thêm thắt, lệch lạc hủy báng.

Than ôi, vào thời đức Khổng tử mà kẻ chép sử đã không có người hoàn toàn trung thực, làm sao có thể mong đợi những sử quan của thời suy mạt lại không tùy theo lòng dạ người đời mà khen chê thêm bớt?

Hỏi: Về việc Lương Võ Đế chết đói, hẳn là sai lầm, nay tôi đã hiểu rõ ràng không nghi ngờ nữa, nhưng [trong kinh dạy rằng] chư Phật, Bồ Tát đều lắng nghe âm thanh kêu cứu của chúng sinh mà cứu khổ, Lương Võ Đế xả thân kính phụng Phật pháp, vì sao khi gặp nạn lại không được cứu?

Đáp: Việc buông xả quan trọng là ở trong tâm, chẳng phải ở ngoài thân. Lương Võ Đế tuy thật có xả thân nhưng trong tâm chưa thật buông xả. Nếu trong tâm hoàn toàn buông xả, ắt có thể

---

[1] Tức sách Phật Pháp Kim Thang Biên (佛法金湯編) do Tâm Thái soạn vào đời Minh, được xếp vào Vạn tân toản Tục tạng kinh, Tập 87, kinh số 1628, tổng cộng có 16 quyển.

[2] Tức là năm 527.

[3] Tức là năm 529.

vất bỏ thiên hạ như chiếc giày rách, sao lại có việc đến tuổi già còn chiêu nạp Hầu Cảnh, mưu việc giành lấy Trung Nguyên? Cho nên có thể biết rằng, ba ngày xả thân của Võ Đế chưa hẳn đã không khỏi rơi vào ý niệm mong cầu phước báo, chẳng phải hoàn toàn là tâm xuất thế. Tuy nhiên, bao nhiêu việc làm của ông ta như xây chùa, chép kinh, tạo mọi công đức cũng không phải là vô ích. Vì thế mà tuy gặp phải kẻ phản nghịch [là Hầu Cảnh] nhưng vẫn qua đời khi tuổi thọ đã cao, cũng không thể nói là không nhờ có phước báu. Vào thời Xuân Thu, những kẻ căm ghét Khổng tử không ai hơn Đạo Chích, Hoàn Đồi, nhưng hai kẻ ấy một người thì sống thọ, một người thì làm quan đến chức Tư mã; còn những người cung kính tin theo Khổng tử, không ai được như Nhan Uyên,[1] Nhiễm Bá Ngưu, Tử Lộ, nhưng ba người ấy kẻ thì đoản mệnh,[2] người mang bệnh ngặt nghèo, kẻ lại chịu nhục hình băm xác.[3] Những việc như thế phải giải thích thế nào?

Định nghiệp [là nghiệp báo đã tạo thành nghiệp xác định,] ắt khó thay đổi, trong nhiều kinh điển đều có nói rất rõ.[4] Chuyện biến loạn ở Đài thành [chính là định nghiệp,] không thể nghi ngờ gì. Khi thiền sư Chí Công sắp thị tịch, vào cung từ biệt Võ Đế. Vua kinh hãi, nhân đó thưa hỏi về việc vận nước dài ngắn thế nào. Thiền sư không đáp, chỉ đưa tay chỉ vào cuống họng và cổ,[5] ý muốn ám chỉ đến Hầu Cảnh. Nhưng Võ Đế không hiểu, lại hỏi nữa, thiền sư liền nói: "Khi tháp của lão tăng hư hoại thì xã tắc của bệ hạ cũng sẽ diệt mất."

[1] Tức Nhan Hồi, người được Khổng tử hết sức ngợi khen và được đời sau tôn xưng là Á thánh.

[2] Tức Nhan Hồi, qua đời ở tuổi 31.

[3] Chỉ việc Tử Lộ bị hại chết rất thê thảm.

[4] Kinh Đại Bát Niết-bàn phân biệt hai loại nghiệp báo là định nghiệp và bất định nghiệp. Định nghiệp là nghiệp báo đã có đủ các yếu tố nhân duyên xác định cụ thể, nên nhất thiết xảy ra như thế, không thể thay đổi. Bất định nghiệp là loại nghiệp báo tuy sẽ xảy ra nhưng còn tùy thuộc các yếu tố nhân duyên tác động, và do đó người thọ nghiệp vẫn có thể nỗ lực để làm thay đổi theo hướng tốt hơn.

[5] Trong chữ Hán, cuống họng là hầu (喉) và cổ là cảnh (頸), chính là thiền sư muốn mượn âm đọc giống nhau để chỉ tên Hầu Cảnh (侯景), người sắp gây ra biến loạn.

Thiền sư viên tịch, Võ Đế vì ngài xây tháp thờ ở Chung Sơn. Khi đã hoàn tất, vua chợt nghĩ: "Tháp bằng gỗ làm sao có thể lâu bền?" Liền ban lệnh phá tháp ra xây lại bằng đá. Tháp vừa bị phá xong [chưa kịp xây lại] thì quân Hầu Cảnh cũng vừa đến.[1] Ấy là sự việc đã xác định phải xảy ra như thế [nên thiền sư Chí Công mới có thể biết mà nói trước].

Hỏi: Chúng ta học Nho, học thuộc kinh thư, làm theo Khổng tử, phải xem việc bài trừ mê tín dị đoan là nhiệm vụ của mình, nay ông ngược lại muốn biện giải bênh vực cho những việc như thế là sao?

Đáp: Ông nói thế thật chưa hiểu thế nào là dị đoan. [Chữ đoan (端) là đầu mối xuất phát, là căn bản của sự việc, chữ dị (異) là khác biệt, cho nên] nói dị đoan (異端) là chỉ những điều mà căn bản xuất phát khác hẳn với lời dạy của thánh nhân. Chẳng hạn như lòng trắc ẩn là căn bản của đức nhân, nên không có lòng trắc ẩn tức là dị đoan; biết hổ thẹn với điều xấu ác là căn bản của nghĩa, nên không biết hổ thẹn chính là dị đoan; tâm của bậc thánh nhân không có bốn điều: *ý, tất, cố, ngã,*[2] nếu có những điều này tức là dị đoan; [Khổng tử lại có nói rằng:] "Đạo của ta chỉ một mối mà suốt thông tất cả", nếu không phải "một mối suốt thông", ắt là dị đoan.

Tống Hiếu Tông[3] nói rằng: *"Ngũ giới của nhà Phật chính là Ngũ thường của Nho gia."* Như vậy, đạo của Khổng tử [so với Giáo pháp của Phật] nào phải xa cách nhau?

Người đời nay không suy xét kỹ việc ấy, vừa nghe đến thuyết từ bi là do Phật dạy liền lập tức phản đối thuyết ấy, khiến cho đức nhân của đạo Nho cũng do nơi sự phản đối ấy

---

[1] Xem trong các sách Hộ pháp luận (護法論), Kim thang biên (金湯編) và Cựu thông giám (舊通鑒). (Chú giải của soạn giả)

[2] Đây là thuyết của các nhà Nho thời Hán, Tống, cho rằng Khổng tử dứt tuyệt hẳn 4 điều (子絕四 - Tử tuyệt tứ) là ý (chỉ ý nghĩ), tất (sự thiên lệch), cố (sự cố chấp) và ngã (bám chấp vào bản ngã).

[3] Tống Hiếu Tông (1127 - 1194): hoàng đế thứ 11 của triều Tống, nắm quyền cai trị trong thời gian từ năm 1162 đến năm 1189.

mà diệt mất; vừa nghe những giới không trộm cắp, không tà dâm là do Phật dạy, liền lập tức phản đối các giới ấy, khiến cho đạo nghĩa của nhà Nho cũng do nơi sự phản đối ấy mà tiêu tan; vừa nghe đến giới không nói dối là do Phật dạy, liền lập tức phản đối giới ấy, khiến cho đức trung tín của nhà Nho cũng do nơi sự phản đối ấy mà diệt mất.

Như vậy chẳng phải là muốn bảo vệ đạo Nho mà ngược lại thành ra tổn hại đạo Nho đó sao?

Huống chi, đạo lớn của thánh hiền luôn vì lợi ích chung mà không vì lợi riêng, vua Nghiêu chí thành cung kính, thường khiêm tốn hạ mình cầu bậc hiền tài;[1] vua Thuấn bỏ ý mình, theo ý người;[2] vua Vũ không tự khoe mình tài giỏi, không tự đề cao công trạng của mình; Văn vương luôn cầu học được chỗ chưa biết trong đạo lý, không lúc nào dừng; lời dạy của tất cả những vị ấy có bao giờ phản bác, bài xích lẫn nhau đâu?

Mạnh tử phản bác Dương Chu, Mặc Địch, đó là chuyện vạn bất đắc dĩ, cũng ví như các vị thuốc đại hoàng, ba đậu,[3] thầy thuốc giỏi chỉ thỉnh thoảng mới dùng đến một lần, không thể mỗi ngày đều dùng. Nếu nói rằng công lao của Mạnh tử [đối với hậu thế] chỉ hoàn toàn ở nơi việc phản bác Dương, Mặc, vậy nếu như không có hai người ấy, lẽ nào Mạnh tử lại không đáng tôn xưng, kính trọng hay sao? Lẽ nào việc Mạnh tử được hậu thế muôn đời thờ phụng cung kính hóa ra lại là nhờ vào phúc ấm của Dương, Mặc hay sao?

[1] Ý này trích từ Nghiêu điển, tức là phần kể chuyện vua Nghiêu trong sách Thượng thư.

[2] Nghĩa là sẵn sàng chấp nhận những ý kiến đúng của người khác mà không cố chấp vào quan điểm sẵn có của mình. Câu này cũng có hàm ý từ sách Mạnh tử, chương Công Tôn Sửu thượng, tiết thứ 8: "善與人同，舍己從人，樂取於人以為善。- Thiện dữ nhân đồng, xả kỷ tòng nhân, nhạo thủ ư nhân dĩ vi thiện." (Điều thiện của mình và người ngang nhau thì bỏ của mình chọn lấy của người, ưa thích học lấy điều hay tốt của người, lấy đó là thiện.)

[3] Đại hoàng và ba đậu là những vị thuốc phải thận trọng khi dùng vì có thể gây các tác dụng không tốt nếu dùng thường xuyên. Hai vị này có thể kết hợp để trị chứng kiết lỵ đi tiêu ra máu.

Nho gia đời Tống thật không theo kịp Mạnh tử, nhưng tánh khí nóng nảy phẫn hận thì ngược lại vượt xa Mạnh tử. Người đời nay không theo kịp Nho gia đời Tống, nhưng tánh khí nóng nảy phẫn hận thì cũng vượt xa các Nho gia đời Tống. Từ nay về sau, thật không biết sẽ còn suy vi cho đến mức nào nữa. Tôi vì lo sợ việc ấy nên mới buộc lòng phải nói ra những lời này. Người đời ví như hiểu được lòng tôi [thì tốt], bằng ngược lại chê trách buộc tội tôi, cũng không có gì quan trọng.

QUYỂN BỐN

NHỮNG ĐIỀU TINH TẾ NÊN THẬN TRỌNG LƯU Ý

Những điều khi làm quan nên cấm

Người được làm quan là nhờ trải qua nhiều đời tu tập lòng từ, tu sửa đức độ, nên ngày hôm nay mới nhất thời được hưởng quan tước vinh hiển. Vì thế nên phải nhận lấy trách nhiệm hết lòng thương yêu nhân dân, bảo vệ muôn vật để không phụ ân sủng của triều đình.

Chỉ lấy riêng một việc cấm giết mổ súc vật mà nói, trong đó cũng che giấu nhiều điều lọc lừa dối trá khó nói hết. Xưa nay nha dịch thường quen thói dối lừa không thật, khiến cho quan trên dù sáng suốt vẫn thường rơi vào cảnh bị người giễu cợt.

- Người làm quan gặp những ngày như sinh nhật hoàng đế, lễ tiết trong năm, cho đến những ngày kỵ giỗ chung của cả nước,[1] thì cần phải dự tính và ban lệnh cấm giết mổ từ trước đó.
- Cấm giết thịt trâu cày, vốn là lệnh cấm theo chiếu lệnh triều đình, bất kỳ vương công, quan thuộc, tất cả các cấp đều phải

[1] Tức kỵ giỗ trong hoàng tộc, như ngày tưởng niệm các vua trước, hoàng hậu...

vâng theo nghiêm túc, không thể chỉ làm chiếu lệ. Cho nên, ngay khi vừa mới nhận chức quan, cần phải tập hợp tất cả nhân dân trong địa hạt mà ban bố, giải thích rõ lệnh cấm này.

- Cấm nhà đồ tể giết mổ trâu bò, không bằng ban lệnh cấm tất cả các nhà chung quanh [không được mua bán thịt trâu bò]. Các nhà chung quanh đã sợ tội [không dám mua bán], thì nhà giết mổ tự nhiên cũng phải buông dao.
- Các loại da trâu, xương trâu, sừng trâu, dây gân trâu... cần dùng trong quân đội chỉ một, hai phần, nhưng được dùng trong dân gian đến tám, chín phần. Nhu cầu lớn, ắt sẽ có người lén lút giết mổ. Vì thế, các vật dụng có dùng đến da trâu, xương trâu, sừng trâu... mà có thể dùng các loại tre trúc, cây gỗ để thay thế, nên hiểu dụ các nơi chế tạo, khuyến khích họ sử dụng các vật liệu thay thế này.
- Vào thời bình, không nên cho phép dân thường chứa giữ các loại binh khí đao kiếm, cung tên. Nên ban lệnh cấm đến các địa phương, không được phép tự ý chế tạo, mua bán đao kiếm, cung tên...
- Chó giữ nhà cùng những loài vật dưới nước như lươn, ếch, rùa, ốc... các loại xét thấy có thể cấm hẳn việc giết mổ, đánh bắt, thì cũng nên chính thức đưa vào bảng cấm.
- Đối với các nha dịch làm nhiệm vụ truy bắt, phải chọn người có tài đức, năng lực, phân công thay nhau tuần sát cũng như bí mật dò xét, nếu bắt được kẻ vi phạm lệnh cấm, nên áp dụng chế độ phạt tiền và dùng tiền đó thưởng cho người có công bắt được.
- Dân chài lưới sống trên thuyền bấp bênh không nơi nương tựa, sở dĩ không thể cấm hẳn được là do những vùng sông nước hiện nay áp dụng thuế khóa cao. Nếu có thể tâu xin triều đình miễn trừ thuế khóa, lại khuyến khích ngư dân khai khẩn đất hoang ven sông, ắt lợi tức thu hoạch được từ ruộng đất sẽ vượt xa hơn hẳn việc đánh bắt tôm cá trên sông. Như vậy, chẳng những vĩnh viễn

chấm dứt được sự tàn hại sinh linh, mà còn làm tăng được nguồn thu thuế ruộng cho đất nước, đó là một việc làm mà được lợi cả đôi đường.

- Những vị quan nào biết quý tiếc, thương xót vật mạng thì trong khắp địa phương do mình cai quản, ở những nơi sông suối ven đô, ngoại thành, đều nên thiết lập những khúc sông dành cho việc phóng sinh, khắc bia đá ghi chép rõ ràng để lại cho người đời sau được biết.
- Mỗi năm vào tháng mùa đông nên thông báo cho cư dân địa phương đều được rõ, không cho phép ngăn dòng tát nước bắt tôm cá. Nếu đã thiết lập những khúc sông dành cho việc phóng sinh, cần phải thường xuyên cho người kiểm soát.
- Những khi nước lớn vừa rút, người dân thường dựng đăng tre trên sông bắt cá, không biết rằng việc ấy làm ảnh hưởng dòng chảy của sông. Khi có nhiều người dựng đăng thả lờ, dòng nước nhất định sẽ chảy chậm lại, nếu có mưa lớn bất ngờ đổ xuống, nước không rút kịp, lúa thóc trên đồng ruộng ắt phải chịu thiệt hại lớn. Vì thế, trong khoảng giao thời giữa mùa hạ và mùa thu phải có sự kiểm tra hằng ngày, vừa phát hiện thì phá bỏ ngay.
- Những chốn núi sâu đồng hoang thường là nơi bọn tội phạm, kẻ gian tà lẩn trốn. Bọn chúng thường trang bị vũ khí như quân đội nhưng giả danh làm người săn bắn. Nếu có thể áp dụng lệnh cấm [săn bắn], ấy là bảo vệ được sinh linh, mà kỳ thật cũng là chặn đứng được mưu đồ của bọn chúng.
- Bọn người bắt chó bắn chim, hầu hết đều là những kẻ du thủ du thực, nếu bắt được nên khuyên bảo họ tìm nghề chân chánh mưu sinh. Nếu khuyên bảo nhiều lần không nghe, vẫn còn tái phạm, nên trị tội thật nghiêm khắc.
- Việc cấm giết mổ là điều tốt lành, không ngại làm nhiều lần, nếu gặp những khi trời khô hạn ít mưa, hoặc nhân ngày sinh của cha mẹ cũng nên áp dụng.

- Các vị thần linh dưới nước trên bộ, người quân tử chỉ nên cung kính mà tránh xa. Thân là mệnh quan triều đình, không nên trực tiếp đến thắp hương cầu đảo, cúng tế, làm khơi dậy ý tưởng giết hại vật mạng [để cúng tế] nơi người khác. Ví như có những người dân trong địa phương cùng nhau đứng tên cáo trình, xin lập miếu thờ các hạng thần linh nhận cúng tế bằng máu thịt chúng sinh, nhất định không thể chuẩn thuận.
- Vào những ngày cúng tế các vị thần, thường có những thị dân cùng nhóm họp thành hội, thành toán, [quyên góp tiền bạc,] giết mổ vật tế, trịnh trọng tế lễ cầu đảo. Tế lễ xong thì cùng nhau rượu thịt no say, rồi rước tượng thần đi dạo quanh phố chợ, khiến cho những người dân hiếu kỳ chen nhau đi xem, giẫm đạp lẫn nhau, thật là đau đớn đáng giận. Quan phủ địa phương nên nghiêm cấm việc này, đừng để lâu ngày thành hủ tục khó dứt.
- Những bọn đồng cốt, bói toán, thường dối gạt bịa đặt chuyện họa phúc, xui người cầu đảo cúng tế, nhưng người bình dân ít học lại hết sức tin theo, vì thế nên đối với lời nói của bọn họ đều không dám bỏ qua, khiến cho kẻ mang bệnh thì không thuyên giảm, kẻ không có bệnh lại sớm rơi vào cảnh đói nghèo túng thiếu, thường thường vẫn là như vậy. Quan phụ mẫu có đức hiếu sinh nên dùng pháp luật mà trừng trị những trường hợp này.
- Những bậc có lòng trung hiếu tiết nghĩa, người dân vì họ xây dựng miếu thờ, tất nhiên rất đáng ngợi khen khích lệ, để tạo thành phong tục tốt đẹp. Tuy nhiên, đã có miếu thờ ắt theo lệ xưa nay sẽ có hai kỳ tế tự xuân thu, nên từ đó về sau sẽ giết hại vật mạng nhiều vô số, không lúc nào dừng, như thế đâu phải là ý muốn của kẻ nhân từ đức độ? Vì thế, nếu là quan phủ có đức hiếu sinh, nên có sự thay đổi, cho phép những trường hợp ấy được ghi vào sử sách nhưng không nhất thiết phải dựng thành miếu thờ.

- Những nhà có việc thưa kiện, trước hết vì việc chiêu đãi kẻ chức quyền nên không một ngày nào mà không giết hại vật mạng. Vì thế, việc thưa kiện càng ít, ắt vật mạng bị giết hại cũng ít. Cho nên, quan phụ mẫu có đức hiếu sinh không thể xem nhẹ việc chuẩn nhận các đơn thưa kiện.
- Quan viên có đức hiếu sinh thì trước khi chuyển đi nơi khác, vào ngày cuối cùng nên đem những phương pháp bảo vệ vật mạng mà mình đã áp dụng, khẩn thiết ân cần chuyển giao, dặn dò lại vị quan kế nhiệm.

Những điều nên áp dụng trong gia đình

Thế gian suy mạt ít có nhà hiền lương tốt đẹp, cõi thiên cung thì phước báu càng tăng. Tôi thường nghe rằng, một việc lành có thể hóa giải điềm dữ, huống chi có thể ban ơn cứu nhiều mạng sống? Ông bà cha mẹ trước có kiên trì giữ giới không giết hại, thì cháu con về sau mới có thể noi theo khuôn phép. Đừng xem nhẹ sinh mạng nhỏ nhoi của muôn loài vật, xin hãy thử lắng nghe kẻ quê mùa này.

- Người có đức hiếu sinh thì ngay trong gia đình mình nên có sự giáo hóa bằng đạo lý nhân từ, khiến cho tất cả mọi người, trên dưới già trẻ lớn bé đều không bao giờ nghĩ đến việc giết hại vật mạng, đó là điều đáng quý nhất.
- Vào những ngày kỵ giỗ, sinh nhật, nên thiết lập thành thông lệ, thường mua vật mạng phóng sinh.
- Gia đình tu tích phước đức nhiều đời, nếu muốn cảm hóa những người trong tộc họ, không gì hơn là ngay trong gia phả của tộc họ cùng thảo luận đưa vào một bản công ước để tất cả mọi người cùng tuân theo. Trong đó quy định rõ, người trong tộc họ dù nghèo khổ phải tìm việc mưu sinh cũng nhất quyết không được làm các nghề đồ tể, mua bán rượu thịt, làm đầu bếp, lưới cá, săn bắn, bẫy thú... hết thảy các nghề liên quan đến giết hại

vật mạng đều không được làm. Cũng không được làm nghề chế tạo các công cụ giết hại chim cá cầm thú như lưới, nơm, chỉa đâm, cung tên, súng, lồng nhốt thú... Nếu có người trong tộc họ vi phạm vào công ước này thì vị trưởng tộc sẽ nhóm họp tất cả mọi người nơi từ đường của tộc họ và nghiêm trị kẻ vi phạm về tội bất hiếu.

- Đối với những người giúp việc trong gia đình, nếu có ai theo các nghề nghiệp giết hại vật mạng, phải khuyên bảo họ gấp rút sửa đổi, nếu không nghe liền trục xuất ra khỏi nhà.
- Người dân thường sở dĩ dám dựng đăng, đặt lờ bắt cá giữa sông [vi phạm lệnh cấm], thường là dựa vào các nhà hào phú quyền thế. Nhà quyền thế tham mối lợi từ những lễ vật biếu xén nên buông thả cho họ phạm pháp, tạo nghiệp giết hại. Người có đức hiếu sinh phải thận trọng giữ mình, chớ tham mối lợi ấy.
- Một số vùng ven biển có lệ, điền chủ khi thu tô thuế của tá điền, mỗi mẫu đất đều kèm theo một số gà vịt. Nên khuyên các nhà có ruộng thay đổi lệ ấy, chuyển sang dùng các vật phẩm thay thế khác.
- Gà, chó, chim ưng, mèo, cá vàng, dế đá... cùng những con vật làm hại đến vật khác, đều không nên nuôi dưỡng trong nhà.
- Lúa chưa xay thành gạo thì dù để qua năm cũng không thay đổi mùi vị, sang mùa hạ mùa thu, cần dùng lúc nào thì xay ra lúc ấy, mùi vị không khác gạo mới, lại không có sâu mọt sinh ra. Vì thế, thay vì tích trữ gạo thì nên tích trữ lúa.
- Sâu mọt sinh ra trong gạo, đa phần đều bị chết trong lúc mang ra làm sạch, vo gạo nấu thành cơm. Vì thế, nên tính toán trước số gạo sẽ dùng mỗi ngày, lấy ra trước đó vài ba hôm, trải mỏng hong trên mặt đồ chứa, để cho sâu mọt có cơ hội bò thoát đi hết rồi mới dùng đến. Nếu vẫn còn sót lại con nào, nên dùng một món đồ chứa đã bỏ đi để cho chúng vào đó.

- Trong gạo còn có một loại trùng cực nhỏ, chỉ như lớp phấn bao quanh hạt gạo, số lượng nhiều vô cùng. Loại trùng này thường do gạo để gần chất gỗ ẩm ướt mà sinh ra. Vì thế, nắp gỗ đậy trên khạp gạo phải giữ thật khô ráo. Dụng cụ để hong gạo trước khi nấu cũng vậy.
- Nắp gỗ đậy khạp gạo nên cất riêng một nơi, sang năm sau dùng lại, [đừng dùng làm củi đốt]. Như vậy không chỉ tránh cho trùng sinh ra trong gỗ không bị đốt cháy, mà còn giúp giữ cho gạo có màu trắng sạch.
- Không nên chất củi ở gần nơi đặt khạp gạo, vì trong gạo có rất nhiều những con trùng nhỏ, nếu đặt gần củi, chúng sẽ chui vào trong củi [sau đó phải bị đốt cháy].
- Lúa mạch chứa trữ rất dễ sinh ra sâu bướm, nên mang phơi ngoài nắng nóng khoảng vài ba hôm cho chúng đi hết rồi mới chứa vào vựa. Sau khi cất chứa trong vựa, phải tránh không cho gió vào [gây ẩm]. Nếu số lượng quá ít không đủ cho vào vựa, phải chứa trong khạp thì nên rải một ít tro trên bề mặt để hút ẩm. Trong trường hợp lúa mạch sinh ra quá nhiều sâu bướm, nên cho vào một vật chứa riêng biệt để đợi chúng đi hết.
- Chứa củi trong bếp nên chọn nơi thật khô ráo. Phần củi ở dưới cùng thường ẩm thấp sinh trùng, mỗi ngày nên mang ra phơi nắng một lần trước khi dùng để nấu nướng. Mỗi khi cần dập lửa, không được dùng nước có trùng trong đó, cũng không được ném củi cháy vào chỗ đất có trùng sinh sống.
- Vào mùa hè cúng tế táo thần, hoặc nơi phần mộ tổ tiên, thường đốt giấy vàng bạc có thể làm hại đến sinh mạng những loài côn trùng nhỏ trên mặt đất bị đốt. Vì thế, nên chọn chỗ đất cứng chắc, quét sạch đôi ba lượt rồi nhanh chóng đốt ở trên đó, để côn trùng không kịp tìm đến mà bị hại.
- Khi làm tương nếu dùng nước mưa hứng vào tiết vũ thủy thì

vị ngọt mà ít sinh trùng.[1] Nếu phát hiện trong tương có trùng, nên chứa riêng ra một khạp, tìm cách tách hết trùng ra rồi mới cho vào lại. Nếu trong giấm ăn có sinh trùng cũng làm như vậy.

- Trong mùa hè, các loại bột mì, bột gạo, bánh bột cùng các loại thức ăn ngon được lưu trữ, thỉnh thoảng đều nên mang ra phơi nắng [để tránh sinh trùng].
- Vào mùa hè, các dược liệu chứa trữ cũng rất dễ sinh trùng, người bào chế thuốc phải hết sức thận trọng.
- Mỗi khi cắt tóc vụn không nên ném bỏ xuống sông, vì tóc vụn vào bên trong vỏ các loại sò, ốc, hến thì chúng sẽ bị tóc đâm mà chết.
- Những nô tỳ giúp việc thường ghét kiến bò lên bếp, một khi nhìn thấy ắt ra tay giết sạch. Nếu mỗi buổi chiều đều chứa đầy nước trong nồi thì kiến sẽ không thể vào nồi rồi bò qua bếp.
- Vào mùa hè, những người giúp việc trong nhà thường nhóm lửa trong các phòng để xua muỗi, nhân đó rất dễ gây ra hỏa hoạn, nên phạt nặng việc này.
- Nước gội đầu hoặc tắm rửa đều có hơi nóng, không được tùy tiện đổ tràn trên đất, vì các tháng mùa hè thì khắp nơi trên mặt đất đều có các loại trùng nhỏ sinh sống.
- Khi rửa các thứ ướp muối cũng như đồ vật đựng muối, phải dùng nước trong pha loãng đi rồi mới được đổ lên mặt đất.

Những điều nên áp dụng vào các dịp lễ mừng

Con người gặp dịp mừng vui thì chúng sinh nhiều loài phải rơi lệ đối mặt với bi thương thảm khốc. Tấm thân nhỏ nhoi một khi đã bị chủ quyết định phải dâng lên đãi khách thì mỗi đêm còn được sống phải ngàn lần run sợ. Ai biết trước chuyện

[1] Nước mưa hứng vào tiết vũ thủy gọi là "mai hoa thủy". Ngoài ra, nếu thu chứa lại một số tuyết rơi vào khoảng cuối xuân đầu hạ, rồi dùng nước ấy làm tương, giấm thì cũng không sinh trùng. (Phụ đính của tiên sinh Tưởng Tân Ngu.)

nghiệp duyên rồi sẽ gặp lại, oán cừu lần lượt tìm nhau? Khi ấy e rằng đã mang lông đội sừng, có miệng không thể nói thành lời, rồi cũng phải cúi đầu chịu dắt lôi vào chỗ chết, [có khác gì những con vật hôm nay]?

- Người có đức hiếu sinh, khi bản thân đang được vinh hiển phú quý, gặp những dịp lễ mừng của quan chức đương triều, nếu có thể dùng các món lễ vật khác để chúc mừng thay cho rượu thịt thì nên làm như vậy.
- Quan chức từ xa xôi tìm đến thăm, nên dùng các bức họa, thư pháp, đồ cổ quý giá cùng các sách khuyến thiện để trao tặng. Nếu bất đắc dĩ phải bày tiệc khoản đãi cũng không được giết hại vật mạng.
- Quan phủ lui tới nên cung kính đủ lễ, nhưng không được dùng lễ vật là những con vật còn sống.
- Lễ mừng thọ của cha mẹ, nếu thân hữu có góp tiền mừng thọ, nên mang số tiền ấy làm việc thiện, phải liệt kê đầy đủ họ tên những người góp tiền.
- Lễ chúc thọ ngày nay thường liên hệ đến phong thái kiêu căng của con người thời suy mạt. Người xưa hơn sáu mươi tuổi còn chưa chúc thọ, huống chi những kẻ chỉ mới ba, bốn mươi tuổi? Nếu không muốn làm trái thế tục, ít nhất cũng nên đợi trên sáu mươi tuổi, sau đó cứ mười năm mừng thọ một lần còn có thể được.
- Bạn bè thân quyến nếu có người sắp lên đường dự thi, hoặc đi nhậm chức, hoặc đi buôn bán xa, không thể không có sự tiễn biệt, nên dùng tiền bạc, quà biếu để thay cho yến tiệc linh đình, như vậy thì đôi bên đều được phước [vì tránh được sự giết hại] .
- Khi người thân gặp chuyện tốt đẹp, lúc đã đạt được rồi cũng không cần phải hối hả chúc mừng. Vì nếu điều tốt đẹp quả thật thuộc về mình, càng không nên phô trương ra bên

ngoài.

- Học trò chuẩn bị đi thi Hương, thi Hội, phần lớn là bạn bè thân quyến cùng nhau góp tiền rồi tổ chức cúng tế cầu đảo Văn Xương Đế quân, Quan Thánh Đế quân. Người thấu hiểu lý lẽ phải hết sức từ chối, ngăn chặn việc này.
- Trong nhà gặp chuyện tốt đẹp, bất đắc dĩ phải bày tiệc mừng, nên hạn định trước số bàn tiệc. Nếu nhằm các ngày rằm, mồng một, nên dùng các loại rau quả tinh sạch [thay cho thịt cá].
- Vùng Giang Bắc có tục lệ mỗi khi bày tiệc đãi khách luôn chuẩn bị sẵn mấy mâm cơm chay. Như vậy chẳng những tu tích phước đức, mà cũng tiện cho những thân hữu ăn chay. Cách làm đó rất tốt, người có đức hiếu sinh nên bắt chước làm theo, duy trì thành một phong tục tốt đẹp.
- Thân hữu ở xa có việc mừng, bất đắc dĩ phải thân hành đến chúc mừng, không nên mang theo quá đông người.
- Nếu thân hữu đặc biệt muốn bày tiệc chiêu đãi riêng mình thì trước đó vài ba hôm nên tìm cách nói rõ cho người ấy biết, hoặc từ chối vì mình gặp kỳ ăn chay, hoặc từ chối rằng mình chỉ ăn đúng bữa, hoặc từ chối vì không ăn con vật giết riêng để đãi mình, nhờ đó có thể giúp giảm bớt rất nhiều sự giết hại.
- Đến dự tiệc ở nhà người khác, nếu thấy họ vì mình mà giết hại vật mạng rất nhiều, người có đức hiếu sinh nên buông đũa đứng dậy, vái chào mà về.
- Nếu có bạn bè thân quyến mắc bệnh, người có đức hiếu sinh không nên bày chuyện thu góp tiền bạc cúng tế cầu đảo tà thần ác quỷ. Nếu có người khác đem việc ấy bàn bạc kêu gọi mình đóng góp, nên đem lời Phật dạy mà trình bày rõ ràng với họ, chỉ rõ lẽ nhân quả, nói cho họ biết việc quỷ thần không hưởng đồ phi lễ, nêu rõ việc sống chết đều do nghiệp

lực đã tạo quyết định, khiến cho người ấy tự biết nghĩ lại mà từ bỏ việc ấy, được như vậy là tốt nhất.

- Nhà giàu có những khi nạp thê thiếp, người đến chúc mừng thường có cả những bọn không biết xấu hổ, đòi bày tiệc rượu mừng. Thói xấu ấy phải thận trọng không được tán thành nuôi dưỡng.

Những điều nên áp dụng trong việc cưới hỏi

Nam nữ đôi bên, do nhân duyên ngẫu nhiên hòa hợp kết thành hôn nhân, nguyện sống cùng nhau đến răng long đầu bạc. Ngày hợp hôn tốt đẹp, khí lành bao phủ khắp nhà trong sân trước, nhưng tiếc thay chuyện nấu nướng giết hại vật mạng lại càng thêm quá độ. Thương thay cho những lứa đôi trong loài vật, cũng là duyên vợ chồng thắm thiết, nhưng chỉ do đời trước thiếu tâm từ nên hôm nay phải cùng nhau đền mạng.

- Con em nhà mình lo việc cưới hỏi chưa xong thì không nên dễ duôi lui tới bên nhà gái, [vì khiến họ phải lo việc đãi đằng mà giết hại vật mạng].
- Nhà giàu có quan quyền, mỗi khi có việc hôn sự thường thết đãi tiệc rượu linh đình, nhân đó mà trai gái đùa bỡn cợt nhã trở thành hỗn tạp không nghiêm túc, gây hại không nhỏ. Chỉ vì người ta không nghĩ đến việc hôn nhân là một nghi lễ tốt đẹp mà ngay từ ngày khởi đầu đã khởi ra cả một cuộc bỡn cợt hí lộng, liệu còn điều gì có thể là chẳng lành hơn thế nữa, thật đáng ngăn ngừa biết bao!
- Mỗi khi cưới vợ, người ta thường có tục dùng vật sống cúng tế cầu đảo các thần Ngũ thánh.[1] Cúng tế cầu đảo xong rồi mới làm lễ thành hôn, bày tiệc đãi khách. Sở dĩ có việc tạc

[1] Những vị thần theo mê tín của dân gian, phổ biến ở vùng Giang Nam, còn có nhiều tên gọi khác như Ngũ hiển linh công, Ngũ lang thần. Trong khoảng niên hiệu Khang Hy triều Thanh, quan phủ từng có lần tích cực bài trừ, hủy bỏ tượng thần, đập phá các miếu thờ.

tượng gỗ mà thờ các tà thần này, chỉ nhân vì có truyền thuyết "ngũ thánh gặt lúa", dân gian dựa vào đó mà cúng tế không thôi. Nếu là người tốt, có hiểu biết, sao có thể làm theo như vậy? Nên dứt bỏ hoàn toàn hủ tục ấy đi.

- Mỗi khi tổ chức hôn nhân, bày tiệc đãi khách cũng là lễ tục không thể bỏ, nhưng cách làm mỗi ngày một thêm xa xỉ, khách mời càng thêm đông đúc. Nếu muốn duy trì phong tục tốt đẹp, nên lấy việc kiệm ước làm quy tắc.
- Trong việc hôn nhân, lễ tục xưa quy định nhiều lễ như lễ thân nghênh, lễ tam triêu, lễ mãn nguyệt, lễ quy trữ...[1] đều có thể tổ chức giản dị hơn, không nhất thiết phải bày tiệc đãi khách.
- Trong việc tổ chức hôn lễ, trừ ra những người thân thích cố cựu, bất đắc dĩ không thể không mời, ngoài ra không nên lạm dụng dịp này để mời mọc quan khách quá nhiều.
- Những người mai mối, những kẻ làm bếp, khi đến nhà trai thường nói nhiều về việc nhà gái tổ chức đãi đằng linh đình thịnh soạn, đến nhà gái lại cũng nói về nhà trai như vậy. Qua lại giữa hai nhà, chung quy đều muốn xúi giục việc tổ chức ăn uống cho thật linh đình. Phải thận trọng đừng để họ mê hoặc lừa bịp.
- Đối với những người giúp việc nghi lễ, âm nhạc, bếp núc... trong hôn sự, nên đơn giản chuyện ăn uống, đừng quá thịnh soạn linh đình, nhưng tặng thưởng tiền bạc xứng đáng cho công lao của họ.

[1] Phần lớn các lễ tục này ngày nay không còn nữa hoặc đã giản lược đi. Như *thân nghênh* là lễ gia đình nhà chồng sang tận nhà cô dâu để đón về (rước dâu) tuy vẫn còn giữ nhưng đơn giản hơn nhiều; lễ *tam triêu* còn gọi là lễ phản diện, quy định 3 ngày sau khi cưới thì cô dâu trở về nhà thăm cha mẹ, lễ *mãn nguyệt* là sau một tháng, lễ *quy trữ* cũng là nghi lễ cô dâu về thăm lại cha mẹ ruột...

Những điều nên áp dụng trong việc tang ma

Một khi có người thân qua đời, chỉ cần nghĩ đến việc giọng nói tiếng cười của người ấy từ nay không bao giờ còn được nghe lại nữa, thì sự buồn rầu đã bao trùm như sương mùa thu, như móc mùa xuân. Trong lúc ấy lại giết hại vật mạng dâng lên cúng tế để mong hương hồn người chết quay về thọ hưởng, thật chẳng biết rằng như thế chỉ ngược lại làm tăng thêm oan nghiệt cho người đã khuất. Sao bằng kính vâng lời Phật dạy, kiên trì giữ theo Năm giới, quy y Tam bảo. Người đã khuất như còn chưa siêu độ, tấm lòng con cái vẫn chưa yên. Phận làm con phải khắc cốt ghi tâm như vậy.

- Một khi cha mẹ qua đời, phải kiêng giữ không làm chuyện phòng the, dứt bỏ hoàn toàn rượu thịt, tất cả người thân trong gia đình đều phải ăn chay ít nhất trong 49 ngày, chí thành tụng kinh niệm Phật, việc cúng tế chỉ được dùng rau quả.
- Người giàu có quyền thế, một khi gặp tang sự ắt có rất nhiều khách đến điếu viếng, cúng tế người chết, giết hại vật mạng nhiều không kể xiết. Vì thế, trước hết nên cho viết bốn chữ lớn *"không cúng đồ mặn"* dán ngay trước cửa. Nếu có người vẫn mang những đồ cúng như heo quay, gà luộc v.v... thì phải nhất quyết cự tuyệt.
- Người xưa thọ tang cha mẹ, sau ngày tuần giáp năm mới bắt đầu ăn uống rau quả bình thường. Trong thời gian một năm thọ tang, cơm rau còn không muốn ăn, huống chi lại có thể thỏa thích với những món cao lương mỹ vị hay sao? Vì thế, người làm con nếu thực sự nghĩ đến công ơn cha mẹ thì để tang cha mẹ nên phát nguyện ăn chay trong vòng ba năm.
- Những ngày lễ tiết, kỵ giỗ trong năm, nên hết lòng làm thiện tích phúc, hoặc tụng kinh, bố thí thức ăn, hoặc tạo tác thánh tượng, hoặc mua vật phóng sinh, nên tùy sức mà làm, nhưng nhất định không được giết hại vật mạng để cúng tế.

- Cha mẹ dù đã khuất, những ngày tưởng niệm, kỵ giỗ nên làm nhiều việc thiện, hồi hướng phước lành cho cha mẹ.
- Khi xây dựng hoặc tu sửa phần mộ cha mẹ, đối với công nhân xây dựng nên đợi xong việc rồi thưởng công bằng tiền xứng đáng, tuyệt đối không vì chiêu đãi họ mà giết hại vật mạng.
- Trong nghi lễ cúng tế phần mộ tổ tiên, việc dâng cúng chỉ nên dùng lụa giấy, không được nghe theo người khác bày chuyện hiến tế vật mạng. Bậc thiên tử thờ phụng tổ tiên còn hạn định không quá bảy đời, ngoài ra các đời trước nữa đều chuyển vào thờ chung với tông miếu tổ tiên. Đối với thường dân cúng tế tổ tiên xa xôi đời trước mà bày chuyện giết hại vật mạng hiến tế, đó là lạm dụng lễ nghi tế tự. Huống chi phong tục cúng tế nơi phần mộ theo nghi lễ thời xưa vốn thật không có, nay dù có muốn tùy thuận theo người đời nay mà cúng kính, cũng đâu nhất thiết phải giết hại vật mạng? Người con hiếu biết thương yêu cha mẹ ắt phải lấy việc tự mình nỗ lực tu sửa đức hạnh làm chính, không thể tin theo những việc sai lầm như vậy.

Những điều nên làm trong việc xây dựng

Trong việc xây dựng, lớn thì như thành quách, cung điện, dinh thự, nhỏ thì như mái tranh giậu trúc, chỉ riêng việc vận chuyển ngói gạch, vật liệu cũng đã gây họa lớn cho biết bao côn trùng kiến, dế... Xin đừng giết hại để khao đãi nhân công, khiến loài vật phải tan đàn xẻ nghé. Kẻ mê muội nghe qua lời này ắt phải sinh nghi, người có trí lo tu sửa vun bồi đức tốt.

- Việc tu sửa cung điện, đền đài, nhà cửa cho đến hết thảy những công trình xây dựng trong dân gian, nên chọn làm vào mùa đông, là lúc trăm loại côn trùng đều diệt mất.
- Hết thảy cầu đường, tự viện v.v... nếu không liên quan đến

Tam bảo, lợi ích cho đời sống của người dân thì không nên khởi công xây dựng, tu sửa.

- Mỗi khi khởi công xây dựng thường có lệ dâng rượu cúng thổ thần, tốt nhất chỉ nên dùng rau quả.
- Khai mở hoặc nạo vét tu sửa kênh rạch sông ngòi, theo lệ thường phải tát cạn nước ở nơi thi công. Người phụ trách trước đó nên có sự chuẩn bị, yết bảng cấm rõ ràng, tránh tình trạng dân cư quanh vùng thừa dịp nước cạn đến bắt cá tôm.
- Trong lớp bùn dưới sông có rất nhiều loài vật sinh sống như ốc, trai, sò, hến... Nếu lớp bùn ấy bị đưa ra khỏi nước sông, tất cả đều phải chết. Vì thế, nếu phải tu sửa, đắp đê ven sông, nên chọn một nơi chuyên biệt lấy đất [thay vì vét bùn dưới sông để đắp]. Nếu không thể làm được như thế, thì nên chú ý trong lúc thi công có nhìn thấy con vật nào liền tìm cách cứu vớt.
- Tu sửa xây dựng phần mộ, phía trước nên chôn một tảng đá vuông lớn làm chỗ để đốt lụa giấy, nếu ngày sau quanh đó mọc đầy cỏ khô, có thể đốt giấy ở giữa tảng đá, cẩn thận không gây cháy lan. Nếu ở gần nhà dân, khi đốt giấy trước quan tài còn quàn tạm, càng phải hết sức thận trọng.
- Các loại thuyền bè bằng gỗ, bằng tre, khi dùng lâu dưới nước nhất định sẽ có các loại ốc bám vào bên dưới. Vì thế, trước khi có việc phải đưa lên cạn, cần chú ý gỡ sạch chúng ra thả xuống sông.
- Khi đập phá tường rào cũ, hoặc đốn cây lớn, nếu thấy các loài rắn, rết, bọ cạp... bò ra, nên lưu ý dặn dò những người làm công hãy thả cho chúng đi.
- Tháo dỡ nhà cũ, bên trong những kèo, cột, đòn tay v.v... thường có những chỗ gỗ mục, nhiều loại trùng, mối, mọt... sinh sống trong đó, không nên dùng ngay làm củi đốt. Đối với giậu tre, rào trúc... cũng tương tự như vậy.

- Khi tôi vôi bằng cách cho vôi sống vào nước, nên chọn chỗ đất sạch, không có trùng bọ. Nên sử dụng nước lấy từ dòng chảy, không nên dùng nước trong các ao, vũng tù đọng, vì nước tù đọng thường có nhiều loại thủy trùng sinh sống trong đó.
- Khi dùng bùn đắp vách, trong bùn thường có nhiều trùng nhỏ sinh sống. Thay vì vậy, nên chọn chỗ đất sạch, đào [bỏ lớp đất mặt, lấy sâu] xuống khoảng 6 tấc thì không có trùng, có thể dùng đất ấy nhồi thành bùn để sử dụng. Không được chọn những nơi gần ngòi rãnh, giếng nước đang sử dụng.
- Chung quanh các khoảng sân rộng nên khai nhiều mương rãnh thoát nước để không có nước đọng, không sinh ra các giống thủy trùng.
- Gạch, ngói, gỗ, đá dùng trong xây dựng, nếu chất chứa ở nơi ẩm thấp sẽ có nhiều côn trùng nhỏ chui rúc vào sống. Khi sử dụng đến cần có phương tiện khéo léo để bảo vệ chúng.
- Khi đắp bếp nấu ăn, nên dùng ba phần vôi khoáng, bảy phần bùn cát, trộn đều rồi đắp nền bên dưới, đặt bếp phía trên, như vậy thì về sau loài kiến sẽ không bò lên bếp.
- Bếp cũ dùng lâu năm thường có kiến chui rúc bên trong. Khi tu sửa, đắp bếp mới, trước đó một ngày nên đập vỡ bếp cũ, để cho kiến bò đi hết rồi hãy khởi công đắp bếp mới.
- Đòn tay bằng tre dưới mái tranh, ở những chỗ cong xuống vào mùa mưa thường đọng nước, nhân đó dễ sinh thủy trùng, nên dùng các đoạn tre thẳng chẻ ra tháp vào những nơi đó để hạn chế.
- Những nơi gần bờ sông không được làm nhà vệ sinh, vì sợ những loài trùng nhỏ trong sông nếu theo nước vào sẽ chết trong phẩn uế.
- Đối với việc ăn uống của nhân công khi xây dựng, tất nhiên rất khó để giảm bớt rượu thịt, nhưng nên dùng cá, thịt mua số nhiều ở chợ về ướp muối để dùng dần, [tránh được việc trực tiếp giết hại].

Những điều cần lưu ý khi sử dụng đồ chứa

Quan sát kỹ các loại đồ dùng để chứa đựng, [nếu có chứa nước thì] vào những tháng mùa hạ đều có nhiều loài trùng rất nhỏ sống trong đó. Một khi ngọn gió bấc sang mùa vừa thổi đến thì tất cả đều bỏ mạng, không thể sống qua đến tiết đông lạnh giá. Tuy nhiên, đang khi vẫn còn được sống thì chúng cũng biết tham sống sợ chết chẳng khác chi con người, nên đừng cho rằng việc bảo vệ mạng sống những sinh vật nhỏ nhoi ấy chẳng có công đức gì. Nên biết, tuy thân hình lớn nhỏ có khác nhau, nhưng sự tri giác, cảm nhận của vạn loại sinh linh đều không khác.

- Hết thảy các loại lu, hũ, vò chứa để ngoài sân, nếu không dùng đến đều nên úp xuống để chúng không tích chứa nước bên trong, sinh ra thủy trùng.
- Trong bếp thường có nhiều kiến là do mùi hôi tanh của thức ăn mời gọi chúng đến. Nên dặn dò những người làm bếp phải luôn giữ cho nhà bếp thật sạch sẽ, đó là cách để tránh được việc giết kiến.
- Các loại chén bát, mâm, nồi, chảo... từng chứa qua dầu mỡ hoặc thức ăn tanh, không nên để ở những nơi thấp.
- Khi cất rượu, người thợ thường dùng nước sôi tráng rửa vò rượu. Nếu thấy trong vò có tích nước, chắc chắn có thủy trùng, nên nghiêng đổ nước ấy vào sông, hồ trước khi cho nước sôi vào rửa vò. Nếu có những con nhện nhỏ sống trong vò, nên bắt chúng thả ra bên ngoài.
- Loài muỗi rất ưa thích mùi rượu, thường chết chìm trong những nơi chứa rượu. Vì thế, các vò, hũ, bình đựng rượu đều nên đậy kỹ.
- Nước nóng, nước sôi không được đổ bừa lên những chỗ đất có côn trùng sinh sống hoặc bụi cỏ xanh tốt rậm rạp.
- Trước khi pha trà, nên mang những bồn đồng, chậu gỗ...

dùng trong việc pha trà rửa trong nước hồ, sau đó hãy cho nước sôi vào pha trà.

- Vào mùa hè, trên mặt than củi thường có nhiều loại trùng nhỏ sinh sống, nên mang ra phơi nắng [để chúng tránh đi] trước khi cho vào lò đốt.
- Múc nước cho vào vò để cất rượu, tốt nhất nên dùng bát sứ màu trắng sạch.
- Lần đầu tiên chứa nước mưa vào lu, vại... nên cho vào một ít than sạch đang cháy đỏ, như vậy sẽ không sinh trùng. Nếu đã lỡ sinh trùng rồi thì nên dùng một khăn lụa mỏng bọc quanh bên ngoài giỏ tre rồi nhẹ nhàng đặt giỏ vào nước, lấy nước bên trong giỏ ấy mà dùng sẽ không có trùng, cứu được lũ trùng không bị mang đi nấu nước pha trà.
- Nước trong lu, vại... nếu có mùi hôi không thể dùng pha trà, gặp nơi sông, suối đều xa, đi lại không tiện, nên dùng giỏ tre bọc vải lụa mỏng chung quanh để lọc nước sẽ giảm thiểu được trùng trong nước, không phải vất vả ra sông ngay. Nếu làm thế vẫn không được, nên cho nước ấy vào một cái vại riêng rồi để mặc cho trùng sinh sống trong đó.
- Các lu, vại chứa nước đã sinh trùng nhiều trong đó, nên đậy kỹ không cho nước mưa từ mái nhà chảy vào, vì sợ khi mưa lớn nước tràn, thủy trùng bị cuốn theo ra ngoài sẽ chết.
- Hộp thiếc, bình sứ... nếu trước đây từng dùng chứa các loại thức ăn, mùi vị chưa thể mất hết, vào mùa nắng nóng ắt phát sinh các loại trùng nhỏ, nên khi dùng không được rót nước sôi vào ngay, [nên rửa qua trước bằng nước lạnh].
- Bình hoa, chén nước... đặt trên bàn, chỉ cần để qua vài hôm trong mùa nắng nóng là đã sinh trùng trong nước, vì thế không được mang đổ bừa ra đất.
- Đèn lửa thắp trong mùa hè thường có rất nhiều loại bướm đêm, thiêu thân bay vào chết, nên làm một cái giá gỗ nhỏ có

khung bao quanh đèn, dùng lụa cực mỏng phủ kín lại. Nếu không, có thể dùng một chụp đồng mỏng có lỗ thông khí che kín phía trên đèn.

- Khi chế tạo các vật dụng, đồ chứa bằng tre trúc, cây gỗ, nên dùng các loại xuyên tiêu, lưu hoàng cho vào nước đun lên luộc qua, sẽ tránh không bị mọt ăn vào trong.
- Cán bút dùng vải xanh bọc kín sẽ không bị mọt ăn.
- Các loại áo, mũ bằng lông cừu, lông chồn, chỉ cần treo ở nơi thoáng gió, không gần chỗ có phấn hoa dương liễu, không gần chỗ chứa lúa gạo, thì không bị mọt ăn.
- Áo dạ dùng *sinh dụ*[1] xát vào sẽ không bị mọt ăn.
- Các loại tre, trúc, cây gỗ, nếu muốn ngâm vào nước sông để tẩy rửa thì trước hết phải quan sát làm sạch những con vật nhỏ đang bám vào chúng. Khi ngâm dưới sông cũng không nên để qua đêm.
- Các vật dụng, đồ chứa sau khi ngâm rửa xong [phải úp xuống cho khô ráo,] không được chứa đầy nước sông bên trong.

Những điều cần lưu ý khi trồng cây

Hoa tươi rực rỡ khắp nơi, cỏ đẹp đầy sân xanh tốt, tĩnh tâm suy xét, đều có thể là nguyên nhân dẫn đến giết vật hại mạng, nhất là đến tiết thu mát mẻ thì càng xảy ra nhiều hơn nữa. Một khi nhìn thấy hoa thơm cỏ lạ, liền nghĩ ngay đến việc bày tiệc rượu đãi khách. Kẻ tham ăn thấy vậy đều hân hoan, còn loài vật thì do đó mà bỏ mạng!

- Có đến một nửa số điền chủ dùng bùn sông bón ruộng, như vậy hại chết rất nhiều vật mạng. Nếu có thể thay thế bằng loại phân bón khác thì rất nên làm.

---

[1] Sinh dụ (生芋): chúng tôi chưa tìm biết được cụm danh từ này có chỉ đến một loại thực vật đặc biệt nào không. Nếu hiểu theo nghĩa thông thường thì đây là củ khoai sọ để sống.

- Những vùng ven biển, loài cáy sinh sống rất nhiều, người làm ruộng thường bắt lấy giã nát đem bón ruộng cho tốt lúa. Nếu có thể cấm được việc này thì rất nên ban lệnh cấm.
- Người trồng trúc thường dùng bùn sông bón lót cho tốt cây, không biết rằng bùn sông thật không tốt bằng tro ẩm. Hơn nữa, tro có thể làm xốp đất, còn bùn sông lại thường sinh ra các loài mối mọt.
- Trúc vừa nảy mầm con, lúc muốn bứng trồng cần phải hết sức chú ý, vì vào mùa xuân thì dưới đất đâu đâu cũng có côn trùng. Khi muốn bứng dời các loại hoa cỏ đi nơi khác, cũng phải chú ý như vậy.
- Các loại cây thân gỗ như hoa đào, hoa mai, cây du, cây liễu... thường sinh ra một loại sâu lông nhỏ. Nếu vào ngày tiết thanh minh, lúc nửa đêm dùng một cọng lúa ma[1] buộc quanh thân cây thì sẽ rất ít hóa sâu.
- Trên thân cây quế nếu dùng một nhánh mè buộc vào sẽ hạn chế không sinh mọt trong thân.
- Muốn chặt tỉa bớt cành nhánh um tùm trên cây, chỉ nên làm vào mùa xuân, mùa đông, không nên làm vào mùa hạ, mùa thu. Bởi vì vào mùa hạ, mùa thu, ở mặt sau của lá cây thường sinh các loại trùng nhỏ sống bám vào lá. Lá sinh nhiều thì trùng cũng nhiều, tỉa cành chết lá ắt trùng cũng chết.
- Cây trong vườn có chim bay đến làm tổ, nếu ở những cành thấp sẽ rất dễ bị người làm hại, nên xua đuổi chúng đi, chớ để cho làm thành tổ. Nếu đã lỡ thành tổ rồi thì nên hết sức chú ý bảo vệ.
- Khi dùng vại sành lớn cho bùn vào để trồng hoa sen, trong bùn ấy có rất nhiều trùng nhỏ sinh sống. Vì thế không được để khô kiệt nước, cũng không được đổ bùn ấy ra bừa bãi [vì sẽ làm chết trùng].

[1] Lúa ma: một loại cỏ thân bụi giống hệt lúa, cũng trổ bông như lúa nhưng không ăn được.

- Cây tường vi[1] sau khi nở hoa thường có rất nhiều loại sâu nhỏ màu xanh bám trên lá, không nên cắt mang đi trồng.
- Trên các đóa hoa cúc thường sinh ra loại trùng độc, chạm tay vào thì chảy ra chất dịch màu đỏ như máu, nên dứt hẳn thú chơi thưởng ngoạn này. Trên các loại rau quả nếu phát hiện có loại trùng này thì nên bỏ lại đừng thu hoạch.
- Bùn đọng dưới đáy ngòi, rãnh, nếu dùng làm phân bón cho hoa cỏ, hoặc đắp vào gốc biển đậu, dưa, tiêu... các loại, vào mùa thu sẽ sinh ra rất nhiều loại trùng độc.
- Tưới nước cho cây cỏ, không nên dùng nước có nhiều thủy trùng sinh sống trong đó.
- Vườn rau ở gần hồ, nếu dùng nước hồ để tưới thì trước khi lấy nước nên khua động mặt hồ một lúc [để các loài thủy trùng kịp thoát đi].
- Các nhà phong lưu chơi hoa thường ngâm lông gà, đậu thối rồi dùng nước đó thường xuyên tưới bón cho cây, không biết rằng trong nước ấy sinh rất nhiều trùng, một khi được tưới vào rễ cây, những con trùng ấy lại thu hút đàn kiến tìm đến, chẳng những làm hại rất nhiều vật mạng, mà cũng khiến cho cây hoa không phát triển tốt. Vì thế, nên dùng một cái giỏ tre bọc vải lụa mỏng chung quanh, thả vào nước rồi múc nước trong giỏ mà tưới sẽ không có trùng. Mỗi lần dùng xong phải lấy giỏ ra khỏi nước treo lên ngay, không được ngâm trong nước.
- Nước mưa chứa lại cũng thường sinh rất nhiều thủy trùng, lăng quăng trong đó, nếu dùng tưới cây cũng nên áp dụng cách lọc nước bằng giỏ tre. Muốn dùng nấu nước pha trà cũng phải lọc như vậy.
- Các loại hoa thơm cỏ đẹp thường trồng với mục đích cùng người khác thưởng ngoạn, vì thế nên trồng ngoài sân vườn, không nên đặt ở khuôn viên bên trong nhà.

[1] Tức cây hoa dâm bụt thường trồng làm bờ rào.

Những điều cần lưu ý trong phép dưỡng sinh

Thức ăn từ ngũ cốc, rau đậu vẫn đủ nuôi dưỡng thân thể lẫn tinh thần, không nên ăn nhiều các món thịt. Bao nhiêu bệnh tật đều từ nơi thức ăn vào miệng mà sinh ra, nhưng lý lẽ này những kẻ tham ăn không sao hiểu được. Họ chỉ biết quan tâm thỏa mãn vị ngon nơi ba tấc lưỡi, mà không nghĩ gì đến việc bảo vệ sức khỏe cho thân thể. Những người như thế thật đáng thương, nhưng [họ tự làm khổ mình nên dù chết cũng] không đáng tiếc, chỉ tội cho vợ con phải buồn đau khổ sở vì họ.

- Theo phép dưỡng sinh thì không nên ăn thịt trâu, vì dễ làm tái phát bệnh cũ. Người bệnh sốt rét mới khỏi thì sau khi ăn có thể sẽ không ngồi dậy nổi. Hơn nữa, ăn thịt trâu không nên uống rượu trắng hoặc ăn cùng với rau hẹ, hạt dẻ, do tính chất những thứ ấy ngược nhau.
- Thịt chó có thể khiến người trúng độc, sinh ung nhọt. Phụ nữ có thai ăn thịt chó có thể sinh con không nói được. Ngoài ra, thịt chó không nên ăn cùng với ruột dê hoặc tỏi tây, tỏi ta.
- Phụ nữ có thai ăn gan dê thì sinh con sau này nhiều bệnh, càng không thể ăn món này chung với thịt lợn hoặc với hạt tiêu. Ruột dê cũng không được ăn chung với mơ chua, đậu đỏ. Thịt dê không được ăn cùng với chả cá, sữa đông.
- Bệnh sốt rét vừa khỏi ăn thịt lợn có thể tái phát, nếu ăn chung với thịt trâu, rau mùi có thể khiến cho đường ruột bỏng rát. Nếu ăn chung với kiều mạch, lúa mì có thể làm rụng lông mày, râu.
- Người thích ăn thịt hươu nai, phần nhiều thân hình đều gầy ốm, túi mật nhỏ lại nên rất dễ kinh sợ. Mỡ hươu nai không được ăn chung với quả mơ, quả mận. Thịt hươu nai không được ăn chung với cá ngồi[1] hoặc tôm.

[1] Cá ngồi: một loại cá giống như cá niêm nhưng to lớn hơn, tên khoa học là Leiocassis longirostris.

- Thịt thỏ ăn vào có thể gây yếu sinh lý. Phụ nữ có thai ăn thịt thỏ thì sinh con dễ bị sứt môi. Nếu ăn chung với thịt gà có thể gây bệnh lỵ, ăn chung với củ gừng có thể gây tiêu chảy, ăn chung với cải xanh sẽ làm tái phát bệnh cũ.
- Thịt ngỗng, trứng ngỗng ăn vào có thể khiến cho bệnh thành khó chữa. Không được ăn chung với các loại như thịt vịt nhà, vịt trời, thịt ba ba, quả hồ đào, vân nhĩ,[1] tương đậu nành.
- Gà có bệnh phong không được ăn chung với các món như tỏi tây, rau cải, quả nại.[2]
- Thịt chim trĩ ăn vào dễ sinh ung nhọt, phát bệnh trĩ, người có bệnh về máu huyết chữa lâu không khỏi phải hết sức thận trọng không nên ăn. Không được ăn cùng với các món như cá giếc, cá trống, nấm rơm, quả hồ đào.
- Phụ nữ có thai ăn thịt gà với cơm nếp thì đứa con sinh ra dễ bị giun sán trong ruột. Trứng gà ăn chung với cá chép thì sinh con ra dễ bị ung nhọt. Thịt gà ăn chung với cá tươi thì sinh con dễ bị câm điếc. Trẻ con thường ăn trứng vịt thì xương cẳng chân dần dần mất độ cứng, ăn nhiều tôm thì xương cẳng chân dần cong lại, đi đứng khó khăn.
- Phụ nữ có thai ăn óc chim sẻ thì sinh con hay bị quáng gà, nếu hòa với rượu để ăn thì đứa con về sau mắc bệnh đa dâm, nếu ăn với tương đậu nành thì đứa con về sau dễ bị nhiều nốt tàn nhang trên da. Ngoài ra, không được ăn chung với quả mận.
- Thịt ba ba rất độc, tương truyền trong loài này có nhiều con do rắn đỏ hóa thành. Phụ nữ có thai ăn vào thì sinh con cổ ngắn đầu rụt. Ngoài ra, không thể ăn chung với các loại thịt gà, trứng gà, rau dền.
- Phụ nữ có thai ăn nhiều cua, khi sinh thai nhi thường nằm ngang mà ra, nếu ăn nhiều cá chình, cá chầy, lươn thì đa số

[1] Vân nhĩ: hay mộc nhĩ trắng, một loại nấm ăn được giống như nấm mèo (mộc nhĩ đen) nhưng có màu trắng.

[2] Quả nại: trái cây thuộc loại táo tây.

trường hợp sẽ sinh khó. Nếu ăn trứng vịt cùng với quả dâu, khi sinh thường bị thai ra ngược.

- Cá nóc là món ăn cực độc, vĩnh viễn không nên ăn.
- Ăn cá cháy nhiều dễ bị nhiễm ôn dịch, ăn nhiều cá đao dễ sinh chứng nóng nhiệt hóa đàm, sinh ghẻ lở, ăn nhiều tôm dễ sinh ung nhọt, phong động, ăn nhiều cá trê dễ phát bệnh nóng nảy bồn chồn. Đó đều là những món ăn trong loài thủy tộc không có lợi cho người.
- Cá chép không được ăn chung với thịt chó, trứng cá chép không được ăn chung với gan lợn, cá trích không được ăn chung với rau quỳ, tỏi tây. Cá trống không được ăn chung với kiều mạch, lúa mì. Cá lư không được ăn chung với sữa đông. Cá giếc không được ăn chung với gan lợn, thịt gà, thịt chim trĩ, cải xanh, đường cát. Những kiêng kỵ ấy đều là do các món ăn này có tính chất tương phản nhau.

Những điều cần lưu ý trong hành xử

Mọi sự tốt đẹp trên thế gian này, cần phải lấy sự phương tiện khéo léo giúp người làm điều trước nhất. Ngày nay nếu để mắc vào lỗi lầm, lại đợi sang năm sau sửa chữa, thật chỉ tiếc rằng thời gian thấm thoát qua nhanh không chờ đợi. Cho nên, hết thảy mọi lời nói việc làm trong ngày đều nên suy xét làm sao để luôn mang lại lợi ích lâu dài cho người sau và phát huy hơn nữa chỗ sáng suốt tốt đẹp của người đi trước. [Lấy ví dụ như] phương tiện bảo vệ sự sống vốn không giới hạn, chỉ do nơi mỗi người tùy cơ duyên mà tự mình nỗ lực.

- Trên đường dài dùng sức lừa sức ngựa, chốn nông thôn bò kéo trâu cày, nên chú tâm đến sự lao nhọc của chúng mà giữ cho vừa phải, cũng như cần lưu tâm đến sự nóng bức hay rét lạnh, đói khát của chúng.
- Cá tôm nhảy lên khỏi nước, kẻ si mê trông thấy liền nghĩ ngay đến việc giăng lưới bắt lấy. Người có đức hiếu sinh ắt phải

nghĩ cách sao cho chúng được trở lại trong nước, lại xem như vừa cứu được người thân của mình thoát nạn, phải giấu kỹ không để cho người khác biết, [vì sợ rằng họ tìm cách bắt lại.] Nếu gặp người muốn lưới bắt chim, cũng phải tìm cách cứu vớt như vậy.

- Vào mùa thu ruộng đất khô kiệt, chỉ còn những chỗ vũng sâu đọng lại đôi chút nước, cá tôm tụ lại trong đó nhiều không kể xiết, thảy đều đợi chết khi nước kiệt. Nhìn thấy tình cảnh khốn cùng của chúng, nên cố sức cứu vớt hoặc bỏ tiền thuê người cứu vớt, [mang chúng đến những nơi có nước,] chính là việc làm tu tích phước đức. Mỗi khi ra khỏi nhà, tốt nhất là nên dự trù mang theo một cái gáo nhỏ [để khi gặp thì có thể vớt lấy tôm cá trong vũng nhỏ].
- Ven bờ sông nếu nhìn thấy những con ốc có thể đưa tay xuống bắt dễ dàng thì nên vớt lấy ném ra giữa dòng [để tránh cho chúng khỏi bị người khác bắt].
- Vào mùa nắng nóng, sau mỗi cơn mưa nếu thấy trong sân có nước đọng phải lập tức làm khô ngay [để tránh sinh trùng trong đó].[1]
- Trong những tháng mùa hè, bùn đọng dưới ngòi rãnh có vô số trùng nhỏ tụ tập trong đó, một khi trải qua nắng nóng đều phải chết thảm không đường tránh né, nên tìm cách che chắn.
- Vào mùa hè, khi mang phơi những món có trùng mọt, nên bắt đầu mang ra phơi từ sáng sớm, để khi nắng nóng lên dần dần thì trùng mọt có thể tìm đường thoát ra.[2]
- Khi vất bỏ những đồ vật đã hư thối, nên vất ở nơi không có ánh nắng chiếu vào.
- Vào mùa hè, tổ chức ăn uống ban đêm thì có rất nhiều bướm đêm, thiêu thân sẽ bay vào ngọn đèn mà chết. Vì thế, nếu mở tiệc nên bắt đầu từ sau trưa và chấm dứt trước khi trời tối.

[1] Vì nước đọng sẽ sinh trùng, sau đó chắc chắn phải chết khi nước khô.

[2] Nếu đợi khi nắng lên cao mới mang ra phơi, hơi nóng trực tiếp sẽ làm những con trùng chui rúc sâu vào trong để trốn, tiếp đó gặp nắng ngày càng nóng hơn, chúng phải chịu chết mà không thể thoát ra được.

- Sau mỗi bữa tiệc, những thức ăn rơi rớt trên mặt đất thường sẽ hấp dẫn bầy kiến tìm đến. Vì thế, khi bày tiệc nên chuẩn bị sẵn vật chứa thức ăn thừa để cho tất cả vào đó. Nếu không, ngay sau khi khách vừa ra về phải lập tức quét dọn sạch sẽ mặt đất, tuyệt đối không để qua đêm.
- Trong mùa hè, khi dùng các loại trái cây, những thứ mà vỏ và hạt có vị ngọt đều không nên vất bừa bãi trên đất.
- Vào mùa nắng nóng, khi ướp cá thịt phải đủ lượng muối. Khi chế biến thịt khô có ướp rượu, nên dùng loại rượu có độ cồn cao.
- Khi thu thập giấy vụn để đốt đi, trước tiên phải xem kỹ trong đó có trùng kiến hay không và làm sạch đi trước khi đốt.
- Khi đi đường thấy kiến tụ tập trên đường nên chỉ cho người khác thấy [để khỏi giẫm đạp]. Nếu muốn bỏ thức ăn cho chúng, nên chọn chỗ vắng vẻ không ngăn trở người đi đường.
- Trong sân nhà phát hiện có nhện giăng lưới, không nên dùng tay phá đi.
- Người thực sự có đức hiếu sinh, khi thấy trong mùng người khác có muỗi đã cắn no máu thì tự mình lặng lẽ đến xua nó thoát đi nơi khác.[1]
- Người có đức hiếu sinh, tự mình tuy không làm tổn hại vật mạng, nhưng một mai khi đã qua đời cũng không thể biết chắc con cháu sau này có làm theo như mình hay không. Vì thế, người tu tập hướng thiện thì khi tuổi cao sức yếu nên chuẩn bị di chúc để lại, dặn dò con cháu về sau phải giữ giới không giết hại, tu tập tâm từ, vĩnh viễn không được cúng tế bằng các món cá thịt.

[1] Chúng tôi có lược bỏ hai điều trong nguyên tác theo sau điều này, vì nội dung không còn phù hợp với kiến thức khoa học hiện nay.

Những điều cần lưu ý trong lời nói

Cầm thú muôn loài vào lúc bị giết hại cắt xẻ, tiếng kêu thét bi ai thật đáng thương biết bao. Loang loáng bóng dao vung, sôi sục nồi nước nóng, những nhục hình ấy bày ra trước mắt mà không có cơ hội để nói lên dù chỉ một lời biện bạch. Có thể hình dung những con vật ấy hẳn trong đời trước, có miệng mà chưa từng nói ra một điều gì hiền thiện tốt đẹp [nên nay mới phải chịu quả báo như thế]. Nay ta đã thấy nỗi oan khuất đến như thế của muôn loài, thì mở miệng ra phải hết sức lưu tâm nói lời giúp đỡ, cứu vớt cho muôn loài.

- Người có đức hiếu sinh, mỗi khi giúp việc bên cạnh chủ nhân, không nên đề cập đến những việc như ăn món này tốt [cho sức khỏe] hoặc món kia không tốt, khiến cho chủ nhân vì lưu tâm đến chuyện ăn uống [mà giết hại vật mạng].
- Người giữ giới không giết hại thì phải lưu tâm không bàn nói đến những việc đào sông khơi rạch, tu sửa miếu thờ tà thần ác quỷ, hoặc khuyên người cúng tế quỷ thần, khuyến khích giao du với quan lại, hoặc tu sửa ruộng vườn, bởi đó đều là những việc dẫn đến giết hại nhiều vật mạng.
- Người thấu hiểu lý nhân quả thì tuyệt đối không nói ra những lời như người này có đức hiếu sinh, lẽ ra phải trường thọ nhưng lại chết yểu, người kia thường giết hại, lẽ ra phải chết yểu nhưng lại trường thọ, người này ăn mặn nên khí lực thân thể tráng kiện, người kia ăn chay nên hình dung tiều tụy gầy ốm...
- Cha mẹ hoặc người thân có bệnh, nên mời thầy thuốc giỏi đến điều trị, đồng thời khuyên người bệnh phải chuyên tâm niệm Phật, đừng bày vẽ ra những chuyện như bói toán, cầu đảo quỷ thần.
- Khi gặp người có bệnh, nên đem lý lẽ chân chánh mà khuyên giải an ủi, không được nói những lời như nhà kia nhờ cầu

đảo mà được sống, nhà nọ vì không cầu đảo mà phải chết...

- Các phương thuốc trị bệnh mà phải giết hại vật mạng để bào chế thì không truyền bá cho người khác. Cho đến những phương pháp ươm hoa trồng cây mà gây hại đến vật mạng cũng không được lưu truyền.
- Những người làm nghề nghiệp giết hại vật mạng, cho dù thấy họ đang lúc phát đạt giàu có cũng nên lựa lời khuyên họ đổi nghề, đừng bao giờ khen ngợi rằng làm nghề ấy là tốt đẹp.
- Thấy người khác làm việc phóng sinh phải hết sức ngợi khen tán thán, tạo điều kiện giúp họ hoàn thành việc tốt đẹp ấy, không được nói ra những lời gây cản trở, khiến họ phải thối chí mà đánh mất đi tâm hiền thiện.
- Trước mặt người thân, không được nói mình thích ăn thịt con vật này hoặc con vật kia. Lúc gặp người đầu bếp đang giết mổ, không được nói những lời chỉ bày như con vật này phải mổ như thế này, con vật kia phải mổ thế nọ...
- Thấy nghe những việc ăn uống thịnh soạn của nhà giàu sang, không được nói ra những lời ưa thích, vui mừng.
- Trên đường đi gặp những con vật sắp bị giết, dù là giống loài trên cạn dưới nước, đều nên khởi tâm thương xót cứu giúp như nhau, đừng phân biệt nặng nhẹ, tốt xấu, giá cả cao thấp.
- Người có đức hiếu sinh khi trò chuyện với người khác đừng bao giờ nói ra những lời như: chỗ kia dưới sông nhiều cá, chỗ nọ trong rừng nhiều chim, hoặc ở nơi ấy có bán con vật ấy...
- Những nơi nhà cao, miếu hoang phát hiện thấy có chim sẻ đến làm tổ đẻ trứng, phải đặc biệt lưu tâm bảo vệ. Cũng không được nói cho trẻ con biết rằng trên cây kia hoặc ở chỗ nọ có ve, bướm, chuồn chuồn...
- Nếu gặp các loài vật như rắn rết, thằn lằn, ong, sâu độc, không được nói cho người khác biết nơi đã gặp chúng. Gặp

các loài kiến độc tụ tập, cũng không được chỉ nơi ấy cho người khác biết.

- Các phương thuốc độc để giết cá, giết chuột, phải thận trọng không được chỉ bày cho người khác. Nếu nhìn thấy ở đâu, phải tìm cách tiêu hủy ngay. Đối với các loại sách bài bác, hủy báng Phật pháp cũng vậy.
- Người có đức hiếu sinh thì không khuyến khích người khác nuôi dưỡng những loài vật như gà, vịt, dê, lợn, chim ưng, mèo, chó săn... cũng như tất cả những loài vật làm hại đến loài khác.

Bàn về sự khuyến khích, khuyên bảo

Họ Cừ[1] hổ thẹn vì chỉ có riêng mình là người quân tử,[2] vua Thuấn nguyện được cùng mọi người trong thiên hạ làm việc thiện. Người phát tâm cứu nhân độ thế, quý ở tấm lòng bao dung rộng khắp, dù ở đâu cũng khiến cho nhiều người khác phải cảm động. Nếu chỉ dựa vào sức riêng của mỗi một mình, thì dù mỏi miệng cũng chỉ uổng làm người khác điếc tai, không tác dụng gì. Nếu có thể khiến cho nhiều người cùng tin nhận rồi tiếp nối khuyên bảo người khác nữa, thì sự khuyên bảo dẫn dắt mới có hiệu quả, nhân đó mà không cần phải gắng gổ quá sức.

- Người có đức hiếu sinh, nếu được giữ địa vị ở gần bậc vua chúa, nên thường đem lẽ nhân từ khuyên nhủ, khuyến khích

---

1 Họ Cừ: tức Cừ Bá Ngọc, tên thật là Cừ Viện (蘧瑗), hiệu Bá Ngọc (伯玉), làm quan Đại phu nước Vệ thời Xuân Thu, trải qua 3 triều vua là Vệ Hiến Công, Vệ Tương Công và Vệ Linh Công. Cừ Bá Ngọc nổi tiếng hiền đức, sau khi mất được ban tên thụy là Thành Tử (成子).

2 Câu này có lẽ lấy ý từ câu chuyện Cừ Bá Ngọc đi ngang cửa cung Vệ Linh Công trong đêm khuya vẫn dừng lại xuống xe theo đúng nghi lễ. Phu nhân của Vệ Linh Công chỉ nghe tiếng xe dừng trong đêm mà đoán là ông. Vệ Linh Công cho người dò hỏi quả nhiên đúng vậy, liền giả vờ nói với phu nhân: "Nàng đoán sai rồi." Phu nhân Vệ Linh Công liền nói: "Xin chúc mừng Chúa công. Thiếp vẫn tưởng nước Vệ chỉ có duy nhất Cừ Bá Ngọc là người hiền, không ngờ còn có người thứ hai cũng hiền đức như ông ấy." Vệ Linh Công liền cười, nói ra sự thật.

việc thôi dứt binh đao, mở mang văn nghiệp, giảm nhẹ thuế khóa lao dịch, ban chiếu ra khắp thiên hạ, mỗi phủ mỗi huyện đều lập ao hồ làm chỗ phóng sinh, khắc bia đá lưu lại để muôn đời đều biết mà không thay đổi.

- Bạn bè thân hữu lên đường nhậm chức cai quản ở các địa phương, nên khuyên bảo có phương án dự trù áp dụng ngay khi đến nơi, đó là ban hành lệnh cấm giết mổ chó, trâu; nếu địa phương ấy có sông dài đầm rộng, nên thiết lập ngay các ao phóng sinh, khuyến khích người dân khắc bia đá đặt nơi ấy để bảo tồn vĩnh viễn.
- Đối với miếu thờ các loại quỷ thần hưởng sự cúng tế bằng máu thịt, ở những nơi mà người cầu đảo tế tự thường tụ họp đông đảo, nên khắc một bia đá dựng lên, nội dung nêu rõ những căn nguyên đọa lạc của quỷ thần, những lý lẽ sống chết đều có số mệnh, việc giết hại vật mạng cuối cùng phải thường mạng, hoặc dẫn lời Phật dạy, hoặc kể chuyện nhân quả báo ứng, để tất cả mọi người đều được xem thấy.
- Tại những chỗ cổng thành, chùa chiền, miếu thờ, cùng những nơi có nhiều người qua lại, đều nên viết những lẽ nhân quả báo ứng, khuyên người không nên giết hại, niêm yết mọi người có thể nhìn thấy.
- Vào những dịp mừng ngày sinh của bạn bè thân hữu, nên nhân đó khuyến khích họ mua vật phóng sinh, khiến cho việc ấy trở thành một thông lệ vĩnh viễn.
- Những người cầu sinh con, cầu công danh sự nghiệp, đối với chỗ mong cầu chí thiết của họ, đều nên đem lẽ không nên giết hại mà khuyên bảo.
- Những lúc đi chơi xa, đến nhà thân hữu, nên mang theo để tặng họ một bản văn khuyến thiện, khuyên việc không giết hại.
- Người ta đến lúc cùng khốn nguy cấp thường quay về với

nguồn cội bản tâm của mình, lẽ ấy là đương nhiên. Vì thế, với những người có bệnh nên hết lời khuyên họ phải giữ giới không giết hại.

- Khi đến nhà những người xem bói toán, nên khuyên họ đừng bảo người khác cúng tế cầu đảo.
- Gặp những người làm nghề chế tạo khí giới, công cụ để giết hại vật mạng, nên lựa lời khuyên họ đổi nghề.

Bàn về sự trì tụng thần chú

Thần chú là mật ngữ của chư Phật, được truyền về phương Đông này, [là tinh túy trong kinh văn nên] thật rất đáng xem là quý báu như sữa đông, như đề hồ; là phương thần dược A-già-đà trị được muôn chứng bệnh, là chất cam lộ làm dịu mát trong rừng phiền não. Nếu tin nhận thọ trì chỉ một câu hay nửa bài kệ cũng đã có khả năng dứt trừ khổ não, cứu giúp khắp trong ba đường dữ. Không phải tốn kém nhiều tiền bạc mà cứu giúp sinh linh nhiều vô kể, vì thế nên phải lưu tâm thường trì tụng, đừng bỏ phí thời gian.

- Sáng sớm vừa thức dậy nên trì tụng 7 lần bài kệ và chú không làm tổn hại côn trùng, sau đó mới đặt chân xuống giường bước đi, với sự tỉnh giác sẽ không giẫm đạp nhầm các loại côn trùng, kiến, gián... Bài kệ và chú như sau:

Tùng triêu dần đán trực chí mộ,
Nhất thiết chúng sinh tự hồi hộ.
Nhược ư túc hạ ngộ thương thời,[1]
Nguyện nhữ tức thời sinh Tịnh độ.

---

[1] Bài kệ này chúng tôi ghi theo nguyên bản Hán văn của An Sĩ toàn thư. Theo Sa-di luật nghi yếu lược tăng chú (沙彌律儀要略增註) , thuộc tập 60 của Tục tạng kinh, kinh số 1118 (tổng cộng có hai quyển), bắt đầu từ dòng thứ 10, trang 258, tờ a, quyển 2, thì câu kệ này là: 若於足下喪身形 - Nhược ư túc hạ táng thân hình. (Nếu dưới chân tôi bị tan nát hình hài.) Nhiều bản văn khác cũng chép giống như câu này, hoặc theo Tỳ-ni nhật dụng thiết yếu (毗尼日用切要 - quyển 1) thì là: 若於足下喪其形 - Nhược ư túc hạ táng kỳ hình.

Dịch nghĩa:

Sáng sớm đến chiều tối,
Nguyện muôn loài chúng sinh,
Thảy thảy tự phòng hộ.
Chúng sinh nào vô tình,
Bị giẫm đạp mất mạng,
Xin nguyện cho tất cả,
Đều sinh về Tịnh độ.
Án, địa lợi chi lợi ta bà ha.[1]

- Người có đức hiếu sinh nên thường niệm danh hiệu Bảo Thắng Như Lai, cùng viết thần chú hộ sinh thả xuống những nơi sông, giếng, có thể giúp các loài côn trùng ở đó sau khi chết đều được sinh về cảnh giới lành. Thần chú như sau:

"Án phọc tất ba la ma ni sa ha."

- Khi gieo trồng các loại ngũ cốc, nên lấy ra một thăng[2] hạt giống, gia trì vào đó 21 biến thần chú, rồi trộn lẫn vào với số giống đem gieo, sẽ không bị trùng kiến ăn hạt giống, sau đó cũng không bị các nạn sâu rầy phá hại. Thần chú như sau:

"Đa trịch tha, sa la bạt đề, na xà bà đề."

- Nếu là người có đức hiếu sinh, trong lòng rất muốn ăn chay nhưng do hoàn cảnh khó khăn mà không thể thực hiện được, thì trước khi ăn các món thịt cá nên tụng thầm ba lần câu chú này:

"Đa điệt tha, a nại ma a nại ma, a thị bà đa, a thị bà đa, na xá na xá, đà ha đà ha, bà phất bà phất, kha phiêu đa nhị, sa ha."

- Nhìn thấy người khác lưới cá, bắt chim, giết mổ loài vật, nên

---

[1] Câu chú này cũng được ghi theo An Sĩ toàn thư: 唵地利日（音支）利娑婆訶 - nhưng theo Tỳ ni nhật dụng thiết yếu (毗尼日用切要), thuộc tập 60 của Tục tạng kinh, kinh số 1115, có một quyển, thì câu chú này là: 唵逸帝律尼莎訶 - Án dật đế luật ni sa ha.

[2] Thăng: đơn vị đong lường, bằng một phần mười của đấu, tương đương với khoảng 1 lít ngày nay.

phát khởi tâm đại từ, trong lòng âm thầm niệm danh hiệu chư Phật, Bồ Tát, hoặc trì thần chú Đại bi, thần chú Vãng sinh, thần chú Chuẩn Đề... được lợi ích vô cùng. Có rất nhiều thần chú, không thể kể hết nơi đây.

Bàn về sự cảm thông đối với loài vật

Con người chúng ta chỉ một ngón tay bị ngập vào nước sôi, ắt đau đớn như toàn thân đều bị dao cắt, [huống chi lại ra tay giết hại vật mạng bằng cách đâm chém, cắt xẻ, nấu nướng đủ cách.] Quả báo của việc giết hại như thế thật khó lòng tránh khỏi, dù trải qua muôn kiếp vẫn phải đền trả đủ. Cho nên, một ý niệm giết hại vừa manh nha sinh khởi, phải lập tức mạnh mẽ hồi tâm ngăn chặn. Nỗ lực làm việc thiện phải như người đói khát [cần ăn uống], dần dần mới có thể trở nên hợp với đức nhân từ.

- Người có đức hiếu sinh, muốn dứt trừ hẳn nghiệp giết hại, trước hết nên tĩnh tâm suy nghĩ về việc tất cả các loài vật khi mẹ con được ở bên nhau, đều quyến luyến thương yêu một phút không rời, so với tình mẫu tử bịn rịn khó dứt trong loài người cũng không có gì khác biệt. Suy nghĩ như vậy rồi, ắt tâm từ sẽ sinh khởi, [không thể nào xuống tay giết hại vật mạng].
- Nên tĩnh tâm quán sát hết thảy các loài vật, miếng ăn thức uống thường không đủ, vất vả bôn tẩu khắp nơi chỉ cầu được no lòng, thật đủ điều khốn khổ. Lại nghĩ ví như chúng ta gặp phải những năm mất mùa đói thiếu, thật cũng khổ sở không khác gì chúng. Suy nghĩ như vậy rồi, ắt tâm từ sẽ sinh khởi, biết thương xót loài vật.
- Lại tĩnh tâm quán sát loài vật, vào những lúc bị người đuổi bắt, hoặc kinh hãi trốn chạy, hoặc kêu thét đớn đau, thậm chí cố sức leo tường vượt rào, chui vào hang sâu, trốn ra đồng rộng, tìm đủ cách thoát thân. Nếu so với loài người chúng ta khi bị vua quan đuổi bắt, hốt hoảng kinh sợ, thật cũng không khác

gì chúng. Suy nghĩ như vậy rồi, ắt tâm từ sẽ sinh khởi, biết thương xót loài vật.

- Lại tĩnh tâm quán sát loài vật, vào những lúc bị người mang ra giết mổ, hoặc ruột gan đã bị mổ tung mà đôi mắt còn mở trừng trừng căm hận không muốn nhắm, hoặc cổ họng đã cắt lìa mà tứ chi còn co giật đau đớn. Nếu so với con người chúng ta khi bệnh nặng sắp chết, những biểu hiện gắng gượng cuối cùng trước khi tắt hơi thật cũng không khác gì chúng. Suy nghĩ như vậy rồi, ắt tâm từ sẽ sinh khởi, biết thương xót loài vật.
- Lại tĩnh tâm quan sát loài vật sau khi bị người giết mổ. Giết một con dê, ắt cả bầy dê đều khiếp sợ. Bắn một con chim, ắt cả đàn chim đều sợ hãi bay tán loạn. Nếu so với con người chúng ta, lúc bị nạn giặc cướp tràn đến thảm sát cả một vùng, nhìn thấy cha mẹ máu thịt vung vãi, hoặc thấy vợ con lần lượt bị bắt dẫn đi, nỗi đau đớn kinh sợ trong lòng thật cũng không khác gì chúng. Suy nghĩ như vậy rồi, ắt tâm từ sẽ sinh khởi, biết thương xót loài vật.

Bàn về sự sám hối lỗi lầm

Đáng sợ thay [khi sinh ra trong] cõi Ta-bà uế trược. Ở cõi này, phàm phu thì điên đảo, hôn ám, si mê, lại thêm các duyên xấu ác ngày một mạnh mẽ hơn, trong khi các duyên lành thì ngày càng ít ỏi, nhỏ nhoi. Đau buồn sầu não thường vây phủ đến mức tưởng chừng như không sao chịu nổi.

Con người đời nay cứ mãi trì trệ lần lữa, quen theo thói cũ mà không chịu sám hối lỗi lầm, đợi đến đời sau muốn sám hối e không còn cơ hội. Oán cừu gây tạo trước sau đều phải dần dần đền trả không sai chạy, xưa nay nào có ai tránh thoát được?

- Người có đức hiếu sinh, khi gặp cảnh binh lửa can qua, giặc cướp nhiễu nhương, thấy xác chết nằm phơi khắp nơi, nên nghĩ rằng đó chính là do tội báo của việc giết hại mà thành. Lại nghĩ rằng chúng ta đây, đời này cũng như đời trước, đã từng tạo nghiệp giết hại chúng sinh như thế, ắt tương lai rồi cũng phải gánh chịu quả báo chết thảm phơi thây như thế. Nghĩ như vậy rồi liền lập tức sám hối.

- Khi gặp phải thời đói thiếu, nhìn thấy mọi người giành giật ăn nuốt lẫn nhau, nên nghĩ rằng đó là do việc tàn hại thiên nhiên vạn vật mà nay phải chịu quả báo là cảnh đói thiếu khổ sở như thế. Lại nghĩ rằng, mình cũng đã từng phạm vào nghiệp xấu ác như thế, trong tương lai ắt khó tránh khỏi rồi cũng sẽ phải chịu cảnh đói thiếu tương tàn như thế. Nghĩ như vậy rồi liền lập tức sám hối.
- Nhìn thấy người khác gặp nạn lửa thiêu, hoặc bị chết đuối, người thân cốt nhục phải chịu chia lìa, nên nghĩ rằng đó chính là quả báo của những việc làm như lấp hang thú, phá tổ chim, luộc nấu chúng sinh trong nước sôi dầu nóng. Chính mình đã từng làm những việc như thế, nên trong tương lai nhất định cũng sẽ phải chịu cảnh như thế. Nghĩ như vậy rồi liền lập tức sám hối.
- Nhìn thấy cảnh những người mẹ trẻ sinh con khó khăn, cuối cùng mẹ con đều yểu mạng, nên nghĩ rằng đó chính là quả báo của những việc trước đây đã từng phá trứng hoại thai động vật. Lại nghĩ chính mình trước đây cũng có thể đã từng làm như thế, ắt sẽ phải chịu quả báo như thế. Nghĩ như vậy rồi liền lập tức sám hối.
- Nhìn thấy cảnh những người bệnh tật, thân thể phải chịu muôn ngàn nỗi khổ, máu mủ nhơ nhớp khắp người, nên nghĩ rằng đó chính là quả báo của việc trước đây từng đánh đập hành hạ chúng sinh. Lại nghĩ rằng chính mình nếu từng làm như thế, một khi nghiệp báo đến ắt cũng không khỏi phải chịu như thế. Nghĩ như vậy rồi liền lập tức sám hối.
- Nhìn thấy những tù nhân chịu tội nặng nề, thân thể bị giam

cầm trong lao ngục, suốt nhiều năm phải chịu gông cùm, nên nghĩ rằng đó chính là quả báo của việc trước đây từng giam nhốt hành hạ chúng sinh. Lại nghĩ rằng, trong những đời trước rất có thể mình cũng đã từng phạm tội như thế, ắt rồi cũng sẽ chịu quả báo như vậy không khác. Nghĩ như vậy rồi liền lập tức sám hối.

- Nhìn thấy những người bị cọp vồ, rắn cắn, hoặc treo cổ, uống thuốc độc tự vẫn, nên nghĩ rằng đó chính là quả báo của việc trước đây từng dùng dao gậy, thuốc độc bức hại chúng sinh. Lại nghĩ rằng, cũng không dám chắc chính mình ngày sau có thể không gặp những quả báo như vậy. Nghĩ như vậy rồi liền hết sức nỗ lực sám hối.

Bàn về sự phát tâm Bồ-đề

Mênh mang vô số cõi nước mười phương, hết thảy đều bao hàm trong tự tánh. Vì thế, chúng sinh còn chưa được cứu độ hết chính là do lỗi của ta. Muốn phát đại nguyện cứu độ khắp thảy chúng sinh trong Ba cõi, nhất thiết phải hướng tâm đến đại chúng hai cõi trời người, trải qua suốt nhiều đời nhiều kiếp cứu độ chu toàn. Hai chữ "phát tâm" có ý nghĩa rộng lớn vô cùng, hết thảy chư Phật đều hiển hiện rõ ràng trong đó.

- Người phát tâm Bồ-đề, nhìn thấy loài vật khi ở trong thai mẹ phải chịu khổ não vô cùng. Một khi con thú mẹ bị giết, thú con cũng phải chết theo. Nhìn thấy như vậy, nên hình dung quán tưởng như đó là quyến thuộc của mình trong đời trước, liền phát thệ nguyện lớn lao sâu rộng: Nguyện ta sớm thành quả Phật, sẽ khiến cho hết thảy chúng sinh trong mười phương đều được hóa sinh từ hoa sen, không phải chịu muôn vàn nỗi khổ sở trong bào thai.
- Người phát tâm Bồ-đề, nhìn thấy loài vật mang lông đội sừng, xoay lưng hướng lên trời xanh, liền phát thệ nguyện lớn lao sâu rộng: Nguyện ta sớm thành quả Phật, sẽ khiến

cho hết thảy chúng sinh trong mười phương đều đầy đủ ba mươi hai tướng tốt, tám mươi vẻ đẹp, uy đức oai nghiêm, hào quang chiếu khắp các cõi nước không cùng tận.

- Người phát tâm Bồ-đề, nhìn thấy loài vật bị giam nhốt trong lồng chậu, không được tự do, liền phát thệ nguyện lớn lao sâu rộng: Nguyện ta sớm thành quả Phật, sẽ khiến cho hết thảy chúng sinh trong mười phương đều có oai lực lớn, đi lại bay nhảy tự do tùy ý, biến hóa dạo chơi khắp mười phương không hề sợ sệt.
- Người phát tâm Bồ-đề, nhìn thấy loài vật ngồi nằm trong phẩn uế nhưng cam tâm chịu đựng không oán thán, ăn uống không ngoài những món như cặn bã tấm cám, liền phát thệ nguyện lớn lao sâu rộng: Nguyện ta sớm thành quả Phật, sẽ khiến cho hết thảy chúng sinh trong mười phương đều lấy niềm vui trong thiền định làm thức ăn, có đầy đủ các món ăn ngon của cõi trời, tùy ý đều có đủ, lại được tự nhiên sinh ra trong lầu đài bằng bảy món báu, có đủ muôn vạn phước lành trang nghiêm không thể nói hết.
- Người phát tâm Bồ-đề, nhìn thấy loài vật được nuôi ăn đó rồi mang ra giết đó, thường phải nơm nớp ôm lòng lo sợ hoảng hốt, liền phát thệ nguyện lớn lao sâu rộng: Nguyện ta sớm thành quả Phật, sẽ khiến cho hết thảy chúng sinh trong mười phương đều sống hiền hòa vui vẻ cùng nhau, đều thương yêu kính trọng lẫn nhau, thậm chí dù trong giấc mộng cũng không hề nảy sinh tâm niệm hiềm khích.
- Người phát tâm Bồ-đề, nhìn thấy loài vật phải mang vác lôi kéo nặng nề để đền trả nghiệp báo đã vay của người khác từ đời trước, liền phát thệ nguyện lớn lao sâu rộng: Nguyện ta sớm thành quả Phật, sẽ khiến cho hết thảy chúng sinh trong mười phương đều được tiêu trừ tất cả tội nặng trong nhiều đời, ngay cả đối với những kẻ mang nặng nợ nần thù oán cũng đều đối xử với nhau như thân bằng quyến thuộc.

- Người phát tâm Bồ-đề, nhìn thấy loài vật tuy phát ra được tiếng kêu mà không thể nói thành lời có ý nghĩa, cho đến lúc bị mang ra giết cũng chỉ biết kêu tiếng bi ai mà không thể cáo kiện khiếu nại gì, liền phát thệ nguyện lớn lao sâu rộng: Nguyện ta sớm thành quả Phật, sẽ khiến cho hết thảy chúng sinh trong mười phương đều có được trí tuệ và tài biện thuyết, có thể khéo léo phân biệt được đạo thế gian với đạo xuất thế gian.
- Người phát tâm Bồ-đề, nhìn thấy loài vật khi bỏ mạng dưới mũi dao sắc, chỗ này kêu rống bi ai, chỗ kia máu phun ằng ặc, liền phát thệ nguyện lớn lao sâu rộng: Nguyện ta sớm thành quả Phật, đối với hết thảy chúng sinh trong mười phương, những ai đang phải chịu nỗi khổ binh đao ta đều cứu thoát tất cả, khiến cho đều được tuổi thọ đến vô cùng vô tận, thậm chí bên tai chẳng bao giờ còn phải nghe đến hai tiếng sống chết.
- Người phát tâm Bồ-đề, nhìn thấy loài vật phải mẹ con chia rẽ, đôi lứa phân ly, liền phát thệ nguyện lớn lao sâu rộng: Nguyện ta sớm thành quả Phật, sẽ khiến cho hết thảy chúng sinh trong mười phương đều được mẹ con đoàn tụ, vợ chồng chung sống đến đầu bạc răng long, thấu rõ được chuyện ân ái lứa đôi như gông cùm trói buộc.
- Người phát tâm Bồ-đề, nhìn thấy loài vật bị chiên xào nấu nướng để phục vụ miếng ăn vào miệng cho con người, liền phát thệ nguyện lớn lao sâu rộng: Nguyện ta sớm thành quả Phật, sẽ khiến cho hết thảy chúng sinh trong mười phương đều được bốn đại trong thân điều hòa thích hợp, không có mọi sự khổ sở đau đớn, vĩnh viễn không còn ưa thích những món ăn bằng máu thịt chúng sinh, rốt cùng đều được trọn thành quả Phật.

LỜI BẠT

Sách Vạn thiện tiên tư này chính là tác phẩm của Cư sĩ Hoài Tây,[1] ông cố nội của tôi. Thuở còn trẻ, khi tôi xem lại mục lục trước thuật các sách khuyến thiện của ngài, trong đó thấy được sách *Vạn thiện tiên tư* và *Dục hải hồi cuồng*, bản gốc bị mất đã lâu, bản in cũng không còn thấy nữa. Tôi đã cố tìm nhưng không tìm được.

Trải qua hơn 30 năm sau, vào mùa đông năm Giáp Dần,[2] tôi mới tìm lại được một bản in của sách *Dục hải hồi cuồng*, thật vui mừng như được viên ngọc bích quý giá. Tôi liền mang sách trình lên tiên sinh Nam Thôn, ông mừng rỡ lập tức cho tiến hành việc khắc bản in lại để lưu truyền rộng rãi. Nhưng khi ấy còn chưa tìm được sách *Vạn thiện tiên tư* nên trong lòng vẫn thường ưu tư lo lắng.

Đến mùa xuân năm Ất Sửu,[3] tiên sinh Hạ Mặc, là anh em với Lâm Giám Đường, mang một bản sách này đến tặng cho tôi, thật vui mừng như chính tự thân được nhìn thấy Phật. Tôi nghĩ

[1] Cư sĩ Hoài Tây là hiệu của tiên sinh Chu An Sĩ.

[2] Tức năm 1794. Tiên sinh Huệ Điền là cháu gọi tiên sinh An Sĩ bằng ông cố nội, nhắc đến mục lục của ông cố từ cách đó hơn 30 năm, tức là trước năm 1764 và đã ở vào độ tuổi có thể đọc sách. Từ đó có thể suy đoán vị này sinh ra trước năm 1764 khoảng 15 – 20 năm, tức vào khoảng thập niên 1740. Tiên sinh An Sĩ mất năm 1739, và người cháu này có thể chưa từng biết mặt ông cố.

[3] Tức là năm 1805.

đến trước tác của tiền nhân, ngày nay đã tìm lại được đầy đủ, thật mừng vui không sao nói hết.

Nói đến việc giữ giới không giết hại, tuy là lời dạy của đức Phật, nhưng so với ý nghĩa "không nỡ lòng"[1] của nhà Nho chúng ta vẫn là chung một cội nguồn tâm niệm. Sách Vạn thiện tiên tư này khuyến khích, khuyên răn mỗi việc đều rõ ràng sáng tỏ, biện giải nghi ngờ mọi điểm đều chi ly cẩn trọng, quả thật hết sức tường tận đầy đủ. Nếu ai có thể làm theo ắt đạt được đức lớn, cùng một thể như trời đất, nếu người người đều làm theo, ắt có thể cùng một công dụng [với tâm đại bi] cứu độ cho hết thảy các loài chim, thú, cá, rùa... từ xưa đến nay.

Nếu chưa được như vậy, nên chí thành sớm tối thường đọc sách này mà tự cảnh tỉnh, quán xét xem trong tấm lòng trắc ẩn của mình, lẽ nào không có chút áy náy băn khoăn [khi giết hại ăn thịt muôn loài] hay sao? Chỉ cần [có chút áy náy băn khoăn] như thế cũng đã là một sự hữu ích cho ta trên con đường hướng thiện.

Tuy nhiên, lòng tôi vẫn luôn hy vọng người đọc sách này một khi đã tĩnh tâm quay lại quán xét, biết thương xót cho muôn loài đều tham sống sợ chết, liền so sánh với khuynh hướng tâm lý của con người tìm về chỗ an ổn, tránh né chỗ nguy nan, nhân đó có thể cảm thông hiểu được. Ta đã không nỡ lòng làm tổn hại sinh mạng của loài vật, lẽ nào đối với đồng loại lại nỡ lòng gây tổn hại, khiến cho họ không đạt được chỗ mong muốn? Đại nguyện cứu giúp lợi lạc chúng sinh không nằm ở chỗ nghèo cùng khốn khó hay vinh hiển phú quý khác biệt nhau, mà chỉ là ở chỗ đối với nội dung sách này có sự khéo léo nhận hiểu tiếp nhận hay không mà thôi.

Vào mùa thu năm nay, có những vị thân hữu cùng chí

[1] Không nỡ lòng: Lấy ý từ lời dạy của Nho gia: "Kiến kỳ sinh bất nhẫn kiến kỳ tử, văn kỳ thanh bất nhẫn thực kỳ nhục." (Đã thấy con vật sống thì không nỡ thấy nó phải chết, nghe tiếng nó kêu [bi thương] thì không nỡ ăn thịt nó.)

hướng được nhìn thấy sách này, đều vui mừng cùng nhau đóng góp tiền bạc, dùng vào việc khắc bản in ra. Trải qua ba tháng thì việc in ấn hoàn tất. Thấy được tấm lòng ham thích làm điều thiện của các vị hiền nhân quân tử, ắt rằng ông cố nội tôi cũng sẽ mỉm cười nơi Tây phương Tịnh độ.

Năm Mậu Thìn, niên hiệu Gia Khánh
năm thứ 13,[1] ngày 16 tháng Chạp,
cháu cố nội là Huệ Điền
cúi lạy trăm lạy,
kính cẩn đề lời bạt

[1] Tức là năm 1808.

PHỤ ĐÍNH

Lời tựa văn Giới sát phóng sinh

Đại sư Liên Trì thuở thiếu thời đã tinh thông lục nghệ,[1] văn chương lưu truyền nổi tiếng khắp gần xa. Ngài khổ công nghiên cứu sâu xa giáo pháp cả Ba thừa,[2] nắm được tông chỉ, đạt được chứng ngộ, siêu việt thường tình. Ngài dũng mãnh khoác áo giáp tinh tấn, sáng suốt nắm giữ bảo châu trí tuệ, hết sức xót thương những người còn mê muội nên đối với Giới luật lại đặc biệt lưu tâm răn nhắc nhiều nhất về giới không giết hại.

Hết thảy muôn loài mang máu huyết thần khí đều có tri giác cảm nhận, hết thảy những sinh vật động đậy bay nhảy đều cùng chung một thể tánh với ta. Để làm đầy bụng mình, có lẽ

[1] Có 2 cách hiểu về lục nghệ. Một là chỉ sáu môn kiến thức được thời cổ đại xem là phổ thông, bao gồm: lễ (nghi lễ), nhạc (âm nhạc), xạ (bắn cung), ngự (đánh xe), thư (văn chương chữ nghĩa) và số (toán pháp). Tuy nhiên, do ý câu tiếp theo nên chúng tôi nghiêng về cách hiểu thứ hai, cũng gọi là Lục kinh, chỉ sáu bộ sách mang tính giáo khoa cổ điển của Nho gia, bao gồm: Kinh Thi, Kinh Thư, Kinh Lễ, Kinh Nhạc, Kinh Dịch và Kinh Xuân Thu.

[2] Ba thừa: bao gồm Tiểu thừa (hay Thanh văn thừa), Trung thừa (hay Duyên giác thừa) và Đại thừa (hay Bồ Tát thừa).

nào lại nên giết hại muôn vật? Trời cao sẵn đức hiếu sinh, thể theo đó nên dẫn dắt người còn lạc lối.

Ôi, tấm lòng trắc ẩn thì người người đều có, mà cái thảm cảnh cắt xẻ nấu nướng lại xảy ra rõ ràng ở khắp mọi nơi. Giam nhốt giết mổ muôn loài, xưa nay người ta vẫn luôn xem như chuyện thường tình, vần xoay giết hại vật loại, xem ra ta có khác chi loài cầm thú? Ong châm muỗi đốt còn sinh bực dọc, sao nỡ cắt xẻ băm vằm loài vật chẳng đoái thương? Phân thây xẻ thịt muôn loài rồi cho vào miệng làm no bụng, thử tỉnh tâm xét lại xem đức nhân của mình nằm ở chỗ nào? Thử nghĩ đến quả báo ngày sau, oán cừu đối mặt làm sao chối chạy? Một khi đã trôi giạt vào vòng xoáy mạnh được yếu thua, xoay vòng ăn nuốt lẫn nhau, ắt phải đi mãi theo đường vay trả, trả vay mà đắm chìm vĩnh viễn trong luân hồi sinh tử.

Vì thế, đức Như Lai đã thắp lên ngọn đuốc trí tuệ rực sáng giữa chốn trùng trùng u tối, cứu chúng sinh khổ đau thoát khỏi tám nạn, dạy người chấm dứt nhân giết hại, ắt không còn bị trói buộc vào nghiệp quả xấu ác. Thời nay giáo pháp ngày càng suy mạt, người ta đã từ lâu mê mờ quên mất lời dạy nhiệm mầu của đức Như Lai. Đại sư Liên Trì một mình quét sạch bùn nhơ năm dục,[1] giảng rõ giềng mối nơi Ba cõi, trong biển âm thanh xướng lên [bài văn này như] con thuyền trí tuệ nguyện lực, cứu giúp người đang đắm chìm trong bể khổ, đưa hết thảy về nơi chân thật nhất như.

Ôi, ý chỉ tốt đẹp thay! Pháp vốn không phân đốn tiệm, chứng nhập rồi đều đạt cảnh giới chẳng phân hai; đạo vốn không chia thánh phàm, quan trọng nhất là đức tin sâu vững.

[1] Năm dục (ngũ dục): tức sự thích ý hài lòng khi được thỏa mãn năm giác quan, bao gồm mắt ưa thích hình sắc đẹp (sắc dục), tai ưa thích âm thanh êm dịu (thanh dục), mũi ưa thích hương thơm (hương dục), lưỡi ưa thích vị ngon (vị dục) và thân thể ưa thích sự xúc chạm mềm mại (xúc dục). Năm dục là nguyên nhân căn bản nhất đẩy con người lún sâu vào tội lỗi, chỉ vì muốn được thụ hưởng chúng. Vì thế, đạo Phật xem năm dục như bùn nhơ cần phải tránh xa thay vì buông thả phóng túng chạy theo.

Chỉ cần có thể vâng giữ làm theo giới không giết hại của thầy trao, rồi quán xét thật kỹ xem nguyên nhân khởi lên ý niệm giết hại trong lòng ta là từ đâu đến.

Là từ tâm linh diệu nhận biết này chăng? Hay từ thân thể xương da máu thịt này? Nhưng gốc của tâm vốn là từ bi, do đâu khởi sinh ý niệm tàn độc giết hại? Thân thể xương thịt vốn không có thức rõ biết, sao có thể chứa đủ tham, sân? [Xét rằng khi] tâm rỗng không ắt lời khen tiếng chê đều không biết đến, nên sự ham thích mùi vị đó không do nơi thân xác thịt. Nhưng khi thân thể tịch lặng thì sự yêu thích hay ghét bỏ cũng không thể tự sinh khởi, nên chỗ muốn giết hại lại không thật do nơi tâm.

Cả thân và tâm đều không phải chỗ khởi sinh, vậy trong đó [ý niệm giết hại] từ đâu mà đến? Cho nên biết rằng, cả thân và tâm vốn đều thanh tịnh, chỉ do từ lâu huân tập những điều huyễn hoặc mê vọng mà thành trói buộc. Đạt đến chỗ diệu huyền của bản thể thanh tịnh, ắt việc giữ giới [không giết hại] này chẳng còn do nơi ngoại cảnh; giải trừ được sự trói buộc che lấp của huyễn hoặc mê vọng, ắt lòng đại bi không còn bị ngăn ngại trong tâm. Nhập vào đại định, thành tựu quả Phật, đều do từ chỗ này.

Tôi thuở nhỏ từng được nghe lời dạy của Mạnh tử rằng "Người quân tử tránh xa chốn bếp núc",[1] đó là do lòng từ hết sức thương yêu loài vật, [không muốn nhìn thấy sự giết hại]. Nay lại được đọc thêm bản văn Giới sát này của Đại sư Liên Trì, thật là một ý niệm lợi ích đến cả côn trùng, bảo vệ sự sống cho

[1] Câu này trích từ sách Mạnh tử, chương Lương Huệ Vương thượng, tiết thứ 7. Nguyên văn đoạn này là: 君子之於禽獸也，見其生，不忍見其死；聞其聲，不忍食其肉。是以君子遠庖廚也。- Quân tử chi ư cầm thú dã, kiến kỳ sinh bất nhẫn kiến kỳ tử, văn kỳ thanh bất nhẫn thực kỳ nhục. Thị dĩ quân tử viễn bào trù dã. (Người quân tử đối với cầm thú, đã thấy nó sống thì không nỡ nhìn thấy nó chết, đã nghe tiếng nó kêu [khi bị giết] thì không nỡ ăn thịt nó. Vì vậy nên người quân tử tránh xa chốn bếp núc.)

muôn vật. [Xem qua bản văn này rồi] liền dạy con cháu phải học lấy làm theo, lại mong mỏi có thể gìn giữ rộng truyền ra khắp mọi nơi.

Tứ tiến sĩ xuất thân,[1] *Quang lộc Đại phu,*
Thái tử Thái bảo,[2] *Lại bộ Thượng thư,*
Vũ Anh Điện Đại học sĩ,
Tri chế cáo quốc sử điển chí tổng tài quán,
người trấn Hải Ngu[3] *là Nghiêm Nột soạn*[4]

VĂN GIỚI SÁT PHÓNG SINH

Triều Minh, chùa Vân Thê, đất Cổ Hàng,
sa-môn Chu Hoành soạn văn và chú thích[5]

1. Văn giới sát

Nhập đề:

Người đời ăn thịt cá, đều cho là chuyện đương nhiên, do đó mà phóng túng ra tay giết hại, tạo nghiệp oán cừu sâu nặng

---

1 Theo quy chế thi cử áp dụng vào triều Minh, những người đỗ tiến sĩ được phân ra từ cao xuống thấp bao gồm: 1. Hàng Nhất giáp (3 người) bao gồm Trạng nguyên (đệ nhất), Bảng nhãn (đệ nhị), Thám hoa (đệ tam) đều gọi chung là *Tứ tiến sĩ cập đệ*; 2. Hàng Nhị giáp (17 người) gọi là *Tứ tiến sĩ xuất thân*; 3. Hàng Tam giáp (80 người, sau tăng lên đến 130 người) gọi là *Đồng tiến sĩ xuất thân*. Như vậy, vị này đỗ tiến sĩ vào hàng Nhị giáp.

2 Thái bảo là chức quan phụ trách dạy học trong cung. Thái tử Thái Bảo phụ trách dạy Thái tử học.

3 Hải Ngu (海虞): thuộc huyện Thường Thục, tỉnh Giang Tô.

4 Nghiêm Nột, tên tự là Mẫn Khanh, sinh năm 1511, mất năm 1584, người huyện Thường Thục, tỉnh Giang Tô, sau khi mất được vua ban tên thụy là Văn Tĩnh. Ông đỗ tiến sĩ năm 1541, triều vua Minh Thế Tông, từng làm quan thăng đến các chức Lễ bộ Tả thị lang, Lễ bộ Hữu thị lang, Lại bộ Thượng thư.

5 Sa-môn Chu Hoành tức là Đại sư Liên Trì. Các chú giải của nguyên tác chính là phần giảng rộng, còn các chú thích cuối trang là của chúng tôi (người Việt dịch).

rộng khắp. Cứ thế lâu dần, đời này sang đời khác, tập mãi thành thói quen, đến nỗi tự mình không còn nhận biết đó là sai trái. Quả đúng như lời người xưa từng nói: "Thật đáng cho ta phải đau đớn rơi lệ, than tiếc khôn nguôi!"

Những điểm mê muội cố chấp không hiểu đúng của người đời, có thể lược phân ra bảy điều trình bày dưới đây, còn ngoài ra nữa cũng có thể từ đó suy rộng ra mà biết được.

Giảng rộng:

Muôn loài có tri giác đều đồng một thể tánh, nhưng con người lại ăn thịt muôn loài là điều hết sức quái lạ. Sở dĩ không thấy đó là quái lạ, vì trong gia đình tập quen theo thói ấy đã nhiều đời, lối xóm láng giềng cũng bắt chước theo nhau lâu ngày thành tục lệ. Khi quen làm như thế đã lâu thì không còn biết là sai trái nữa, mà ngược lại cho là đúng đắn, hợp lý, làm sao còn có thể thấy đó là việc quái lạ? Nếu ngày nay có kẻ giết người rồi xẻ thịt mà ăn, mọi người ắt đều kinh hãi mà bắt lấy xử ngay tội chết. Vì sao? Đó là vì xưa nay không quen làm như vậy.

Ví như việc giết người không bị nghiêm cấm, mọi người đều làm theo trong nhiều năm, ắt là khắp trong thiên hạ không khỏi đều thấy món thịt người bị đưa vào bếp nấu nướng!

Cho nên mới nói rằng: "Hết thảy người đời đều làm theo nhau mà không biết là sai trái, thật đáng cho ta phải rơi lệ đau đớn, than tiếc khôn nguôi!"

Điều sai lầm thứ nhất: Mừng ngày sinh không nên giết hại

Cha mẹ sinh ra ta vất vả nhọc nhằn biết bao! Ngày ta bắt đầu có được tấm thân này, cũng chính là ngày cha mẹ phải bắt đầu đối mặt với khó khăn, đến gần hơn với cái chết. Cho nên, đây chính là ngày ta nên ăn chay, giữ giới không giết hại, rộng làm các việc lành, cầu cho cha mẹ nếu đã qua đời sớm được siêu thoát, nếu còn hiện tại được phước thọ tăng thêm. Sao có thể vội quên đi khổ nạn hiểm nguy của mẹ [trong ngày sinh ta] mà ra tay giết hại sinh linh, trên thì gây nghiệp ác liên lụy đến mẹ cha, dưới lại khiến bản thân mình phải chịu nhiều bất lợi?

Sai lầm này hết thảy người đời đều làm theo nhau mà không biết là sai trái, chính là điều thứ nhất thật đáng cho ta phải rơi lệ đau đớn, than tiếc khôn nguôi!

Giảng rộng:

Đường Thái Tông ngày xưa ở ngôi vua tôn quý, giàu có không ai bằng,[1] nhưng vào ngày sinh còn không lấy làm vui. Điền chủ nghênh ngang[2] chỉ bội thu mươi đấu thóc mà khách mừng đến chật cả nhà, yến tiệc liên tục nhiều ngày, thật không biết như thế thì có thể làm được gì?

Hiện nay cũng có những người vào ngày sinh tổ chức cúng dường chư tăng, trì tụng Kinh điển, làm các việc thiện, thật quý hóa tốt đẹp thay!

Điều sai lầm thứ hai: Mừng sinh con không nên giết hại

Người đời không có con thì buồn rầu, sinh được con thì mừng rỡ. Thế nhưng lại không chịu nghĩ đến việc hết thảy muôn loài cũng đều biết thương yêu con không khác gì mình.

Mừng vui vào ngày con ta sinh ra, lại khiến cho con cái của loài vật phải chết, liệu có thể an ổn trong lòng được chăng?

---

[1] Nguyên tác dùng "萬乘之主 - vạn thừa chi chủ" (làm chủ một vạn cỗ xe), có ý mô tả sự giàu có.

[2] Nguyên tác dùng "田舍翁 - điền xá ông" để chỉ người điền chủ sở hữu đất ruộng nhưng cũng hàm ý quê mùa, thiếu tri thức. Bạch Cư Dị trong bài thơ Mua hoa (買花) có câu: "有一田舍翁，偶來買花處。" (Hữu nhất điền xá ông, ngẫu lai mãi hoa xứ. – Có một ông điền chủ [chẳng biết gì nhưng] ngẫu nhiên đi đến chỗ mua hoa.)

Con cái vừa mới sinh ra, đã không biết vì nó tu tích phúc đức, ngược lại còn giết hại sinh mạng tạo nghiệp xấu ác, thật là quá sức mê muội.

Sai lầm này hết thảy người đời đều làm theo nhau mà không biết là sai trái, chính là điều thứ hai thật đáng cho ta phải rơi lệ đau đớn, than tiếc khôn nguôi!

Giảng rộng:

Xưa có người thợ săn, một đêm nọ uống rượu quá say, nhìn đứa con nhỏ của mình mà tưởng là con mang,[1] liền mài dao giết thịt. Người vợ khóc lóc cản lại, nhưng anh ta không nghe, cứ việc mổ bụng làm thịt, xong để đó đi ngủ.

Sáng hôm sau, anh ta thức dậy gọi con trai cùng đi vào chợ bán thịt mang. Người vợ khóc nói rằng: "Đêm qua ông đã giết con rồi." Người thợ săn nghe vậy thì ngã nhào xuống đất, ruột gan như bị ai xé nát! Than ôi, người và vật tuy rằng khác nhau, nhưng lòng thương con không khác, có thể nhẫn tâm giết hại được sao?

Điều sai lầm thứ ba: Ngày cúng giỗ không nên giết hại

Những ngày cúng kỵ ông bà tổ tiên cũng như ngày giỗ những người thân đã khuất, hoặc các lễ tế xuân thu hai mùa trong năm,[2] đều không được giết hại vật mạng. Muốn cầu phúc cho người ở cõi âm, lại giết hại vật mạng để cúng tế, chỉ làm tăng thêm nghiệp ác mà thôi. Ôi, [giết hại vật mạng để làm ra] bao nhiêu món ăn bày la liệt trên bàn, nhưng làm sao có thể gọi dậy nắm xương tàn của người chết từ chín suối về ăn? Thật vô

[1] Con mang (con chương): một loài thú rừng giống con hươu nhưng nhỏ hơn nhiều.

[2] Tục lệ Trung Hoa ngày xưa có hai lễ tế lớn trong năm vào mùa xuân và mùa thu. Việt Nam không có tục lệ này, nhưng có một số lễ tiết khác mà người dân thường cúng kính ông bà tổ tiên, như tục cúng rước ông bà trước giao thừa, hoặc cúng vào mồng năm tháng năm, rằm tháng bảy v.v...

ích mà lại gây bao họa hại, nên người có trí tuệ quyết chẳng ai làm như vậy.

Sai lầm này hết thảy người đời đều làm theo nhau mà không biết là sai trái, chính là điều thứ ba thật đáng cho ta phải rơi lệ đau đớn, than tiếc khôn nguôi!

Giảng rộng:

Có kẻ nói, Lương Vũ Đế lấy bột làm thành hình vật tế thay cho những con vật sống để cúng tế, người đời đều chê bai rằng như vậy là khiến cho tổ tiên không được hưởng rượu thịt. Than ôi, thịt cá chưa chắc đã là ngon quý, rau dưa không hẳn đã là kém cỏi. Đạo làm con đối với cha mẹ, điều quý nhất là phải thận trọng tu sửa bản thân, dù có chút thiếu sót trong cúng tế tổ tiên cũng vẫn là tốt đẹp, đâu nhất thiết mỗi khi cúng tế đều phải dùng máu thịt chúng sinh? Kinh Dịch có dạy rằng: "Cúng kính đơn sơ nhưng chân thành còn hơn kẻ giết trâu." Bậc thánh nhân có dạy, nuôi vật để cúng tế là bất hiếu. Đâu nhất thiết mỗi khi cúng tế đều phải dùng máu thịt chúng sinh?

Điều sai lầm thứ tư: Hôn lễ không nên giết hại

Người đời tổ chức các nghi lễ trong hôn nhân, từ khi dạm hỏi, nạp lễ... cho đến chính thức thành hôn, thật không biết đã giết hại bao nhiêu là vật mạng. Ôi, hôn nhân là khởi điểm của việc sinh con về sau, nhưng khởi đầu của sự sinh sản mà lại làm việc giết hại sự sống, thật là trái lẽ biết bao!

Hơn nữa, hôn nhân là việc tốt lành, nhưng trong ngày lành lại làm việc chẳng lành, giết hại loài vật, chẳng thấy đáng thương lắm sao?

Sai lầm này hết thảy người đời đều làm theo nhau mà không biết là sai trái, chính là điều thứ tư thật đáng cho ta phải rơi lệ đau đớn, than tiếc khôn nguôi!

Giảng rộng:

Người đời khi gặp hôn sự đều cầu chúc cho đôi vợ chồng được chung sống cùng nhau đến răng long đầu bạc. Mình thì mong cho được sống cùng nhau đến tận tuổi già, vậy các loài chim thú há lại mong chia lìa, chết sớm hay sao? Nhà có con gái gả đi thì ba đêm không ngủ được, vì nghĩ tưởng đến việc sắp phải chia lìa xa cách.[1] Mình thấy việc chia lìa xa cách là khổ, các loài chim thú phải xa nhau lẽ nào lại vui sao? Cho nên có thể tin được rằng, hôn nhân quả thật không nên giết hại vật mạng.

Điều sai lầm thứ năm: Đãi khách không nên giết hại

Trời đẹp cảnh đẹp, chủ nhà hiền thiện tiếp khách hiền lương, dù cơm rau đạm bạc cũng không ngăn trở niềm vui thanh nhã, đâu cần phải ra tay giết hại vật mạng sinh linh, cầu miếng ăn ngon ngọt béo bổ, no nê ca hát quanh bàn tiệc mà khiến muôn loài bị giết mổ phải oán hận gào thét bên dao thớt. Than ôi, nếu thật có tính người, sao có thể không thương xót?

Sai lầm này hết thảy người đời đều làm theo nhau mà không biết là sai trái, chính là điều thứ năm thật đáng cho ta phải rơi lệ đau đớn, than tiếc khôn nguôi!

Giảng rộng:

Nếu biết rằng những món ăn bày ra trên bàn kia là có được từ những tiếng kêu gào oán hận bên dao thớt, ắt phải thấy rằng đã lấy sự đau đớn khổ sở cùng cực của muôn loài mà làm sự vui sướng khoái lạc cho mình, thì dù có gượng cho vào miệng cũng không thể nào nuốt trôi qua cổ! Có thể không đau buồn được sao?

---

[1] Câu này lấy ý từ lời nói của Khổng tử: 嫁女之 家，三夜不息燭，思相離也 - Giá nữ chi gia, tam dạ bất tức chúc, tư tương ly dã. (Nhà có con gái gả chồng, ba đêm liền không tắt đuốc [đi ngủ], vì suy nghĩ đến việc sắp phải chia lìa.)

Điều sai lầm thứ sáu: Cúng cầu an không nên giết hại

Người đời khi có bệnh tật liền giết hại vật mạng, cúng tế thần linh để cầu phúc cho mình, nhưng không nghĩ đến việc mình cúng tế thần linh là vì muốn khỏi chết được sống, lại giết hại sinh mạng khác để mong kéo dài mạng sống của mình, thật không còn điều gì có thể trái nghịch lòng trời, ngược với lý lẽ hơn thế nữa.

Ôi, những người chính trực [sau khi chết mới] được làm thần, vậy lẽ nào thần linh lại có ý thiên lệch riêng tư? Mạng sống thật không thể kéo dài thêm [bằng cách ấy], nhưng nghiệp giết hại tạo ra thì còn đủ không mất, [nhất định phải đền trả. Không riêng gì việc cầu khỏi bệnh sống lâu,] hết thảy sự tế lễ cầu đảo tà thần ác quỷ để mong cầu những điều khác cũng đều như vậy.

Sai lầm này hết thảy người đời đều làm theo nhau mà không biết là sai trái, chính là điều thứ sáu thật đáng cho ta phải rơi lệ đau đớn, than tiếc khôn nguôi!

Giảng rộng:

Kinh Dược Sư dạy rằng: "Giết hại muôn loài chúng sinh để cúng tế dâng lên thần linh, hô gọi yêu ma quỷ quái, cầu xin ban phúc giúp đỡ cho mình, muốn tăng thêm tuổi thọ, rốt cùng đều không thể được."[1]

Cho nên nói rằng, sinh mạng thì không thể kéo dài, mà nghiệp giết hại gây ra thì còn mãi. Hết thảy những sự cầu đảo tà thần như giết hại vật mạng cúng tế cầu sinh con, cầu tiền tài của cải, cầu quan chức bổng lộc, ví như có được sinh con, được

[1] Trích từ kinh Dược Sư Lưu Ly Quang Như Lai Bổn Nguyện Công Đức (藥師琉璃光如來本願功德經), được xếp vào Đại Chánh tạng thuộc Tập 14 kinh số 450 (1 quyển). Đoạn trích này nằm ở trang 408, tờ a, bắt đầu từ dòng thứ 7.

tài lộc, được quan chức, vốn đều là do nghiệp riêng của người ấy mà được, không phải do quỷ thần. Có những lúc ngẫu nhiên được thỏa nguyện, lại cho đó là có sự linh thiêng, nên niềm tin sai lệch càng thêm kiên cố, lại càng dốc lòng làm việc cúng tế như vậy nữa. Những kẻ rơi vào tà kiến quá nặng nề như vậy thật không thể cứu nổi, đáng thương thay!

Điều sai lầm thứ bảy: Mưu sinh không nên giết hại

Người đời chỉ vì miếng cơm manh áo mà chọn theo những nghề như săn bắn, đánh cá, hoặc giết mổ trâu, dê, lợn, chó... Nhưng theo sự quan sát của tôi, ví như không làm những nghề nghiệp ấy cũng có thể kiếm được cơm áo, chưa hẳn đã đến mức phải đói rét mà chết. Chọn nghề giết hại để mưu sinh, không khỏi bị thần minh trách phạt. Lại như theo nghề giết hại mà được giàu có, trăm người chưa từng thấy một! Nếu xét đến việc gieo nhân sâu nặng phải vào địa ngục, chịu nghiệp báo xấu ác trong nhiều đời sau, thì quả thật không gì ác hại hơn làm những nghề này. Vì sao phải khổ nhọc đeo đuổi mà không chịu tìm lấy một nghề hiền thiện khác để mưu sinh?

Sai lầm này hết thảy người đời đều làm theo nhau mà không biết là sai trái, chính là điều thứ bảy thật đáng cho ta phải rơi lệ đau đớn, than tiếc khôn nguôi!

Giảng rộng:

Chính tôi từng nhìn thấy một người làm nghề mổ dê, khi sắp chết bỗng kêu tiếng be be như con dê, một người làm nghề bán lươn, khi sắp chết chợt thấy trên đầu như bị lươn cắn rứt. Cả hai việc này đều xảy ra trong xóm nhà gần tôi, hoàn toàn không phải nghe theo truyền thuyết. Xin khuyên hết thảy mọi người, nếu gặp phải lúc không biết làm gì để sống, thà đi xin ăn. Nếu phải tạo nghiệp giết hại để mưu sự sống cho mình, thà nhịn đói mà chết còn hơn. Than ôi, có thể nào không dứt bỏ sự giết hại được sao?

Những gì trình bày trên là bảy điều hết sức phi lý, nhưng người đời lại rất thường làm. Người thông đạt xem qua, ắt phải thấy đều là những lập luận xác đáng. Ví như có thể răn ngừa được tất cả thì không còn gì tốt đẹp hơn. Bằng như chưa được vậy, cũng có thể tùy sức mà giảm dần, hoặc bỏ đi bốn năm việc, hoặc răn ngừa đôi ba việc...

Bỏ đi một việc ắt tiêu trừ được một phần ác nghiệp, giảm một lần giết hại ắt bớt được một mối oán cừu. Ví như còn chưa thể ăn chay bỏ hẳn thịt cá, thì trước hết nên chuyển sang mua dùng những món được bán sẵn, tránh không tự mình ra tay giết hại, cũng giảm bớt được một phần tội lỗi. Biết nuôi dưỡng tâm từ ắt dần dần rồi cũng sẽ đạt được đến chỗ tốt đẹp.

Mong sao những ai có duyên may gặp được bản văn này, sẽ chuyền tay nhau truyền rộng khắp nơi, thay nhau khuyến khích, khuyên bảo người đời. Khuyên được một người thôi giết hại tức là cứu sống được trăm vạn sinh linh. Khuyên đến mười người, trăm người, cho đến muôn ngàn vạn người thì âm đức thật hết sức lớn lao, quả lành không cùng tận. Chỉ cần có lòng tin chắc chắn làm theo, những điều này quyết không sai dối.

Thực hành giữ giới sát[1]

Mỗi năm nên viết đủ tên mười hai tháng dán lên tường nhà. Trong một tháng mà giữ được hoàn toàn không giết hại, thì bên dưới chỗ tên tháng ấy ghi vào mấy chữ "không giết hại". Giữ trọn được một tháng không giết hại, đó là làm thiện được vào bậc hạ. Giữ trọn được một năm không giết hại, đó là làm thiện được vào bậc trung. Giữ trọn được một đời không giết hại, đó là làm thiện được vào bậc thượng. Giáo huấn được con cháu nhiều

[1] Tiêu đề phần này do chúng tôi thêm vào dựa theo nội dung, để người đọc tiện theo dõi.

đời đều nối tiếp nhau giữ giới không giết hại, đó lại càng là bậc hiền thiện cao trổi trong những người hiền thiện.

Nguyện cho người người đều giữ giới không giết hại, nhà nhà đều bỏ thịt cá mà ăn chay, ắt chư Phật đều hoan hỷ, muôn vị thần linh gia hộ, chuyện binh đao chiến tranh sẽ nhờ đó mà vĩnh viễn chấm dứt, những hình phạt nặng nề không cần dùng đến, địa ngục trống rỗng không còn tội nhân, người người nhờ đó được mãi mãi xa rời biển khổ.

Lời nguyện sau khi giữ giới sát

Nếu có thể giữ trọn trong một tháng hoàn toàn không giết hại vật mạng, thì vào đêm cuối tháng ấy, hoặc sáng sớm ngày đầu tháng tiếp theo, có thể đến trước bàn thờ Phật, chí tâm lễ bái hình tượng Phật rồi khấn nguyện như sau:

"Đệ tử tên là... *(khấn tên họ, pháp danh)* ..., xin đem hết tâm thành quy y đức Phật A-di-đà ở thế giới Tây phương Cực Lạc. Đệ tử ngày nay vâng theo lời Phật dạy trước đây, thực hành giữ giới không giết hại, vừa trọn được một tháng. Nhờ công đức này, xin nguyện cho đệ tử được tiêu trừ tội lỗi nghiệp chướng, giải trừ mọi oán thù oan trái, căn lành tu tập ngày càng tăng trưởng, đến phút lâm chung được thân tâm an ổn, chính niệm rõ ràng, nhờ ơn Phật tiếp dẫn được sinh về cõi nước Cực Lạc, hóa sinh từ giữa hoa sen trong ao bảy báu, hoa nở liền được gặp Phật, chứng đắc pháp nhẫn vô sinh, được đầy đủ trí tuệ Phật, dùng thần lực lớn lao có thể khiến cho những chúng sinh trong nhiều đời trước từng bị đệ tử giết hại, cùng tất cả chúng sinh bị giết hại trong khắp mười phương, thảy đều được cứu độ giải thoát, thành đạo Vô thượng. Nay phát lời nguyện này, xin đức Phật từ bi xót thương tiếp nhận."

Phát nguyện như trên rồi, tiếp đó niệm danh hiệu Phật một trăm lần, hoặc ngàn lần hay vạn lần, nhiều ít tùy ý.

2. Văn phóng sinh

a. Toàn văn

Thường nghe rằng, điều quan trọng nhất ở thế gian là mạng sống, việc thảm thiết nhất trong đời là bị giết. Vì thế, khi bị bắt ắt phải tìm đường trốn chạy. Chấy rận còn biết né tránh cái chết, loài kiến, dế cũng biết tham sống nên gặp lúc trời mưa liền vội vã kéo nhau đi tránh.

Sao con người lại có thể giăng lưới nơi rừng núi, đánh bắt dưới vũng sâu, tìm đủ mọi phương cách mà bắt lấy, cong khuất thì thả câu, ngay thẳng thì bắn tên, trăm mưu ngàn kế truy lùng lưới bắt? Khiến cho muôn loài phải kinh sợ hồn xiêu phách lạc, mẹ con chia lìa ly tán. Hoặc giam nhốt trong chuồng trong cũi, ắt cũng giống như người ở trong lao ngục; hoặc dùng dao đâm cối giã, ắt chẳng khác chi người chịu tội lóc thịt phanh thây.

Hươu thương con [bị bắn], thè lưỡi liếm vết thương mà ruột đứt thành từng đoạn. Vượn sợ chết, xa trông thấy bóng cung tên mà hai dòng lệ đổ. Đó là cậy mình mạnh mà hiếp kẻ yếu, theo lý chỉ e rằng không đúng, ăn thịt muôn loài để bổ dưỡng thân mình, nỡ lòng nào lại thế?

Do đó mà cảm động đến trời cao rủ lòng xót thương muôn vật, bậc thánh nhân xưa ra đời thi hành đức nhân từ. Việc mở lưới bắt đầu từ thánh vương Thành Thang, việc phóng sinh thả cá vào ao nuôi khởi sự từ hiền nhân Tử Sản.

Thánh thiện thay trưởng giả Lưu Thủy, dùng túi chở nước cứu cá khô hạn. Bi mẫn thay đức Phật Thích-ca, cứu con vật nguy vong tự cắt thịt. Đại sư Trí Giả ở núi Thiên Thai, cổ súy việc đào ao phóng sinh. Tiên nhân ngồi thiền dưới gốc đại thụ, che chở con chim đậu trên thân mình. Chuộc cá phóng sinh về sau giải thoát, tâm bi mẫn của Thiền sư Diên Thọ hãy còn. Cứu con Long vương được phương thuốc hay, lòng từ ái của Tôn chân nhân chưa dứt.

Một lần ra tay cứu kiến, sa-di chết yểu chuyển thành trường thọ, thư sinh hèn kém hóa khôi nguyên. Một bận giải thoát cho rùa, Mao Bảo lâm nguy thoát nạn, Khổng Du được hưởng phong hầu. Khuất Sư thả cá chép nơi thôn Nguyên, tuổi thọ tăng thêm một kỷ. Tùy hầu cứu rắn trên đất Tề, được hạt châu đáng giá ngàn vàng.

Vớt ruồi chết đuối, người nấu rượu thoát tội tử hình. Cứu ba ba sắp bị giết, nô tỳ bệnh nặng được khỏi. Mua vật sắp chết nơi lò mổ, Trương Đề Hình chết sinh cõi trời. Đổi mạng sống cá tôm trên thuyền chài, Lý Cảnh Văn được giải độc đan sa.

Tôn Lương Tự cứu mối nguy giam nhốt, lúc mai táng có bầy chim đến giúp. Huyện lệnh Phan cấm bắt cá ở sông hồ, lúc chuyển đi tôm cá khóc đưa.

Đại sư Tín phá trừ tục giết vật hiến tế, ban điềm lành trời đổ mưa to. Tổ Tào Khê mở lưới thợ săn, đạo từ bi truyền ra khắp chốn.

Hoàng tước được cứu ngậm vòng ngọc báo ơn, chồn xuống giếng truyền thuật trả nghĩa. Cho đến vật thân tàn được cứu, sau cũng bò trên vách nghe kinh. Gặp cảnh khốn mong cầu được sống, lươn hiện hình người áo vàng báo mộng.

Những sự bố thí đều có phước báo, mọi việc rõ ràng, không phải không chứng cứ. Hoặc được ghi chép trong sách vở, hoặc rõ ràng tai nghe mắt thấy. Nguyện cho tất cả mọi người mỗi khi nhìn thấy vật [mạng sắp bị giết hại] đều phát tâm từ bi, xả bỏ tài sản không bền chắc để thực hành phương tiện cứu giúp.

Nếu bảo vệ được nhiều mạng sống, ắt tích chứa âm đức lớn lao, nhưng dù chỉ cứu sống được một con sâu nhỏ, đó cũng là việc thiện. Ngày ngày đều thêm việc thiện, tháng tháng tích lũy càng nhiều, thực hành càng rộng thì phước báo càng cao.

Lòng từ phủ khắp nhân gian, tiếng lành cảm thông thiên

giới. Rửa sạch trong lòng không oán cừu nghiệp chướng, phước lành tụ hội trong đời này; vun bồi tưới tẩm căn lành, an vui còn mãi đến đời sau.

Nếu được thì [khi phóng sinh] nên niệm Phật trợ lực, tụng đọc Kinh điển. Nên vì những con vật được thả ra mà hồi hướng công đức, nguyện cho chúng sau khi chết sẽ được sinh về Tây phương Cực Lạc, vĩnh viễn thoát khỏi ba đường ác. Được như thế ắt tâm lượng càng thêm lớn lao, cội đức càng sâu hơn nữa. Nhờ đó nhanh chóng thành tựu đạo nghiệp, được sinh về chín phẩm đài sen cõi Phật.

Nay xin rộng khuyên hết thảy người đời, mong đừng vì thấy bản thân tôi đức hạnh mỏng manh, thân phận nhỏ nhoi mà ngờ vực không tin nhận.

b. Giảng giải từng phần

Thường nghe rằng, điều quan trọng nhất ở thế gian là mạng sống, việc thảm thiết nhất trong đời là bị giết.[1]

Giảng rộng:

Nói rằng quan trọng nhất, điều đó có hai nghĩa. Thứ nhất, người đời đối với vàng bạc châu báu, quan chức tước vị, gia đình vợ con, cho đến tự thân mình, đều xem là quan trọng. Nhưng khi không thể có được tất cả, ắt phải chọn lấy trong số đó thứ nào là quan trọng hơn. Thế nên, nếu cần cứu lấy mạng sống của mình ắt không tiếc gì vàng bạc châu báu. Để cứu mạng mình, cũng không tiếc quan chức tước vị. Thậm chí có lúc cần phải cứu lấy mạng mình thì cả gia đình vợ con cũng không quan tâm đến nữa. Vì thế nên nói rằng mạng sống là quan trọng nhất.

Nghĩa thứ hai là, theo lời Phật dạy thì tất cả chúng sinh đều có khả năng thành Phật. Như vậy, mạng sống chính là hạt giống, là điều kiện để có thể thành Phật. Do đó nên nói rằng mạng sống là quan trọng nhất.

[1] Phần chính văn được in nghiêng trước khi giảng rộng.

Lại nói rằng thảm thiết nhất, đó là ví như việc đánh đập hành hạ đủ cách, tuy có làm cho người hết sức khổ sở, nhưng vẫn chưa đến mức dứt mất mạng sống. Thế nên chỉ có việc giết hại là thảm thiết nhất, [vì dứt cả mạng sống của muôn loài].

Vì thế, khi bị bắt ắt phải tìm đường trốn chạy. Chấy rận còn biết né tránh cái chết, loài kiến, dế cũng biết tham sống nên gặp lúc trời mưa liền vội vã kéo nhau đi tránh.

Giảng rộng:

Vì mạng sống là quan trọng nhất, nên muôn loài đều cố giữ lấy mạng sống. Vì bị giết là thảm thiết nhất nên muôn loài đều chạy trốn cái chết. Cho nên đến chấy, rận, kiến, dế cũng đều biết tham sống sợ chết. Xét như những sinh mạng nhỏ nhoi mà còn thế thì đối với những loài lớn hơn ắt có thể biết rõ.

Sao con người có thể giăng lưới nơi rừng núi, đánh bắt dưới vũng sâu, tìm đủ mọi phương cách mà bắt lấy, cong khuất thì thả câu, ngay thẳng thì bắn tên, trăm mưu ngàn kế truy lùng lưới bắt?

Giảng rộng:

Đã biết hết thảy chúng sinh đều tham sống sợ chết, sao có thể che mờ lương tâm, làm những việc tàn độc? Giăng lưới chim thú trên rừng núi, đánh bắt tôm cá dưới sông hồ, cúi xuống nước thì buông câu bắt cá, ngẩng lên trời thì giương cung bắn chim, thậm chí còn lén lút ám muội đào hố, đặt bẫy, tìm trăm phương ngàn kế không thể kể hết [để giết hại muôn loài], thật hết sức đáng giận!

Khiến cho muôn loài phải kinh sợ hồn xiêu phách lạc, mẹ con chia lìa ly tán.

Giảng rộng:

Như trên đã nói, con người dùng đến đủ các loại lưới giăng trên cạn dưới nước, rồi móc câu, tên bắn... vừa nhìn thấy thôi đã táng đởm kinh hồn, nếu vướng phải rồi thì táng thân mất mạng, ắt phải mẹ con chia lìa ly tán. Nếu so [hoàn cảnh những con vật ấy] với cảnh người gặp thời giặc loạn, binh lửa tràn đến, thật có khác gì nhau?

Hoặc giam nhốt trong chuồng trong cũi, ắt cũng giống như người ở trong lao ngục; hoặc dùng dao đâm cối giã, ắt chẳng khác chi người chịu tội lóc thịt phanh thây.

Giảng rộng:

Trói buộc giam nhốt, ắt bị cấm hẳn sự đi lại, mất hẳn sự tự do, không khác gì người bị giam vào lao ngục. Giết mổ cắt xẻ, ắt đau đớn khổ sở cũng như người bị lóc thịt phanh thây. Thử đặt mình vào những hoàn cảnh ấy, ắt có thể biết được tình cảnh của muôn loài bị giết hại là như thế nào.

Hươu thương con [bị bắn], thè lưỡi liếm vết thương mà ruột đứt thành từng đoạn. Vượn sợ chết, xa trông thấy bóng cung tên mà hai dòng lệ đổ.

Giảng rộng:

Chuyện hươu thương con, là nói đến việc Hứa Chân Quân ngày xưa, thuở còn trẻ rất thích việc săn bắn. Một hôm, ông bắn trúng con hươu con, hươu mẹ [không bỏ chạy mà đứng bên] thè lưỡi liếm vết thương cho con. Một lúc lâu, hươu con chết, hươu mẹ cũng chết theo. Hứa Chân Quân mổ bụng hươu mẹ ra xem, thấy ruột nó đứt thành từng đoạn. Đó là vì nó quá thương hươu con bị chết, đau đớn quá độ đến nỗi ruột đứt thành từng đoạn. Hứa Chân Quân hết sức ân hận, sám hối tội lỗi của mình, liền bẻ gãy cung tên, bỏ vào núi sâu tu đạo, sau chứng được đạo quả, cả nhà cùng bay lên trời.[1] Câu chuyện này làm rõ ý *"mẹ con chia lìa ly tán"* vừa nói ở đoạn văn trước.

Chuyện vượn sợ chết, là nói đến việc Sở vương đi săn cùng với Dưỡng Do Cơ. Khi ấy nhìn thấy một con vượn, Sở vương liền ra lệnh cho Dưỡng Do Cơ giương cung bắn. Con vượn vừa nhìn thấy Dưỡng Do Cơ liền rơi lệ khóc. Đó là vì giống vượn này có đôi tay nhanh nhẹn mềm mại, có thể chộp bắt được cả mũi tên đang bay. Nhưng Dưỡng Do Cơ là tay thần xạ thời bấy giờ, nên nó biết là không thể bắt kịp mũi tên ông bắn, chắc chắn sẽ phải chịu chết, vì thế nên rơi lệ khóc. Câu chuyện này làm rõ ý *"kinh sợ đến hồn xiêu phách lạc"* vừa nói ở đoạn văn trước.

Đó là cậy mình mạnh mà hiếp kẻ yếu, theo lý chỉ e rằng không đúng, ăn thịt muôn loài để bổ dưỡng thân mình, nỡ lòng nào lại thế?

Giảng rộng:

Xét theo hai chuyện vừa kể trên thì biết rằng việc giết hại hết sức không nên làm. Người đời luôn nói rằng thịt của muôn loài cầm thú đều là món người có thể ăn, nhưng không biết đó chẳng qua chỉ là ỷ mạnh hiếp yếu mà thôi. Nếu không phải vậy, ắt hổ dữ ăn thịt người rồi cũng có thể cho rằng thịt người là món hổ có thể ăn. Bọ ngựa ăn ve sầu, chim sẻ lại ăn bọ ngựa, rồi chim ưng lại bắt chim sẻ mà ăn. Kẻ yếu bị ăn thịt, kẻ mạnh ăn thịt kẻ yếu, lý lẽ mạnh được yếu thua thật quá rõ ràng, không còn gì phải ngờ vực cả.

---

[1] Ý này dẫn theo sách Thái bình quảng ký (太平廣記), quyển 14, truyện Hứa Chân Quân trong phần Thập nhị chân quân. Theo sách này thì dưới triều Hiếu Vũ Đế nhà Đông Tấn, niên hiệu Thái Khang (太康) năm thứ hai, ngày mồng 1 tháng 8, tại Tây Sơn ở Hồng Châu, cả nhà Chân Quân có đến 42 người cùng bay lên trời đi mất. Tuy nhiên, sách này có lẽ nhầm về niên hiệu, vì đời Tấn Hiếu Vũ Đế chỉ có niên hiệu Ninh Khang (寧康 – 373-375) và Thái Nguyên (太元 – 376-396) chứ không có niên hiệu Thái Khang (太康 – 280-289), vốn thuộc đời Tây Tấn.

Người đời lại cho rằng ăn rau cải thì gầy ốm, ăn thịt cá mới được mập mạnh. Ôi, muốn cho thân mình béo mập mà không nghĩ đến cái khổ của muôn loài, như vậy thì tính người ở đâu?

Do đó mà cảm động đến trời cao rủ lòng xót thương muôn vật, bậc thánh nhân xưa ra đời thi hành đức nhân từ.

Giảng rộng:

Do người đời mê lầm làm việc giết hại như thế, nên sát khí ngùn ngụt động đến trời cao. Trời cao vốn có đức hiếu sinh, vẫn thường hiện nhiều điềm báo để chỉ bày cho người đời. Người đời mê mờ không biết nên vẫn tiếp tục việc giết hại ngày càng nặng nề hơn, ắt phải đưa đến những việc mưa gió thất thường, mùa màng thất bát, đao binh chiến loạn khởi lên khắp nơi. Nếu người biết tu hạnh lành, ắt mưa thuận gió hòa, mùa màng bội thu, bể yên sóng lặng.

Cho nên, việc con người giết hại chính là trái nghịch ý trời. Bậc thánh nhân xưa kia, trên thuận với lòng trời, dưới xót thương cho sinh mạng muôn loài, mới ra sức thi hành đức nhân từ để cứu giúp. Những việc thánh nhân đã làm, xin xem tiếp ở phần dưới đây.

Việc mở lưới bắt đầu từ thánh vương Thành Thang, việc phóng sinh thả cá vào ao nuôi khởi sự từ hiền nhân Tử Sản.

Giảng rộng:

Việc mở lưới là nói đến chuyện vào đời nhà Thương, vua Thành Thang một hôm đi tuần thú nhìn thấy các thợ săn giăng lưới kín bốn bề để bắt thú, đọc lời chú nguyện rằng: "Từ trên trời mà xuống, từ dưới đất mà lên, từ bốn phương cùng lại, hết thảy đều chui vào lưới ta." Vua thấy vậy rồi liền sai mở trống ra ba hướng, chỉ để lại một và sửa lời chú nguyện lại thành: "Muốn sang bên trái thì chạy sang trái, muốn sang bên phải thì chạy sang phải, muốn lên cao thì bay lên, muốn xuống đất thì chui xuống, không muốn sống nữa thì hãy chui vào lưới ta."

Việc thả cá vào ao nuôi là nhắc chuyện Tử Sản, quan Đại phu nước Trịnh thời Xuân Thu. Có người đem đến biếu một con cá còn sống, Tử Sản không nỡ ăn, sai người mang thả vào nuôi trong ao.

Xem qua hai chuyện này thì biết việc phóng sinh không phải chỉ riêng có trong đạo Phật, mà người quân tử trong đạo Nho ai ai cũng vâng làm theo.

Thánh thiện thay trưởng giả Lưu Thủy, dùng túi chở nước cứu cá khô hạn. Bi mẫn thay đức Phật Thích-ca, cứu con vật nguy vong tự cắt thịt.

Giảng rộng:

Dùng túi chở nước, đó là nói đến câu chuyện trong kinh Kim Quang Minh.[1] Ông Lưu Thủy là con trai một vị trưởng giả,[2] một hôm đi xa gặp mười ngàn con cá mắc kẹt trong một hồ nước đã gần cạn, tất cả đều sắp phải chết khô. Ông liền dùng voi chở nước chứa trong các túi đến đổ vào hồ, cứu sống được đàn cá. Ông lại vì đàn cá mà thuyết pháp. Sau khi chết, tất cả đều được sinh lên cõi trời.[3]

Tự cắt thịt, đó là nhắc chuyện trong một tiền thân của đức Phật Thích-ca Mâu-ni, khi ngài còn là một vị Bồ Tát. Khi ấy, có chim ưng đuổi bắt con chim câu, chim câu kinh sợ bay đến chỗ Bồ Tát mong được che chở. Chim ưng đuổi tới liền nói: "Ngài

---

[1] Chuyện này kể theo nội dung trong kinh Kim Quang Minh (金光明經), được xếp vào Đại Chánh tạng thuộc Tập 16, kinh số 663, tổng cộng có 4 quyển, do ngài Đàm-vô-sấm dịch sang Hán ngữ vào đời Bắc Lương. Câu chuyện này thuộc quyển 4, nằm ở trang 352, tờ b, bắt đầu từ dòng thứ 22.

[2] Trong văn này chép là "Lưu Thủy trưởng giả", nhưng căn cứ kinh văn thì là "trưởng giả tử", nghĩa là con trai ông trưởng giả.

[3] Theo kinh văn thì ông này đã thuyết pháp Thập nhị nhân duyên cho đàn cá nghe cùng niệm danh hiệu đức Bảo Thắng Như Lai. Nhờ đó, sau khi bỏ mạng, tất cả đều được sinh lên cung trời Đao Lợi.

muốn cứu con chim câu, chẳng phải là khiến cho tôi phải chịu đói mà chết hay sao?"

Bồ Tát liền hỏi: "Ngươi ăn những món gì?" Chim ưng đáp: "Chỉ ăn thịt mà thôi." Bồ Tát liền tự cắt thịt đùi cho chim ưng ăn để thay phần thịt chim câu. Chim ưng nói: "Ngài muốn trao đổi như thế thì phải cắt số thịt cân nặng bằng với con chim kia." Bồ Tát đồng ý, nhưng cắt mãi mà số thịt vẫn còn nhẹ hơn con chim câu, cho đến sắp hết cả thịt trên người mà vẫn chưa đủ. Khi ấy, chim ưng liền hỏi: "Bây giờ ngài có hối hận chăng?"

Bồ Tát đáp: "Lòng ta quyết cứu chim câu, không hề có chút hối hận nào." Rồi Bồ Tát lại phát nguyện: "Nếu lời ta nói là đúng thật không hư dối, nguyện cho da thịt trên thân ta trở lại như cũ." Vừa lập nguyện xong, quả nhiên thân thể hoàn toàn bình phục như trước. Chim ưng khi ấy hiện nguyên hình là một vị Thiên Đế,[1] bay lên giữa không trung lễ bái tán thán lòng đại bi của Bồ Tát.

Đại sư Trí Giả ở núi Thiên Thai, cổ súy việc đào ao phóng sinh. Tiên nhân ngồi thiền dưới gốc đại thụ, che chở con chim đậu trên thân mình.

Giảng rộng:

Đại sư Trí Giả ở núi Thiên Thai, tên húy là Trí Khải, Tùy Dạng Đế tôn xưng hiệu ngài là Trí Giả. Ngài từng đào ao khuyến khích mọi người thả cá phóng sinh. Nhưng không chỉ riêng ngài Trí Giả, xưa nay cũng rất nhiều người làm việc ấy. Như Tây Hồ ngày nay, vốn xưa cũng từng là một ao phóng sinh. Trải qua nhiều năm, người xưa đã mất, thời thế đổi thay, giáo pháp suy mạt, nay thấy người ta thắp đèn bắt cá nhiều như sao trời bay đầy trên mặt hồ, thật đáng thương thay!

[1] Vì con chim ưng này vốn thật là Thiên Đế hóa thành, để thử thách tâm đại bi của Bồ Tát.

Về việc che chở cho chim, đó là chuyện một vị tiên nhân thuở xưa tu tập thiền định, thường tọa thiền dưới gốc một cây đại thụ. Một hôm ngài nhập định quá lâu, thân hình bất động đến nỗi một con chim từ xa bay đến không nhận ra, liền đậu lại trú ngụ ngay trong lòng ngài. Vì sợ con chim bị kinh hoảng nên ngài ngồi yên không lay động, đợi đến khi con chim bay đi rồi ngài mới xuất định. Lòng từ bi thương xót muôn loài đạt đến mức như thế!

Chuộc cá phóng sinh về sau giải thoát, tâm bi mẫn của Thiền sư Diên Thọ hãy còn. Cứu con Long vương được phương thuốc hay, lòng từ ái của Tôn chân nhân chưa dứt.

Giảng rộng:

Chuộc cá phóng sinh là kể chuyện Đại sư Vĩnh Minh, tên húy là Diên Thọ. Lúc Ngô Việt Vương trấn nhậm Hàng Châu, ngài đang làm chức quan giữ kho ở huyện Dư Hàng, nhiều lần xuất tiền trong kho để mua cá tôm đủ loại phóng sinh. Sau vì việc ấy mà ngài bị bắt giam, khép tội ăn trộm công quỹ, theo pháp luật phải bị chém vất xác giữa chợ.[1]

Ngô Việt Vương vốn đã biết ngài dùng tiền ấy mua vật mạng phóng sinh, nên dặn trước người hành hình phải chú ý quan sát lời nói, sắc mặt để báo lại. Ngài đến lúc sắp chết mặt không biến sắc, người chung quanh đều lấy làm quái lạ, gạn hỏi. Ngài nói: "Ta đối với số tiền lấy từ trong kho không dùng vào việc riêng một xu nào, tất cả đều mua vật mạng để phóng sinh, nhiều không tính hết. Nay sau khi chết sẽ sinh thẳng về thế giới Tây phương Cực Lạc, chẳng vui lắm sao?"

Ngô Việt Vương nghe báo lại lời ấy liền truyền tha tội cho ngài. Sau đó ngài xuất gia, tu tập thiền pháp, chuyên cần lễ sám, đạt được biện tài không ngăn ngại.

[1] Chém vất xác giữa chợ (棄市 - khí thị): một hình phạt ngày xưa, áp dụng cho những tội nặng cần phải răn dọa nhiều người.

Sau khi ngài viên tịch, có một vị tăng nhân lúc thần thức đi đến chốn âm ty, nhìn thấy Diêm vương thường ra vào lễ bái hình tượng một vị tăng, hỏi ra mới biết đó chính là ngài Vĩnh Minh Diên Thọ. Ngài đã vãng sinh về Tây phương, vào hàng Thượng phẩm thượng sinh,[1] Diêm vương vì kính trọng đức độ của ngài nên thường lễ bái.

Cứu con Long vương, đó là chuyện của Tôn chân nhân lúc còn chưa thành tiên. Một hôm, ông đi đường gặp đứa trẻ trong thôn bắt được một con rắn nước, đùa nghịch đến nỗi con rắn lừ đừ sắp chết. Tôn chân nhân liền bỏ tiền mua con rắn, mang thả xuống nước.

Hôm sau, chân nhân đang ngồi tĩnh tọa bỗng thấy có một người áo xanh mời đi theo, đến một chỗ dinh thự xem ra có vẻ như người đời vẫn gọi là Thủy tinh cung. Vị vua trong cung ra tiếp đón, mời chân nhân đến ngồi trên một tòa cao, nói rằng: "Con ta hôm qua ra ngoài chơi, nếu không gặp được tiên sinh chắc là đã chết." Liền cho bày yến tiệc chiêu đãi, xong lại mang ra đủ các loại châu báu quý giá để tạ ơn. Chân nhân từ chối không nhận, nói: "Tôi nghe Long cung có nhiều phương thuốc hay bí truyền, xin truyền cho tôi để cứu người giúp đời, như vậy còn hơn là những châu báu này." Long vương liền mở hòm ngọc lấy ra ba mươi sáu phương thuốc trao cho, Tôn chân nhân nhờ đó mà y thuật càng thêm tinh thông. Về sau tu hành chứng được tiên phẩm.

Một lần ra tay cứu kiến, sa-di chết yểu chuyển thành trường thọ, thư sinh hèn kém hóa khôi nguyên. Một bận giải thoát cho rùa, Mao Bảo lâm nguy thoát nạn, Khổng Du được hưởng phong hầu.

---

[1] Người vãng sinh Tây phương tùy theo công phu tu tập mà phân làm 9 phẩm (cửu phẩm), trong đó Thượng phẩm thượng sinh là bậc cao nhất: 1. Thượng phẩm thượng sinh, 2. Thượng phẩm trung sinh, 3. Thượng phẩm hạ sinh, 4. Trung phẩm thượng sinh, 5. Trung phẩm trung sinh, 6. Trung phẩm hạ sinh, 7. Hạ phẩm thượng sinh, 8. Hạ phẩm trung sinh, 9. Hạ phẩm hạ sinh.

Giảng rộng:

Có hai câu chuyện cứu kiến. Chuyện thứ nhất là sa-di chết yểu chuyển thành trường thọ. Xưa có chú sa-di theo hầu thầy là một vị trưởng lão tôn túc. Vị này biết chú sa-di trong bảy ngày nữa mạng số chấm dứt, liền bảo chú về nhà thăm mẹ, dặn chú đến ngày thứ tám phải trở về chùa, trong ý muốn chú được chết ở nhà. Không ngờ đến ngày thứ tám vẫn thấy chú trở lại chùa. Thầy chú lấy làm quái lạ, liền nhập định quán sát mới biết, chú sa-di trên đường về nhà, gặp một đàn kiến sắp bị nước trôi, liền bắc cầu cho chúng theo sang, đàn kiến nhờ đó đều thoát chết. Nhờ việc ấy mà chú không bị chết yểu, về sau lại sống thọ.

Chuyện thứ hai, thư sinh hèn kém hóa khôi nguyên, chính là chuyện Tống Giao. Ông có một người em trai, cả hai anh em cùng lên kinh dự thi. Tống Giao có lần thấy đàn kiến sắp bị nước ngập, liền lấy một cành trúc làm cầu để chúng bò lên mà thoát. Bấy giờ có vị tăng người Ấn Độ nhìn thấy dung mạo của Tống Giao liền kinh hãi nói: "Ông đã từng cứu sống đến trăm vạn sinh mạng." Tống Giao nói: "Tôi là học trò nghèo, sức đâu làm được những việc như thế?" Vị tăng nói: "Không phải vậy, dù loài vật nhỏ nhoi cũng kể là sinh mạng." Tống Giao liền đem chuyện cứu kiến kể lại. Vị tăng nói: "Đúng là việc ấy rồi. Em trai ông khoa này sẽ đỗ đầu, nhưng ông rồi cũng không thể kém hơn." Đến khi có kết quả thi, quả nhiên người em đỗ đầu, nhưng triều đình cho rằng em không thể đặt trên anh, nên sửa kết quả thành "đệ thập" mà chọn Tống Giao thành đệ nhất, quả đúng như lời vị tăng.

Về việc giải thoát cho rùa có hai chuyện. Chuyện thứ nhất là Mao Bảo lâm nguy thoát nạn. Mao Bảo vào thuở còn hàn vi, đi đường gặp người mang một con rùa đem bán, liền bỏ tiền mua thả cho đi. Sau ông làm tướng, một lần thua chạy rơi xuống nước, bỗng cảm thấy có vật gì đó nâng mình lên, nhờ đó không phải chết chìm. Đến khi vào được trong bờ rồi, nhìn lại mới biết con vật đã đưa ông vào bờ chính là con rùa ngày trước được ông cứu.

Chuyện thứ hai là cứu rùa được phong hầu. Khổng Du vốn chỉ là một chức quan nhỏ, cũng từng mua rùa thả xuống nước. Rùa nổi lên bơi đi trong nước còn ngoái đầu hướng về phía ông nhiều lần như cảm tạ. Sau Khổng Du có công được phong tước hầu, lúc thợ đúc ấn ra bỗng thấy hình con rùa trên núm ấn[1] ngoái đầu về phía sau, liền phá đi đúc lại, cho đến lần thứ tư, nhìn kỹ trong khuôn thì đầu rùa thẳng nhưng đúc ấn ra vẫn là ngoái về phía sau. Thợ đúc ấn lấy làm quái lạ, liền đem việc này báo với Khổng Du. Ông nhớ lại lúc thả con rùa năm xưa, nó cũng ngoái đầu nhìn lại như vậy, liền hiểu ra chuyện phong hầu ngày nay chính là nhờ phước báo của việc cứu rùa.

Khuất Sư thả cá chép nơi thôn Nguyên, tuổi thọ tăng thêm một kỷ. Tùy hầu cứu rắn trên đất Tề, được hạt châu đáng giá ngàn vàng.

Giảng rộng:

Về chuyện thả cá chép, đó là Khuất Sư khi ở thôn Nguyên gặp người bán một con cá chép đỏ, liền mua thả xuống sông. Sau đó, ông nằm mộng thấy Long vương mời đến cung điện, nói rằng: "Ông vốn tuổi thọ đã hết, nhưng nhờ cứu sống con rồng nên được sống thêm một kỷ."[2]

Về chuyện cứu rắn, đó là Tùy hầu khi sang nước Tề, trên đường nhìn thấy một con rắn gặp nạn trong bãi cát, máu chảy trên đầu, liền dùng gậy nâng rắn mang đến bỏ nơi bờ nước rồi mới đi. Khi quay về đến chỗ ấy thì thấy rắn ngậm một hạt châu nằm bên đường, hướng về phía ông như muốn đưa tặng, nhưng

[1] Quả ấn ngày xưa có hình con rùa trên núm ấn.

[2] Một kỷ: theo cách tính ngày xưa tức là 12 năm.

ông không dám nhận. Đêm ấy, ông nằm mộng thấy mình giẫm phải một con rắn, kinh sợ thức giấc thì nhìn thấy trên giường có hai hạt châu rất quý.

Vớt ruồi chết đuối, người nấu rượu thoát tội tử hình. Cứu ba ba sắp bị giết, nô tỳ bệnh nặng được khỏi.

Giảng rộng:

Chuyện vớt ruồi là nói đến một người thợ nấu rượu, mỗi khi có ruồi rơi vào vò rượu liền vớt ra, thả vào chỗ đất khô, lại rắc tro quanh thân ruồi để rút hết nước, nhờ đó ruồi được sống. Ông làm như thế đã lâu ngày, cứu sống được rất nhiều ruồi. Về sau, ông bị vu cáo tội ăn trộm nhưng không làm sao tự biện bạch được. Lúc đã thành án, vị quan phụ trách hình sự chuẩn bị phê duyệt án tử hình ông, bỗng ruồi ở đâu bay đến bám đầy lên ngọn bút, không thể viết được. Đuổi đi rồi chúng lập tức quay trở lại, nhiều lần như vậy nên không sao đặt bút phê án. Nhân đó vị quan chợt nghĩ lại, ngờ rằng án này có sự oan khuất, liền tra hỏi kỹ mới biết là ông bị vu cáo. Quan truyền đòi những kẻ đã vu oan cho ông đến, quát hỏi một lần thì chúng nhận tội ngay, liền thả ông về. Ôi, chuyện này thật lạ lùng biết bao!

Về việc cứu ba ba, là chuyện một nữ tỳ hầu hạ trong nhà họ Trình. Hai vợ chồng chủ nhà đều thích ăn thịt ba ba, một hôm tình cờ bắt được con ba ba rất lớn, có việc đi ra ngoài liền dặn dò nữ tỳ ở nhà làm thịt ba ba. Khi ấy, nữ tỳ suy nghĩ thấy tự tay mình đã giết không biết bao nhiêu con ba ba, nay thấy con ba ba lớn này rất muốn thả ra, cho dù bị chủ đánh chửi cũng cam chịu. Nghĩ rồi liền mang ba ba ra hồ thả. Hai vợ chồng chủ nhà trở về hỏi thịt ba ba, nữ tỳ liền nói đã lỡ để chạy mất. Do đó mà bị đánh đập rất đau đớn.

Về sau, nữ tỳ ấy mắc phải bệnh dịch, đến lúc nguy kịch sắp chết, chủ nhà sai người mang bỏ nơi một căn lều bên bờ nước, nằm đó chờ chết. Giữa đêm bỗng có một con vật từ trong hồ bò lên, mang bùn ẩm trong hồ đến bôi lên thân thể nữ tỳ, nhân đó cô liền cảm thấy mát mẻ, tật bệnh tiêu mất. Chủ nhà thấy cô khỏi bệnh không chết lấy làm quái lạ, tra hỏi, cô liền đem sự thật kể lại nhưng chủ nhà không tin. Đêm đó liền lén rình xem, quả nhiên nhìn thấy đúng là con ba ba lớn ngày trước cô nữ tỳ đã thả đi mất. Cả nhà họ Trình đều kinh sợ, từ đó vĩnh viễn không ăn thịt ba ba nữa.

Mua vật sắp chết nơi lò mổ, Trương Đề Hình chết sinh cõi trời. Đổi mạng sống cá tôm trên thuyền chài, Lý Cảnh Văn được giải độc đan sa.

Giảng rộng:

Mua vật sắp chết là nói chuyện Trương Đề Hình thường đến nơi lò mổ, bỏ tiền mua những con vật sắp bị giết mà thả ra. Sau đến lúc sắp chết, ông nói với người nhà: "Ta làm việc phóng sinh, tích đức sâu dày, nay cõi trời có người đến đón, ta sắp sinh lên đó." Nói rồi thản nhiên mà qua đời.

Đổi mạng cá tôm trên thuyền chài là chuyện Lý Cảnh Văn, thường đến chỗ những người chài lưới, mua hết những cá tôm họ bắt được rồi mang thả xuống sông. Lý Cảnh Văn ưa thích sử dụng đan dược, thường dùng đan sa luyện qua lửa mà ăn, tích tụ nhiệt nóng trong người lâu ngày thành bệnh, mọc nhọt trên lưng, thuốc men đều không chữa khỏi. Cảnh Văn trong lúc mê man không biết gì bỗng cảm thấy như có cả một bầy cá dùng nước bọt thoa lên chỗ nhọt độc, trong người liền thấy mát mẻ sảng khoái, tỉnh dậy liền khỏi bệnh. Câu chuyện này cũng thuộc loại tương tự như chuyện ba ba báo ơn nữ tỳ cứu mạng.

Tôn Lương Tự cứu mối nguy giam nhốt, lúc mai táng có bầy chim đến giúp. Huyện lệnh Phan cấm bắt cá ở sông hồ, lúc chuyển đi tôm cá khóc đưa.

Giảng rộng:

Cứu mối nguy giam nhốt là nói chuyện Tôn Lương Tự, mỗi khi thấy chim chóc bị người bắt giam nhốt đều bỏ tiền mua để thả cho bay đi. Sau đến lúc chết, nhà nghèo quá không biết làm sao tổ chức việc mai táng cho ông, bỗng có bầy chim hàng trăm con kéo đến, cùng nhau ngậm bùn đắp mộ cho ông, những người trông thấy ai cũng cho là chuyện lạ. Đó là do lòng từ ái cảm động loài vật mà thành như vậy.

Cấm bắt cá ở sông hồ là nói chuyện quan huyện lệnh họ Phan, lúc đương quyền có ban lệnh cấm không cho người dân bắt cá tôm ở sông hồ trong vùng ông cai quản, những người vi phạm đều bị trị tội. Sau đến lúc ông thuyên chuyển đi nơi khác, cá tôm trong nước đều trồi lên phát tiếng kêu khóc lớn, hệt như người khóc cha mẹ chết, người người đều nghe thấy, ai cũng cho là chuyện quái lạ.

Đại sư Tín phá trừ tục giết vật hiến tế, ban điềm lành trời đổ mưa tô. Tổ Tào Khê mở lưới thợ săn, đạo từ bi truyền ra khắp chốn.

Giảng rộng:

Phá tục hiến tế là nói chuyện Đại sư Tín gặp lúc trời nắng hạn, thấy dân quê mê muội theo lệ cũ muốn giết vật hiến tế để cầu mưa, Đại sư xót thương cho sự mê muội ấy nên liền dạy rằng: “Nếu các người chịu thả những con vật tế ra đừng giết, ta sẽ vì các người mà cầu mưa.” Người dân đồng ý làm theo. Đại sư chí thành cầu nguyện, trời liền đổ mưa rất lớn. Nhân việc đó mà người người ở khắp xa gần đều được ngài cảm hóa.

Mở lưới thợ săn là nói chuyện Lục tổ sau khi nhận tâm ấn từ Ngũ tổ ở Hoàng Mai, vẫn làm người thế tục đến sống với một nhóm thợ săn. Thợ săn giao cho ngài giữ lưới, ngài nhân lúc bọn họ vắng mặt liền xem trong lưới có mang, thỏ... các loại, con nào thả được liền lập tức thả ngay. Như vậy trải qua đến 16 năm. Sau ngài đến đạo trường Tào Khê, rộng độ chúng đệ tử thuộc đủ mọi thành phần, giáo pháp truyền lại phân thành năm tông,[1] lợi lạc đến muôn đời sau.

Hoàng tước được cứu ngậm vòng ngọc báo ơn, chồn xuống giếng truyền thuật trả nghĩa.

Giảng rộng:

Hoàng tước ngậm vòng ngọc, là nói chuyện Dương Bảo thuở thiếu thời có lần thấy một con chim hoàng tước bị chim cắt rượt vồ bị thương nặng rơi xuống đất, lại bị kiến bâu lại cắn. Dương Bảo liền mang chim về nuôi, dùng thuốc trị thương, đợi vừa khỏi hẳn thì thả cho bay đi. Đêm hôm ấy ông nằm mộng thấy một bé trai mặc áo vàng đến bái tạ, biếu tặng bốn cái vòng ngọc, nói rằng: "Tôi là sứ giả của Vương Mẫu, nhờ ơn ông cứu mạng, xin nguyện cho ông về sau con cháu đều liêm khiết thanh bạch, làm quan đến tước Tam công, bền đẹp như những chiếc vòng ngọc này." Sau quả nhiên con cháu của Dương Bảo trải qua bốn đời đều được sang quý hiển vinh.

Chồn xuống giếng, đó là nói chuyện xưa có một ông tăng giả danh, tánh tình bất lương, nghe nói vị thuốc hoàng tinh có thể giúp người trường thọ, muốn thử nghiệm xem có đúng thật không. Ông ta liền bỏ hoàng tinh xuống giếng cạn, rồi lừa

---

[1] Lục tổ Huệ Năng có rất nhiều cao đồ, nhưng trong số đó đặc biệt có hai vị lập tông là Nam Nhạc Hoài Nhượng (南岳懷讓) và Thanh Nguyên Hành Tư (青原行思). Truyền thừa từ hai vị này về sau phân thành năm tông lớn là: 1. Quy Ngưỡng tông, do hai Thiền sư khai lập là Quy Sơn Linh Hựu (771-853) và môn đệ Ngưỡng Sơn Huệ Tịch Thiền sư (807-883 hoặc 813/814-890/891); 2. Lâm Tế tông, do Thiền sư Lâm Tế Nghĩa Huyền (?-866) khai sáng; 3. Tào Động tông, do hai Thiền sư khai sáng, đó là Động Sơn Lương Giới (807-869) và Tào Sơn Bản Tịch (840-901); 4. Vân Môn tông, được Thiền sư Vân Môn Văn Yển (864-949), môn đệ của Tuyết Phong Nghĩa Tồn Thiền sư thành lập; 5. Pháp Nhãn tông, do Thiền sư Pháp Nhãn Văn Ích (885-958) thành lập (trước đó tông này cũng được gọi là Huyền Sa tông, gọi theo tên của Thiền sư Huyền Sa.

một người kia xuống giếng, dùng cái mâm cối xay lớn bằng đá đậy lên miệng giếng. Người kia bị nhốt trong giếng hoảng hốt không biết làm sao, bỗng thấy có một con chồn chui xuống giếng, nói rằng: "Ông đừng sợ, tôi sẽ truyền cho ông một thuật này. Loài chồn chúng tôi có thuật thông thiên, thường ở giữa mộ người đào lỗ chui xuống, rồi nằm trong mộ chăm chú nhìn lên giữa miệng lỗ, lâu ngày ắt có thể bay ra khỏi mộ. Trong sách của đạo tu tiên nói rằng 'thần trí có thể bay được', chính là nói đến chuyện này. Nay ông có thể học làm theo thuật ấy bằng cách chăm chú nhìn lên lỗ trống ở giữa cái mâm cối xay. Tôi trước đây từng bị thợ săn bắt được, nhờ ông bỏ tiền ra cứu mạng tôi, nên hôm nay đến đây để báo ơn."

Người kia tin lời con chồn, chú tâm làm theo, khoảng hơn mười ngày thì quả nhiên bay được ra khỏi giếng, thoát nạn. Lão tăng bất lương mừng lắm, cho rằng đó là nhờ công hiệu của vị thuốc hoàng tinh. Ông ta liền từ biệt mọi người mang theo một số hoàng tinh xuống giếng, dặn mọi người bịt giếng lại, qua một tháng sẽ mở ra xem. Đúng ngày, người ta mở giếng ra xem thì ông ta đã chết. Ông ta không biết rằng, trước đó người kia thoát ra khỏi giếng được vốn là nhờ sự giúp sức của con chồn. Thật đáng thương thay!

Cho đến vật thân tàn được cứu, sau cũng bò trên vách nghe kinh. Gặp cảnh khốn mong cầu được sống, vật hiện hình người áo vàng báo mộng.

Giảng rộng:

Vật bò trên vách nghe kinh, đó là chuyện có lần tôi[1] ghé ngụ ở một am kia, thấy người bắt rất nhiều rết, dùng thanh tre cong ghim dính đầu vào đuôi, tôi liền mua để thả ra, nhưng hầu hết bị thương tổn đều đã lừ đừ sắp chết, chỉ duy nhất có một con còn đủ sức hối hả bò đi.

---

[1] Tức Đại sư Liên Trì tự xưng.

Về sau, có lần tôi đang ngồi với một người bạn lúc đêm tối, bỗng thấy trên tường có một con rết, liền dùng cây thước gỗ gõ mạnh gần đó để xua nó đi, nhưng nó không chịu đi. Tôi liền nói: "Phải chăng ngươi chính là con rết ta đã thả trước đây? Ngươi đến tạ ơn ta đó chăng? Nếu đúng vậy, ta sẽ vì ngươi thuyết pháp, ngươi hãy lắng nghe đừng vội đi."

Khi ấy, tôi giảng với nó rằng: "Hết thảy chúng sinh hữu tình đều do tâm tạo tác. Tâm tàn nhẫn thì hóa thành hổ báo, chó sói. Tâm độc ác thì hóa thành rắn rết, bọ cạp. Nếu ngươi có thể bỏ được tâm độc ác, ắt có thể thoát khỏi được thân hình hiện nay."

Tôi giảng xong liền bảo nó đi đi. Nó nghe lời, không cần phải xua đuổi, tự nhiên từ từ bò ra khỏi song cửa sổ mà đi. Người bạn tôi khi ấy thấy hết mọi việc, voo cùng kinh ngạc, cho là chuyện lạ lùng ít có. Chuyện này xảy ra vào niên hiệu Long Khánh năm thứ tư.[1]

Về việc người áo vàng báo mộng, đó là chuyện ở ngoại thành Hàng Châu, có một nhà nọ hàng xóm bị mất trộm, đứa con gái [đã lấy chồng] nghe tin về thăm, mua cho mẹ mười con lươn để làm quà. Bà mẹ mang lươn bỏ vào chum rồi quên mất. Đêm nọ, bà nằm mộng thấy có mười người mặc áo vàng, đội mũ nhọn, đến quỳ trước mặt bà xin tha mạng. Tỉnh dậy trong lòng sinh nghi, chẳng biết chuyện gì, bà liền đi xem bói. Thầy bói nói: "Có vật sống đang cầu xin bà thả ra."

Bà về lục soát khắp trong nhà, mới thấy lươn trong chum, đếm vừa đúng mười con. Bà kinh hãi, lập tức mang thả hết đi. Chuyện này xảy ra vào niên hiệu Vạn Lịch năm thứ 9.[2]

Những sự bố thí đều có phước báo, mọi việc rõ ràng, không phải không chứng cứ.

---

[1] Tức là năm 1570, đời vua Minh Mục Tông. Đại sư vào năm ấy 38 tuổi, sang năm sau mới đến núi Vân Thê, Hàng Châu.

[2] Tức là năm 1581, vào đời vua Minh Thần Tông.

Giảng rộng:

Những người làm việc phóng sinh, hoặc được thêm phúc lành, hoặc được tăng tuổi thọ, hoặc tránh được tai nạn, hoặc tật bệnh tiêu trừ, hoặc sinh về cõi trời, hoặc chứng đắc đạo quả, tùy theo sự bố thí khác nhau mà được phước báo, hết thảy đều có chứng cứ rõ ràng. Tuy nhiên, làm việc thiện thì chiêu cảm điều lành chỉ là chuyện tất nhiên, người có tâm tu thiện lẽ nào lại mong chờ phước báo? Không mong đợi phước báo mà phước báo tự đến, lẽ nhân quả là như vậy, người phóng sinh cần phải biết.

Hoặc được ghi chép trong sách vở, hoặc rõ ràng tai nghe mắt thấy.

Giảng rộng:

Những sự việc được dẫn ra trên đây, chuyện đã qua thì được ghi chép trong sách vở, có nguồn gốc chứng cứ, chuyện gần đây thì rõ ràng tai nghe mắt thấy, có nhiều người cùng thấy cùng nghe. Khảo xét chuyện đời xưa, chứng nghiệm chuyện đời nay, nhất định không thể là hư dối sai lệch.

Nguyện cho tất cả mọi người mỗi khi nhìn thấy vật [mạng sắp bị giết hại] đều phát tâm từ bi, xả bỏ tài sản không bền chắc để thực hành phương tiện cứu giúp.

Giảng rộng:

Câu văn này rộng khuyên tất cả người đời nên phát tâm từ bi, xả bỏ tài sản ở thế gian để thực hành những phương tiện cứu giúp muôn loài.

Nói tài sản không bền chắc, là vì tài sản thế gian có thể bị lũ lụt cuốn trôi, có thể bị hỏa tai thiêu rụi, có thể bị vua quan tịch thu, có thể bị giặc cướp cướp mất, thật mong manh vô thường, không phải là loại tài sản bền chắc. Nay xả bỏ loại tài sản không bền chắc ấy để làm việc phúc đức, chính là đổi tài sản không bền chắc để có được tài sản bền chắc.

Nếu là người không có tiền bạc, chỉ cần phát tâm từ bi đối với muôn loài, đó cũng là tạo được phúc đức. Hoặc khuyên bảo khuyến khích người khác làm việc phóng sinh, hoặc nhìn thấy người khác phóng sinh thì ngợi khen, tán thán, vui mừng theo với việc làm ấy, khiến cho tâm niệm lành của họ càng thêm tăng trưởng, đó cũng là tạo được phúc đức.

Nếu bảo vệ được nhiều mạng sống, ắt tích chứa âm đức lớn lao, nhưng dù chỉ cứu sống được một con sâu nhỏ, đó cũng là việc thiện.

Giảng rộng:

Người có khả năng thì ra tay cứu sống nhiều vật mạng, tất nhiên được âm đức lớn lao. Đến như người không có khả năng, dù chỉ cứu sống một con sâu nhỏ, cũng là việc thiện. Đừng cho rằng việc thiện nhỏ không mang lại lợi ích nên không làm. Người đời không hiểu được lý lẽ này, nên thường chọn những loài nhỏ bé để có thể mua được nhiều con mà phóng sinh, đối với những con vật to lớn thì dù gặp nó sắp chết giữa đường cũng đưa mắt nhìn rồi đi qua. Như thế chỉ là tham muốn phúc đức cho bản thân mình, không phải là thương xót nỗi khổ của chúng sinh. Tâm địa như thế thì phước báo hết sức nhỏ nhoi, phải hết sức cẩn thận, không nên suy nghĩ theo cách như vậy!

Ngày ngày đều thêm việc thiện, tháng tháng tích lũy càng nhiều, thực hành càng rộng thì phước báo càng cao.

Giảng rộng:

Việc thiện không phân biệt lớn nhỏ, quý nhất ở chỗ có thể kiên trì thực hiện lâu dài. Ngày ngày đều có tăng thêm thì tháng tháng đều có sự tích lũy. Việc thiện nhiều, tất nhiên phạm vi làm thiện càng mở rộng, thực hành càng rộng thì phước báo càng cao.

Lòng từ phủ khắp nhân gian, tiếng lành cảm thông thiên giới.

Giảng rộng:

Khởi tâm từ làm việc thiện lâu dài, công đức tích lũy sâu rộng nên khắp cõi người đều hay biết. Lòng người đã kính phục tin theo, ắt lòng trời cũng yêu cũng quý. Có người cho rằng, trời cao lồng lộng mênh mang xa tít, làm sao có thể cảm thông với việc làm ở cõi người? Đó là họ không biết rằng, các vị Thiên vương vào những ngày Lục trai[1] đều xem xét khắp nhân gian, tất cả việc thiện đều biết, tất cả những việc xấu ác đều thấy rõ. Hơn nữa, người tu theo mười nghiệp lành thì cõi trời được ưu thế, người làm mười nghiệp ác thì a-tu-la được ưu thế, nên Thiên đế lúc nào cũng muốn người làm điều thiện.[2] Chỉ cần có một người làm việc thiện, các vị thần vương liền lập tức báo lên Thiên đế. Những điều này trong Kinh điển có ghi chép rõ ràng, không phải nói theo suy đoán.

Rửa sạch trong lòng không oán cừu nghiệp chướng, phước lành tụ hội trong đời này; vun bồi tưới tẩm căn lành, an vui còn mãi đến đời sau.

Giảng rộng:

Không giết hại, chỉ làm việc phóng sinh, đối với muôn loài không có oán cừu. Không chỉ được an vui trong đời hiện tại, mà nhờ căn lành này nên trong nhiều đời sau cũng sẽ được sống lâu hưởng phúc lâu dài, cho đến tương lai trọn thành quả Phật, hết

---

[1] Lục trai: là những ngày mồng 8, 14, 15, 23, 29 và 30 (tháng thiếu là 28 và 29). Theo kinh Tứ Thiên vương thì vào những ngày đó, Tứ Thiên vương xem xét việc lành dữ ở cõi người. Một số người nguyện ăn chay mỗi tháng 6 ngày vào các ngày này, nên gọi là Lục trai.

[2] Vì người làm thiện sinh lên cõi trời thì chư thiên đông đảo. Người làm ác sinh vào cõi a-tu-la thì a-tu-la càng đông hơn. A-tu-la vẫn thường xuyên gây chiến với chư thiên nên Thiên đế lúc nào cũng muốn có nhiều người sinh lên cõi trời mà không muốn có người sinh vào cõi a-tu-la.

thảy muôn loài chúng sinh hữu tình đều kính phục nương theo, như thế đều là những an vui còn mãi đến đời sau.

Nếu được thì [khi phóng sinh] nên niệm Phật trợ lực, tụng đọc Kinh điển.

Giảng rộng:

Gặp sinh mạng [sắp chết] có thể ra tay cứu sống, tuy là công đức hiền thiện, nhưng như thế chỉ cứu được cái thân xác thịt của chúng sinh, không giúp ích được cho sinh mạng trí tuệ sẵn có trong mỗi chúng sinh ấy. Vì thế, [trong khi làm việc phóng sinh] rất nên xưng niệm hồng danh đức Phật A-di-đà, vốn có đủ muôn vạn đức tốt, và cung kính trì tụng các phẩm Kinh điển Đại thừa. Tuy nhiên, cứu vật phóng sinh phải làm gấp rút như cứu lửa, nên việc trì tụng Kinh điển rất bất tiện, chỉ có thể dùng pháp niệm Phật [mới thật khả thi], giúp ích được những con vật được phóng sinh. Nếu đã mua được vật sống rồi lại để qua đêm, chờ sáng mới thả, hoặc sáng sớm mua về, đến sau trưa vẫn còn giam giữ, chờ đợi thiết lập đạo trường, tụ tập kẻ nam người nữ, kéo dài thời gian như thế ắt vật mạng chịu không nổi phải chết đi phần lớn. Làm việc phóng sinh mà như thế chỉ là hư rỗng, không thật lòng.

Nên vì những con vật được thả ra mà hồi hướng công đức, nguyện cho chúng sau khi chết sẽ được sinh về Tây phương Cực Lạc, vĩnh viễn thoát khỏi ba đường ác.

Giảng rộng:

Nhờ công đức niệm Phật, nguyện cho các con vật được phóng sinh một khi chấm dứt đời sống hiện tại sẽ được vãng sinh về thế giới Tây phương Cực Lạc, được hóa sinh từ hoa sen, đạt quả vị không còn thối chuyển, vĩnh viễn xa lìa các đường ác, mãi mãi chấm dứt vòng luân chuyển khổ đau.

Ba đường ác, đó là nói trong sáu đường luân hồi thì có ba đường là xấu ác: địa ngục, ngạ quỷ và súc sinh.[1]

Được như thế ắt tâm lượng càng thêm lớn lao, cội đức càng sâu hơn nữa.

Giảng rộng:

Thấy sự khổ não của chúng sinh [sắp chết] mà ra tay làm việc phóng sinh, thì đối với người sẵn có tâm lành sẽ nuôi lớn thành tâm Bồ-đề lớn lao hơn nữa, cho nên nói là "càng thêm lớn lao".

Phóng sinh ắt được phước báo, đối với người đã gieo trồng phước đức thế gian, ắt nay thành đức hạnh xuất thế, cho nên nói là "càng sâu hơn nữa".

Nhờ đó nhanh chóng thành tựu đạo nghiệp, được sinh về chín phẩm đài sen cõi Phật.

Giảng rộng:

Tâm lượng lớn lao, cội đức sâu vững, việc ấy làm sao suy nghiệm để biết? Nói chung, làm việc lợi tha chính là tâm hạnh của Bồ Tát. Thực hành pháp phóng sinh này để hỗ trợ thêm cho sự nghiệp tu tập đạo pháp, ắt sẽ như thuyền buồm thuận gió, nhanh chóng thẳng đến bờ bến là Niết-bàn. Trong ba phước lành của nghiệp thanh tịnh thì việc nuôi dưỡng tâm từ không giết hại là cao quý nhất. Nay đã có thể giữ giới không giết hại, lại thêm làm việc phóng sinh; đã có thể làm việc phóng sinh, lại thêm dùng Chánh pháp cứu chúng sinh [sau khi chết] được sinh về Tịnh độ; người dụng tâm tu tập được như thế, một khi

[1] Ba cảnh giới còn lại là cõi trời, cõi người và cõi a-tu-la, do không có quá nhiều khổ đau như ba đường ác, lại có điều kiện cho sự tu tập tăng tiến, nên được xem là những cảnh giới lành.

đã trọn hết báo thân này, quyết định sẽ được sinh về chín phẩm đài sen nơi Cực Lạc, điều đó không còn nghi ngờ gì nữa.

Nay xin rộng khuyên hết thảy người đời, mong đừng vì thấy bản thân tôi đức hạnh mỏng manh, thân phận nhỏ nhoi mà ngờ vực không tin nhận.[1]

Nghi thức phóng sinh

Nghi thức này căn cứ theo bản văn cũ của Pháp sư Lễ[2] ở Tứ Minh, có đôi chút thêm bớt cho giản tiện, dễ thực hành. Về cuối có thêm vào phần thay cho những con vật được phóng sinh mà phát nguyện vãng sinh, lại thêm phẩm Thập hồi hướng trong kinh Hoa Nghiêm vào để kết thúc, lấy ý nghĩa là trước hết cầu sinh về thế giới Cực Lạc của đức Phật A-di-đà, sau đó thể nhập vào Hoa tạng huyền môn của đức Phật Tì-lô-giá-na.[3]

Thêm nữa, vào mùa nắng nóng thì vừa bắt đầu lễ phóng sinh có thể tụng niệm theo nghi thức này, vừa xong thì phóng sinh. Khi có người tiếp tục đến phóng sinh nữa, chỉ cần niệm chú Đại bi một lần, chú Vãng sinh ba lần, rồi vừa xưng niệm hồng danh Phật A-di-đà vừa thả vật đi, không cần phải hết sức

[1] Đây là lời khiêm tốn của Đại sư Liên Trì.

[2] Tức Tổ sư đời thứ 17 của tông Thiên Thai, thường được tôn xưng là Tứ Minh Tri Lễ Đại sư (四明知禮大師), Tứ Minh Tôn giả (四明尊者) hay Tứ Minh Đại Pháp sư (四明大法師). Ngài sinh năm 960, viên tịch năm 1028, quê ở Tứ Minh thuộc huyện Ngân, tỉnh Chiết Giang.

[3] Phiên âm từ Phạn ngữ Mahā Vairocana Buddha, danh xưng dịch nghĩa là Đại Nhật Như Lai.

nghiêm túc theo nghi thức chỉnh tề, kéo dài thời gian sẽ tổn hại vật mạng. Nếu có người lại tiếp tục đến, cũng thực hiện giản lược như vậy.

Tại nơi phóng sinh, bày hương án trang nghiêm, có cành dương và nước sạch. Những người tham gia phóng sinh đều phát khởi tâm từ, dùng ánh mắt từ hòa mà nhìn những con vật được phóng sinh, trong tâm quán niệm đến sự chìm đắm luân hồi của chúng, liền khởi lòng thương xót sâu xa, rồi lại quán niệm Tam bảo có oai lực hết sức lớn lao, có thể cứu thoát khổ nạn cho chúng.

Quán niệm như vậy rồi, tay bưng chén nước, trong tâm thầm niệm:

"Nhất tâm phụng thỉnh Thập phương Từ phụ Quảng Đại Linh cảm Quán Thế Âm Bồ Tát, xin giáng lâm đạo tràng, gia trì cho chén nước này có đủ công năng lớn lao, vừa rảy lên thân thể chúng sinh vật loại liền khiến cho chúng đều được thanh tịnh thân tâm, đủ sức lắng nghe Chánh pháp nhiệm mầu."

Nguyện thầm như vậy rồi, liền bắt đầu tụng thần chú Đại bi một lượt, sau đó dùng nước sạch trong chén ấy rảy lên thân thể những con vật được phóng sinh ba lần. Tiếp đến hai tay nâng lư hương cung kính bạch rằng:

"Ngưỡng bạch Thập phương Tam bảo, Bổn sư Thích-ca, Từ phụ Di-đà, Như Lai Bảo Thắng, Bồ Tát Quán Âm, Trưởng giả tử Lưu Thủy, Thiên Thai, Vĩnh Minh cùng các bậc Đại sĩ... xin nguyện các ngài từ bi chứng biết và hộ niệm cho. Hôm nay có các loài chúng sinh hoặc bay trên không trung, hoặc sống trên đất liền, hoặc lặn dưới sông nước, bị người khác đặt bẫy giăng lưới bắt được, sắp phải rơi vào chỗ chết, chúng con là tỳ-kheo (hoặc tỳ-kheo ni)... ... *(khấn pháp hiệu)*... cùng các thiện nam tín nữ là... ... *(khấn tên họ, pháp danh những người tham gia phóng sinh)*... ... nhìn thấy như vậy liền khởi tâm tu theo hạnh Bồ Tát, phát tâm từ bi, gieo nhân lành trường thọ, thực hành phóng sinh, bỏ tiền chuộc lấy thân mạng của những chúng sinh này, trả chúng về đời sống tự do, cùng vâng làm theo Kinh điển Phương đẳng Đại thừa, giúp cho chúng được thọ pháp Tam quy, xưng niệm mười danh hiệu Phật, lại vì chúng giảng thuyết Giáo pháp Mười hai nhân duyên. Chỉ vì các loài chúng sinh này tội chướng sâu nặng, thần thức si mê hôn ám, nên ngưỡng cầu Tam bảo oai đức gia trì, xót thương tiếp độ."

Tiếp đó lại bạch rằng:

"Hôm nay những chúng sinh có mặt ở đây đều xin quy y Phật, quy y Pháp, quy y Tăng." (Lặp lại ba lần)

"Hôm nay những chúng sinh có mặt ở đây đều đã quy y Phật, đã quy y Pháp, đã quy y Tăng." (Lặp lại ba lần)

"Từ nay về sau, những chúng sinh hôm nay đã quy y Tam bảo, trở thành Phật tử, thờ Phật làm thầy, vĩnh viễn không quy y tà ma ngoại đạo." (Lặp lại ba lần)

"Hết thảy các Phật tử[1] đã quy y Tam bảo, nay chúng tôi sẽ vì quý vị mà xưng tụng mười danh hiệu của đức Như Lai Bảo Thắng, nhờ công đức ấy khiến cho quý vị sau khi được nghe rồi sẽ giống như mười ngàn con cá [trước đây được Trưởng giả tử Lưu Thủy cứu sống, sau khi mạng chung sẽ được] sinh về cõi trời, không hề khác biệt."

Tất cả những người tham gia phóng sinh đồng niệm:

"Nam mô Bảo Thắng Như Lai, Ứng cúng, Chánh biến tri, Minh hạnh túc, Thiện thệ, Thế gian giải, Vô thượng sĩ Điều ngự trượng phu, Thiên nhân sư, Phật, Thế Tôn." (Lặp lại ba lần)

Sau đó, [vị chủ lễ] thuyết pháp với những con vật được phóng sinh:

[1] Nói với tất cả những con vật được phóng sinh, vì vừa rồi đã giúp chúng thọ Tam quy, trở thành Phật tử.

"Này các Phật tử, hôm nay tôi sẽ vì quý vị mà thuyết giảng giáo pháp Mười hai nhân duyên, chỉ rõ các tướng sinh, tướng diệt, giúp cho quý vị thấu hiểu được pháp sinh diệt, chứng ngộ được pháp không sinh diệt, đồng như chư Phật, chứng Đại Niết-bàn. Đó là: Vô minh duyên theo hành, hành duyên theo thức, thức duyên theo danh sắc, danh sắc duyên theo sáu nhập, sáu nhập duyên theo xúc, xúc duyên theo cảm thụ, cảm thụ duyên theo ái luyến, ái luyến duyên theo chấp thủ, chấp thủ duyên theo hữu, hữu duyên theo sinh, sinh duyên theo già chết, ưu bi khổ não. Như vậy, khi vô minh diệt mất thì hành diệt theo, hành diệt mất thì thức diệt theo, thức diệt mất thì danh sắc diệt theo, danh sắc diệt mất thì sáu nhập diệt theo, sáu nhập diệt mất thì xúc diệt theo, xúc diệt mất thì cảm thụ diệt theo, cảm thụ diệt mất thì ái luyến diệt theo, ái luyến diệt mất thì thủ diệt theo, thủ diệt mất thì hữu diệt theo, hữu diệt mất thì sinh diệt theo, sinh diệt mất thì già chết, ưu bi khổ não đều diệt theo."

Thuyết pháp xong, lại nói:

"Này các Phật tử, nay tôi y theo Kinh điển Đại thừa, đã trao cho quý vị Tam quy, đã vì quý vị xưng niệm Mười danh hiệu Phật, cũng đã thuyết giảng cho quý vị nghe xong giáo pháp Mười hai nhân duyên. Bây giờ tôi sẽ vì quý vị mà đối trước Tam bảo phát lộ mọi tội lỗi trong quá khứ, chí thành cầu xin sám hối, nguyện cho bao nhiêu tội lỗi nghiệp chướng của quý vị, trong một niệm đều hết thảy tiêu trừ, được sinh về cảnh giới lành, được gần Phật nhận lời thọ ký. Quý vị nên hết sức chí thành cùng nương theo những lời sám hối sau đây."

Tiếp đọc lời sám hối:

"Xưa nay con tạo bao nghiệp ác,
Đều do muôn kiếp tham, sân, si.
Từ thân, miệng, ý khởi sinh ra,
Hết thảy con nay xin sám hối."

(Lặp lại ba lần)

Nam mô Thanh Lương Địa Bồ Tát. (Ba lần)

"Nguyện cho tất cả quý vị từ sau khi được phóng sinh rồi, vĩnh viễn không gặp ác ma, không bị ăn nuốt, không sa vào lưới bẫy, được sống đời thong dong tự tại, hưởng trọn tuổi trời. Sau khi mạng chung thì nương nhờ oai lực Tam bảo cùng nguyện lực từ bi của đức Như Lai Bảo Thắng, hoặc sinh về cõi trời Đao Lợi, hoặc sinh ra trong cõi nhân gian, đều biết tu hành, giữ theo giới luật, không quay trở lại làm việc ác như xưa, đem tâm thành tín niệm Phật, được tùy nguyện vãng sinh."

Tiếp đó cầu nguyện cho những người phóng sinh:

"Lại nguyện cho các đệ tử tham gia việc phóng sinh hôm nay là... ... *(khấn tên họ, pháp danh những người tham gia phóng sinh)*... ... từ nay về sau hạnh nguyện Bồ-đề được tăng trưởng, sáng suốt trong từng niệm tưởng, cứu khổ chúng sinh như cứu chính mình. Nhờ nhân duyên ấy được sinh về Tây phương Cực Lạc,[1] được gặp đức Phật A-di-đà và các vị Thánh chúng, chứng đắc pháp nhẫn vô sinh, hóa hiện phân thân nhiều như số hạt bụi nhỏ, rộng độ hết thảy chúng sinh hữu tình đều được thành Chánh giác."

Tất cả đại chúng đồng thanh tụng niệm phẩm Hồi Hướng trong kinh Hoa Nghiêm, cùng thần chú Vãng sinh Tịnh độ.

"Kinh Đại Phương Quảng Phật Hoa Nghiêm, phẩm Thập Hồi Hướng. Tùy thuận kiên cố hồi hướng hết thảy căn lành.[2]

"Phật tử, Đại Bồ Tát, khi sinh làm vị Đại quốc vương, đối với Chánh pháp thông hiểu tự tại, rộng làm theo lời dạy của Phật, khiến cho trong cõi nước được dứt trừ nghiệp giết hại. Khắp trong

[1] Nguyên tác dùng An Dưỡng, là một tên khác của cõi Tây phương Cực Lạc.

[2] Nội dung từ sau đoạn này trở xuống cho đến phần tụng thần chú Vãng sinh được trích nguyên văn từ kinh Đại Phương Quảng Phật Hoa Nghiêm (大方廣佛華嚴經), quyển 27, phẩm Thập hồi hướng (phẩm thứ 25), phần thứ 5, bản Hán dịch của ngài Thật-xoa-nan-đà. Kinh này được xếp vào Đại Chánh tạng thuộc Tập 10, kinh số 279. Phần kinh văn trích dẫn này bắt đầu từ trang 149, tờ b, dòng thứ 16.

cõi Diêm-phù-đề, những nơi thành ấp, xóm làng, đều ban lệnh cấm hết thảy mọi sự giết mổ. Đối với muôn loài chúng sinh dù là những loài không có chân, hoặc có hai chân, bốn chân hoặc nhiều chân, đều ban cho sự an ổn không sợ sệt, không hề khởi tâm muốn cướp đoạt [mạng sống của chúng]. Rộng tu hết thảy hạnh nguyện Bồ Tát, ban rải đức nhân từ đến muôn loài vật, không làm những việc xâm hại não loạn, phát khởi tâm nhiệm mầu quý báu đem sự an ổn đến cho mọi chúng sinh. Đối trước chư Phật khởi tâm mừng vui sâu xa cùng cực, thường tự mình trụ yên trong ba loại giới hạnh thanh tịnh, lại cũng khiến cho tất cả chúng sinh đều được trụ yên như vậy.

"Đại Bồ Tát khiến cho chúng sinh trụ yên trong Năm giới, vĩnh viễn dứt trừ không làm việc giết hại, lại dùng căn lành đó hồi hướng như sau:

- Nguyện cho hết thảy chúng sinh đều phát tâm Bồ-đề, được đầy đủ trí tuệ, vĩnh viễn giữ được thọ mạng, không có lúc chấm dứt.
- Nguyện cho hết thảy chúng sinh sống lâu vô lượng kiếp, cúng dường hết thảy chư Phật, chuyên cần cung kính tu tập, cuối cùng càng được tăng thêm tuổi thọ.
- Nguyện cho hết thảy chúng sinh tu tập hành trì trọn đủ, lìa khỏi các pháp già chết, hết thảy tai nạn, chất độc đều không làm hại đến sinh mạng.
- Nguyện cho hết thảy chúng sinh thành tựu đầy đủ thân không tật bệnh, phiền não, được thọ mạng tự tại, có thể tùy ý sống trên đời.
- Nguyện cho hết thảy chúng sinh được thọ mạng vô tận, đến cùng kiếp trong tương lai, trụ yên trong hạnh nguyện Bồ Tát, giáo hóa điều phục hết thảy chúng sinh.
- Nguyện cho hết thảy chúng sinh luôn được tăng trưởng căn lành Thập lực trong suốt đời sống của mình.

- Nguyện cho hết thảy chúng sinh được trọn đủ căn lành, được đời sống vô tận, thành tựu trọn vẹn đại nguyện.
- Nguyện cho hết thảy chúng sinh đều được gặp chư Phật, cúng dường phụng sự, an trụ trong đời sống vô tận mà tu tập căn lành.
- Nguyện cho hết thảy chúng sinh từ chỗ của đức Như Lai khéo học được các môn học của mình, đạt được niềm vui từ Phật pháp, thọ mạng vô tận.
- Nguyện cho hết thảy chúng sinh được căn mạng thường còn không già, không bệnh, dũng mãnh tinh tấn thể nhập trí tuệ chư Phật.

"Như thế là Đại Bồ Tát trụ yên trong ba tụ tịnh giới, vĩnh viễn dứt trừ nghiệp giết hại, hồi hướng căn lành cho tất cả chúng sinh đều được đầy đủ Mười sức của Phật."

Tiếp theo trì tụng thần chú Vãng sinh ba lần. Tụng xong, vị chủ lễ tác bạch rằng:

"Chúng con hôm nay làm việc phóng sinh được bao nhiêu công đức, xin dùng để báo đáp rộng khắp bốn ơn nặng, lợi lạc đồng đều trong Ba cõi, nguyện cho hết thảy chúng sinh trong pháp giới đều được thành tựu trọn vẹn trí tuệ giải thoát. Nam-mô Thập phương tam thế nhất thiết chư Phật, nhất thiết chư Đại Bồ Tát, Ma-ha Bát-nhã ba-la-mật."

Lời nguyện sau khi phóng sinh

Sau khi hoàn tất việc phóng sinh, đến trước bàn thờ Phật, chí tâm lễ bái hình tượng Phật rồi khấn nguyện như sau:

"Đệ tử tên là... *(khấn tên họ, pháp danh)*..., xin đem hết tâm thành quy y đức Phật A-di-đà ở thế giới Tây phương Cực Lạc. Đệ tử vâng theo lời Phật dạy trước đây, hôm nay thực hành việc phóng sinh, được số lượng vật mạng là... ...*(kể ra số lượng)*... ...

Nhờ công đức này, xin nguyện cho đệ tử được tiêu trừ tội lỗi nghiệp chướng, giải trừ mọi oán thù oan trái, căn lành tu tập ngày càng tăng trưởng, đến phút lâm chung được thân tâm an ổn, chính niệm rõ ràng, nhờ ơn Phật tiếp dẫn sinh về cõi nước Cực Lạc, hóa sinh từ giữa hoa sen trong ao bảy báu, hoa nở liền được gặp Phật, chứng đắc pháp nhẫn vô sinh, được đầy đủ trí tuệ Phật, dùng thần lực lớn lao có thể khiến cho những chúng sinh được con phóng sinh, cùng tất cả vô số chúng sinh trong khắp mười phương, thảy đều được cứu độ giải thoát, thành đạo Vô thượng. Nay phát lời nguyện này, xin đức Phật từ bi xót thương tiếp nhận."

Phát nguyện như trên rồi, tiếp đó niệm danh hiệu Phật một trăm lần, hoặc ngàn lần hay vạn lần, nhiều ít tùy ý. [1]

[1] Nguyên tác ghi là "宋慈雲懺主遵式《戒酒肉慈慧法門偈》- Tống Từ Vân Sám chủ Tuân Thức 'Giới tửu nhục từ tuệ pháp môn kệ'" ('Kệ pháp môn từ bỏ rượu thịt, tu tập từ bi trí tuệ' của Từ Vân Sám chủ Tuân Thức đời Tống. Theo tra cứu của chúng tôi thì toàn văn trích dẫn ở đây được An Sĩ toàn thư trích lại từ Kim viên tập (金園集) của ngài Tuân Thức (遵式), tổng cộng có 3 quyển, bài này nằm ở quyển 3. Kim viên tập hiện còn được lưu giữ trong Vạn tục tạng, thuộc Tập 57, kinh số 950. Bài "Giới tửu nhục từ tuệ pháp môn kệ" này bắt đầu từ dòng thứ 12, trang 13, tờ a. Khi chuyển dịch chúng tôi có tham khảo toàn văn trong sách này và những Kinh điển được trích dẫn.

Kệ khuyên người từ bỏ rượu thịt[1]

Lời tựa

Những bài kệ này được biên soạn từ các Kinh điển Đại thừa, Tiểu thừa như: kinh Lăng-già, kinh Ương-quật, kinh Niết-bàn, kinh Tát-già-ni-kiền, kinh A-hàm, kinh Chánh pháp niệm, kinh Hoa Nghiêm thập trụ...

Nhân khi đọc qua [các kinh ấy], tôi trích soạn thành 100 bài kệ,[2] đặt tên là *"Kệ từ bỏ rượu thịt, tu tập trí tuệ từ bi"*, để trình bày với những ai còn chưa nghe biết, [làm được theo đúng như kệ này] cũng đủ để tự răn nhắc.

Mong sao những ai đủ lòng tin có thể dành thời gian thư thả đọc kỹ kệ này, suy xét sâu xa về những nghiệp hiện nay đang tạo ra mà hết sức kinh sợ về sự báo ứng trong tương lai, đâu dễ chịu đựng nổi những cực hình ngâm chảo nước đồng sôi, nuốt hòn sắt nóng!

---

[1] Nguyên tác ghi là "宋慈雲懺主遵式《戒酒肉慈慧法門偈》- Tống Từ Vân Sám chủ Tuân Thức 'Giới tửu nhục từ tuệ pháp môn kệ'" ('Kệ pháp môn từ bỏ rượu thịt, tu tập từ bi trí tuệ' của Từ Vân Sám chủ Tuân Thức đời Tống. Theo tra cứu của chúng tôi thì toàn văn trích dẫn ở đây được An Sĩ toàn thư trích lại từ Kim viên tập (金園集) của ngài Tuân Thức (遵式), tổng cộng có 3 quyển, bài này nằm ở quyển 3. Kim viên tập hiện còn được lưu giữ trong Vạn tục tạng, thuộc Tập 57, kinh số 950. Bài "Giới tửu nhục từ tuệ pháp môn kệ" này bắt đầu từ dòng thứ 12, trang 13, tờ a. Khi chuyển dịch chúng tôi có tham khảo toàn văn trong sách này và những Kinh điển được trích dẫn.

[2] Tuy nói là 100 bài kệ nhưng thực ra không có sự phân biệt rõ rệt.

Chính văn

Thành tâm kính lễ Phật, Pháp, Tăng,
Tam bảo lòng từ như biển rộng.
Con nay mong muốn y Chánh pháp,
Rộng khuyên hết thảy mọi chúng sinh:

Không giết hại ăn thịt muôn loài.
Cùng tích tụ nhân lành từ ái,
Được sống thọ dứt trừ bệnh khổ,
Trong tương lai quả Phật trọn thành.

Mười phương chư Phật, Đại Bồ Tát,
Thường vì cứu độ mọi chúng sinh,
Xả bỏ thân mạng cùng đầu, mắt,
Trải qua vô lượng, vô số kiếp.

Khi làm vua, cắt thịt cứu chim ưng,
Lúc sinh làm rồng, xả thân cứu kiến.
Trưởng giả Lưu Thủy, cứu cá chết khô,
Bồ Tát bỏ thân, nuôi cọp đói lả.
Bao kiếp thường tu hành đạo từ,
Thành tựu sức từ bi, hiền thiện.
Chư Phật đã trừ mọi vọng tâm,
Chỉ còn duy nhất một tâm từ.

Người thường tu tập hạnh từ bi,
Không giết hại, ăn thịt muôn loài.
Ngưỡng nguyện sức oai thần chư Phật,
Đời đời vẫn thường luôn gia hộ.

Lời Phật dạy: Nếu giết chúng sinh,
Tức giết mẹ cha nhiều đời trước,
Hoặc như tự giết vợ, con mình,
Hoặc giết anh, chị, em trai, gái.

Hết thảy chúng sinh dù nam nữ,
Đều từng là cha, mẹ chúng ta.
Mỗi kiếp sinh ra từ thai bào,
Ta đều nhờ họ được thân thể.

Ta sinh làm mỗi loài súc sinh,
Xương cao như núi, máu như biển.
Lại mang thân mỗi loài như vậy,
Đều qua số kiếp không kể xiết.

Trôi lăn trong sáu đường luân hồi,
Thay đổi làm thân thuộc của nhau.
Cho nên giết vật để ăn thịt,
Nào khác gì ăn thịt cha mẹ?
Lại quán xét, có bao nhiêu thân xác,
Đều cũng đồng một bản thể như ta.
Xương thịt ta so với muôn loài,
Thật ra cũng là một xương thịt.
Cũng như phòng trước với bếp sau,
Vẫn đều gọi chung là nhà ta.
Nên biết những kẻ thường ăn thịt,
Chính là ăn nuốt tự thân mình.
Thế Tôn quán xét tạng Như Lai,
Thấy cảnh giới Phật và chúng sinh,
Chỉ là một cảnh giới, không hai,
Hết thảy xương thịt đồng một loại.

Như diễn viên tạm thay hình dạng,
Nhưng thật ra vốn chỉ một người.
Nếu khởi tâm giết hại chúng sinh,
Nên quán tưởng đó là chư Phật.

Những kẻ săn bắn, người đồ tể,
Hoặc người thường lưới bắt cá, chim,

Chúng sinh từ xa vừa trông thấy,
Đều tự nhiên run rẩy, sợ chết.

Vì những kẻ ấy tâm ác độc,
Chỉ biết hám lợi, ưa ăn thịt.
Tay cầm dao sắc hoặc cung tên,
Chỉ muốn giết hại sinh mạng chúng.

Nên chúng sinh trốn kỹ, bay cao,
Hốt hoảng kinh hãi mà xa lánh.
Những kẻ ấy thường đối chúng sinh,
Khởi lên tâm niệm đại oán cừu.

Chúng sinh đều yêu tiếc thân mạng,
Dù người hay vật đều không khác.
Nếu muốn ăn nuốt thịt chúng sinh,
Trước tiên hãy thử cắt thịt mình.

Chết là nỗi khổ không gì hơn,
Có chúng sinh nào chẳng khiếp sợ?
Chỉ cần tự quán xét chính mình,
Vì sao lại ăn thịt muôn loài?

Vì lợi mà giết hại vật mạng,
Hoặc tham tiền lưới bắt chúng sinh,
Hai nghiệp ấy đều là giết hại,
Chết đọa vào địa ngục khóc la.

Hãy nghe đây: Những kẻ giết hại,
Bỏ thân này, địa ngục sẵn chờ,
Có thành sắt vây quanh giam hãm,
Vút cao hơn tám vạn do-tuần.

Chiều dài, rộng cũng đều như vậy,
Lại ngập tràn lửa dữ đốt thiêu,
Cả trong ngoài một màu đỏ rực,
Bốn cửa thành, chó dữ đứng canh.
Tiếng ngục tốt quát la như sấm,
Hai mắt như chớp điện chiếu soi,
Rượt đuổi kẻ mang tội giết hại,
Bắt đưa vào chịu khổ trăm bề.

Có lực sĩ tay cầm giáo sắt,
Với cán dài mười thước khiếp thay,
Mũi sắc nhọn bề ngang tám tấc,
Đâm thẳng vào giữa ngực tội nhân.

Vết đâm sâu xuyên ngực thấu lưng,
Khổ sở đớn đau không nói hết,
Kéo dài trong muôn ức ngàn năm,
Chịu khổ đau cùng cực như vậy.

Hãy nghe đây: Những kẻ ăn thịt,
Bỏ thân này, đọa ngục A-tỳ,
Nhà ngục sắt vừa cao vừa rộng,
Mỗi bề hơn tám vạn do-tuần.

Bốn cửa ra lửa dữ thiêu đốt,
Suốt hai bề nam bắc thông nhau,
Tường vây quanh, lưới sắt bủa giăng,
Cổ mang gông, chân thêm xiềng sắt,
Hết thảy đều bị lửa đốt thiêu,
Nóng cháy lên một màu đỏ rực,
Tội ăn thịt chịu khổ như vậy,
Trong trăm ngàn muôn ức năm dài.

Hãy nghe đây: Những người nấu thịt,
Đọa vào ngục có chảo nước sôi.
Chảo lớn ấy hai bề sâu rộng,
Đều tính ra hơn vạn do-tuần.

Ngày đêm luôn có lửa nung nấu,
Nước không ngừng sôi sục bên trong.
Tội nấu thịt, bị vào chảo ấy,
Chịu khổ này mười bảy ngàn năm!

Hãy nghe đây: Những người nướng thịt,
Chết đọa vào ngục có giường sắt.
Ngục ấy rộng hai bề ngang dọc,
Mỗi bề đều tám vạn do-tuần.

Dưới giường sắt có lửa nung nóng,
Tội nhân bị ép nằm lên giường.
Tim, gan, da thịt đều cháy bỏng,
Như vậy suốt mười hai ngàn năm.

Hãy nghe đây: Những người cắt thịt,
Chết đọa vào ngục bị băm vằm.
Trong ngục có năm trăm lực sĩ,
Luôn cầm dao sắc chặt, băm vằm.

Băm nát mãi thành muôn mảnh vụn,
Gió nghiệp thổi vào, sống lại như xưa,
Chết đi sống lại, mãi như vậy,
Kéo dài qua mười hai ngàn năm.

Hãy nghe đây: Những kẻ nuôi gà,
Vì tham cho thịt béo mỡ nhiều,
Nên mỗi ngày gà ăn trùng sống,
Mỗi con đều đến số năm trăm.

Tội lỗi ấy, người, gà cùng chịu,
Sau khi chết địa ngục sẵn chờ.
Trong ngục ấy chứa đầy phẩn nóng,
Mỗi chiều đo tám vạn do-tuần.
Người với gà cùng vào trong ngục,
Chịu giam cầm năm vạn ngàn năm.

Hãy nghe đây: Những người săn bắn,
Bủa lưới giăng, đặt bẫy muôn loài,
Đào hố, căng dây rình bắt vật,
Hoặc phóng lao, giết thú giết chim.
Hoặc bốn bề vây chặt, đuổi xô,
Dồn bức muôn loài vào cửa tử.
Chết phải đọa địa ngục trục sắt,
Mỗi trượng vuông có vạn mũi đinh.

Trục ấy lăn đè lên tội nhân,
Một vòng, mũi nhọn đâm khắp người,
Toàn thân như bị đinh xuyên thấu,
Đau đớn cùng cực không chịu nổi.
Trải qua đến trăm ngàn vạn năm,
Chịu khổ báo không ngừng như thế.

Những kẻ giết hại và ăn thịt,
Chịu khổ đau ở địa ngục xong,
Lại sinh làm ngạ quỷ, la-sát,
Hoặc sư tử, cọp beo, chó sói...
Hoặc cáo, chồn, mèo, cú, diều dâu...
Chỉ uống máu tươi, ăn thịt sống,
Thường bị người lùng bắt phanh thây,
Chẳng được sống tự do yên ổn.

Lửa đói khát suốt đời nung nấu.
Thấy muôn loài, chỉ muốn giết ăn,
Tâm xấu ác ngày càng thêm lớn,

Hạt giống đại từ dứt mất thương thay!
Ví như lại được sinh làm người,
Ắt phải chịu tàn tật, chết yểu.
Hoặc ngu si bài bác nhân quả,
Lại trở vào địa ngục ngay thôi!

Khi Thế Tôn thuyết dạy kinh này,
Vô số quỷ la-sát kinh sợ,
Cùng than khóc, thề không ăn thịt,
Nguyện đi theo bảo vệ người lành.

Những ai đã được nghe kinh này,
Vì cớ sao chẳng sửa lỗi xưa?
Như thế thật uổng sinh kiếp người,
Vì chẳng được như loài la-sát.[1]
Hãy thận trọng, không đốt rừng núi,[2]
Không phá bờ đê ngăn nước sông,
Không đốn cây có chim làm tổ,
Không đốt củi có nhiều mối, mọt...
Nếu thấy chúng sinh bị giết hại,
Phải khéo tìm phương cách cứu nguy.

Cung kính đảnh lễ mười phương Phật,
Bậc Đại Bi Trí Đức Thế Tôn.
Nay con muốn khuyên người thế tục,
Bỏ men say, cầu trí xuất trần.

Như trong kinh đức Phật có dạy,
Uống rượu vào sinh vạn lỗi lầm.

---

[1] Nguyên tác dùng "食人鬼 - thực nhân quỷ" (quỷ ăn thịt người), chính là chỉ đến các quỷ la-sát vừa nói ở đoạn trên. Quỷ la-sát vốn tính hung ác, thích ăn thịt người, nhưng sau khi nghe đức Phật thuyết dạy những nội dung trên thì kinh sợ thề không ăn thịt nữa. Nếu con người được nghe kinh mà vẫn không bỏ việc ăn thịt thì không bằng những quỷ la-sát ấy.

[2] Vì khi cháy rừng thì có rất nhiều loài vật không thể thoát được, phải chết cháy.

Trong tám vạn trần lao uế trược,
Ba mươi lăm đầu mối sai lầm,
Đều nảy sinh từ việc uống rượu.
Xin mọi người chú tâm xét kỹ,
Rượu say sưa tâm huyễn loạn sinh.
Sáu thức đều ám hôn mê muội.
Nghĩa cha con dứt đường tôn kính,
Đạo vua tôi đảo ngược kỷ cương,
Tình mẹ con, nếp nhà rối loạn.
Chẳng còn theo khuôn phép lễ nghi.

Như thuở xưa nước Xá-bà-đề,
Có người tên Ương-quật-ma-la,
Uống rượu say loạn dâm cùng mẹ,
Nhân đó rồi lại giết cả cha.
Khi bà mẹ thông dâm người khác,
Lại vung đao giết mẹ không tha.

Lại nhớ chuyện ông Sa-già-đà,[1]
Đại A-la-hán chứng thần thông.
Khi vân du ngang nước Chi-đề,
Làng Bạt-đà[2] *nhân duyên tìm đến.*
Nơi ấy có con rồng độc lớn,
Xưng tên là Am-bà-la-đề.[3]
Rồng hết sức bạo tàn, độc ác,
Hại bao người hiền thiện trong thôn.[4]

---

[1] Nguyên văn câu chuyện này được ghi chép trong kinh Phật thuyết Ưu-bà-tắc ngũ giới tướng (佛說優婆塞五戒相經), được xếp vào Đại Chánh tạng, Tập 24, kinh số 1476. Câu chuyện bắt đầu từ dòng thứ 17, trang 943, tờ b. Kinh văn kể chuyện chi tiết hơn so với trong bài kệ này chỉ lược nói một số điểm chính. Vị A-la-hán này được đề cập đến trong kinh với tên gọi là Trưởng lão Sa-già-đà.

[2] Theo kinh văn thì thôn này tên là Bạt-đà-la-bà-đề (跋陀羅婆提).

[3] Theo kinh văn thì con rồng này tên là Am-bà-la-đề-đà (菴婆羅提陀).

[4] Theo kinh văn thì con rồng này hết sức hung dữ, phá hoại hết mùa màng trong thôn, lại xua đuổi hết các loài ngựa, dê, trâu, lừa... phải tránh xa nơi nó ở.

Vị La-hán hiện sức thần thông,
Rồng độc kia liền khuất phục ngay.
Dân làng hoan hỷ, muốn báo ơn,
Dâng tiệc chay, cháo sữa thơm ngon.

Có cô gái dâng cháo sữa rồi,
Lòng lo nghĩ sợ ngài rét lạnh,[1]
Liền dùng rượu có màu giống nước,
Tiếp dâng lên La-hán ấm lòng.

Vị La-hán ngỡ là nước sạch,
Liền uống vào, say đến ngả nghiêng.
Lảo đảo đến cổng chùa ngã gục,
Y bát đều vất bỏ ngổn ngang.

Cho hay lúc tỉnh hiện thần thông,
Hàng phục được cả rồng độc lớn,
Rượu say vào nằm như xác chết,
Chịu ễnh ương, cóc nhái khinh thường.

Đức Thế Tôn nhân sự việc này,
Truyền tụ tập chúng tăng đông đủ,
Ngay nơi Sa-già-đà say rượu,
Để khuyên răn, chế định giới điều.[2]

---

[1] Theo kinh văn thì có nhiều người dân phụng thỉnh Trưởng lão Sa-già-đà đến cúng dường. Cô gái này là một trong số đó, và ngài đã nhận lời đến nhà cô thọ trai. Vì lòng thành kính, cô đã tìm mua cho được món cháo sữa thơm ngon bổ dưỡng nhất. Sau đó lại suy nghĩ sợ rằng ngài ăn món cháo sữa này có thể sẽ phát lạnh. (女人思惟：是沙門噉是名酥乳 糜或當冷發 。-Nữ nhân tư duy: Thị sa-môn đạm thị danh tô nhũ mi, hoặc đương lãnh phát.)

[2] Theo kinh văn thì đức Phật đã nhân sự việc này chế định giới “không uống rượu”. Sau khi giảng rõ các mối nguy hại, đức Phật đã dạy rằng: “從今日若言我是佛弟子者，不得飲酒，乃至小草頭一 滴，亦不得飲 。- Tùng kim nhật, nhược ngôn ngã thị Phật đệ tử giả, bất đắc ẩm tửu, nãi chí tiểu thảo đầu nhất trích, diệc bất đắc ẩm.” (Kể từ hôm nay, những ai nhận mình là đệ tử Phật đều không được uống rượu, thậm chí chỉ một giọt nhỏ như giọt sương đầu ngọn cỏ cũng không được uống.)

Người Phật tử vâng điều giới ấy,
Quyết không dùng chất có men say.[1]

Kinh Chánh Pháp Niệm[2] *có dạy rằng:*
Vua Diêm-la quở trách tội nhân,
Trước khi đưa vào ngục trị tội,
Đọc cho nghe bài kệ dưới đây:[3]

Rượu uống vào rối loạn trong tâm,
Khiến con người chẳng khác loài dê...
Mọi việc làm không còn tự biết,
Nên dứt bỏ, không được uống rượu.

Lại rượu vào, thân thể cứng đờ,
Nằm bất động, khác nào xác chết.
Những ai muốn giữ tâm tỉnh táo,
Phải dứt ngay, không được uống rượu.

Rượu là nơi tụ tập lỗi lầm,
Chẳng mang đến điều gì lợi ích.
Chỉ khiến ta đi vào đường ác,
Và những nơi hôn ám tối tăm.

Uống rượu vào, địa ngục sẵn chờ,
Hoặc có thể sinh làm quỷ đói,
Hoặc sinh vào súc sinh cầm thú,
Hết thảy đều do rượu dẫn dắt.

---

[1] Câu chuyện này cũng được kể lại trong Thập tụng luật (十誦律), quyển 17, thuộc Đại Chánh tạng, Tập 23, kinh số 1435. Chuyện được bắt đầu từ dòng thứ 29, trang 120, tờ b.

[2] Tức kinh Chánh pháp niệm xứ (正法念處經), tổng cộng 70 quyển, do ngài Cù-đàm Bát-nhã-lưu-chi dịch sang chữ Hán. Kinh này được xếp vào Đại Chánh tạng thuộc Tập 17, kinh số 721. Nội dung liên quan đến trích dẫn nằm trong quyển 8, bắt đầu từ dòng thứ 4, trang 44, tờ c.

[3] Bài kệ trong kinh văn có nội dung dài hơn, ở đây chỉ lược trích, bắt đầu trích từ dòng thứ 12, trang 44, tờ c.

Phật có dạy, người đời nên biết:
Trong các độc, rượu là kịch độc,
Là địa ngục khổ hơn các ngục,
Là bệnh nặng nhất trong muôn bệnh.[1]

Người một khi đã uống rượu vào,[2]
Lúc mừng vui đều không duyên cớ,
Lại vô cớ nổi cơn sân hận,
Hoặc bỗng dưng việc ác làm càn.

Đối trước Phật sinh lòng nghi ngại,
Cả việc đời, việc đạo phá tan,
Lại như lửa đốt thiêu giải thoát,
Đều chỉ là do rượu mà thôi.

Những ai từ bỏ việc uống rượu,
Sẽ luôn theo nẻo chánh đường ngay,
Thẳng đến nơi tốt lành đệ nhất,
Chứng đắc ngay quả vị vô sinh.[3]

Đừng uống vào chất rượu vô minh,
Vì đó là nguyên nhân các khổ.
Hàng Thanh văn trụ bậc Minh thoát,[4]
Do rượu say trở lại phàm phu.

Nếu gặp lúc thân mang bệnh khổ,
Quán xét tìm gốc bệnh khởi sinh.
Từ si mê, chấp hữu, ái luyến,
Tích tạo nhân phải chịu quả bệnh.

[1] So với kinh văn thì đoạn trích tiếp theo đây có lược bỏ 17 câu kệ.

[2] So sánh kinh văn thì từ đây bắt đầu một đoạn trích mới, từ dòng đầu tiên của trang 45, tờ a, sách đã dẫn trên.

[3] So sánh kinh văn thì từ đây hết phần trích dẫn từ kinh Chánh pháp niệm xứ.

[4] Minh thoát (明脫): chỉ vị Thanh văn đã có sự tu chứng, theo ý nghĩa dứt trừ ngu si nên gọi là minh (sáng suốt), dứt trừ tham ái nên gọi là thoát (không bị trói buộc).

Dẫu Kỳ-bà[1] *dùng hết y thuật,*
Cũng không làm thay đổi nghiệp kia.
Huống chi thuốc rượu của thế gian,
Sao có thể tiêu trừ bệnh khổ?
Rượu là nguồn gốc sự buông thả,
Không uống rượu, là đóng cửa ác.
Thà bỏ đi trăm ngàn thân mạng,
Còn hơn phá giới, uống rượu say.

Dù phải chịu thân này khô héo,
Quyết trọn đời không uống rượu vào.
Ví như kẻ hủy phạm giới này,
Mà được tăng thêm trăm tuổi thọ,
Cũng không bằng thà giữ trọn giới,
Chịu tức thời tan nát toàn thân.

Dù biết chắc uống rượu lành bệnh,
Người khôn ngoan vẫn chẳng uống vào.
Huống chi còn phân vân chưa biết,
Liệu uống vào khỏi bệnh hay không.

Phát khởi tâm quyết định giữ giới,
Liền thấy lòng hoan hỷ vô cùng.
Do sáng suốt chứng đạt lẽ thật,
Bệnh khổ kia tức khắc tiêu trừ.

Hãy nghe đây: Những người nấu rượu,
Chết đọa vào địa ngục bã hèm,
Cùng địa ngục chứa đầy tro nóng,
Chịu đọa đày mười tám ngàn năm.

[1] Kỳ-bà (耆婆): phiên âm từ Phạn ngữ là Jīvaka, tên của một vị danh y đệ tử Phật, là ngự y của vua Tần-bà-sa-la. Ông chính là người phụ trách việc chữa bệnh cho chư tăng vào thời đức Phật.

Hãy nghe đây: Người buôn bán rượu,
Chết đọa vào ngục có ao rượu,
Rượu đầy ao như nước đồng sôi,
Bị ném vào trong ao chịu khổ.

Hãy nghe đây: Những người uống rượu,
Chết đọa vào địa ngục rót nước,
Ngày đêm phải tự tay rót lấy,
Nước đồng sôi đổ vào miệng mình.

Hãy nghe đây: Những người chuốc rượu,
Thường mang rượu ép người phá giới,
Chết đọa vào ngục có ao băng,
Đủ tám ngàn vạn năm chịu khổ,
Da thịt bị xé ra tan nát,
Mỗi ngày đêm sống chết trăm lần.
Ra khỏi ngục, năm trăm đời sau,
Sinh ra đều chẳng có hai tay.

Hãy nghe đây: Nếu dùng sức mạnh,
Hoặc nhân lúc chơi đùa giễu cợt,
Mang rượu đến chỗ hàng tăng ni,
Rồi thúc ép, bắt buộc phải uống,
Chết đọa vào địa ngục chặt chân.
Phải chịu khổ sáu trăm vạn năm,
Thường có năm trăm đại lực sĩ,
Chặt đứt ngang hai gối tội nhân.

Thậm chí kẻ trao tay bình rượu,
Năm trăm đời chịu đọa không tay.
Thường mang thân kiến, rận nhỏ nhoi,
Hoặc sinh làm giòi bọ, ruồi nhặng,
Hoặc côn trùng mê muội ngu si,

Mỗi loại như vậy năm trăm đời.
Hãy nghe chuyện xưa Cát-đà-bà,
Mua rượu, vấp ngã, đổ xuống giếng.
Các vị La-hán uống nước giếng,
Tám vạn vị thánh đều bị say.

Kết thành tội quấy nhiễu bậc thánh,
Chết đọa vào địa ngục cưa giường.[1]
Như thế trong tám vạn đại kiếp,
Thường phải chịu nỗi khổ cưa xẻ.

Ra khỏi ngục được sinh làm người,
Thân hình ngắn chỉ vừa ba thước,[2]
Mặt mũi xấu xí màu xanh đen,
Lỗ tai, lỗ mũi đều bít kín,
Mắt mù, môi sứt dị dạng thay,
Tay chân lại không có các ngón.

Huống chi người cố tình phá giới,
Mang rượu ép buộc người khác uống?
Thường thấy người đời thật ngu muội,
Ép kẻ khác ăn thịt uống rượu,
Tự mình đã không giữ thanh tịnh,
Cũng không chút hổ thẹn trong lòng,
Lại mang những món ăn bất tịnh,
Cưỡng bức, ép buộc người phá giới.
Thà phạm tội giết hại mạng người,
Vẫn còn hơn ép người phá giới.
Người bị giết mất đi mạng sống,

[1] Địa ngục cưa giường (cứ sàng ngục -鋸床獄): trong ngục này tội nhân bị đặt nằm trên giường, có cưa sắt cưa đứt ngang cả giường, khiến thân hình tội nhân cũng bị đứt lìa ra.

[2] Ba thước cổ, mỗi thước khoảng 0,33 mét, tức là thân hình chỉ cao khoảng 1 mét.

Đã chắc đâu phải đọa ba đường?[1]
Nhưng phá giới không sinh trời, người,
Lại dứt mất con đường giải thoát.

Hãy nghe đây: Người dứt rượu thịt,
Được phước đức lợi lạc lớn lao.
Ví như có người dùng bảy báu,
Bố thí cùng sở hữu, vợ con,
Đem so với người bỏ rượu thịt,
Công đức ấy vạn lần thua kém.

Thậm chí người mang ra bố thí,
Bảy báu đầy thế giới đại thiên,
Đem so với người bỏ rượu thịt,
Cũng vẫn thua kém đến vạn lần.

Ví như có người muốn cầu phước,
Dùng vàng ròng đúc thành hình người,
Số lượng nhiều đến trăm ngàn vạn,
Đều mang ra bố thí khắp nơi.
Đem so với người bỏ rượu thịt,
Công đức ấy vạn lần thua kém.

Ví như có Phật tử tâm thành,
Làm ra nhiều lọng quý, cờ hoa,
Đầy khắp cõi đại thiên thế giới,
Rồi dâng lên cúng dường đức Phật.
Đem so với người bỏ rượu thịt,
Công đức ấy vạn lần thua kém.

Rượu thịt mắc vào, tội rất nặng,
Trừ bỏ đi, phước báo sâu dày.
Thiện ác đôi bên, hình dung rõ,
Khổ vui hai cảnh, tùy việc làm.

---
[1] Tức ba đường ác: địa ngục, ngạ quỷ và súc sinh.

Hãy mạnh mẽ, nhanh chóng quay đầu,
Sớm định việc tu tâm sửa lỗi.
Chớ đợi lúc vô thường chợt đến,
Như bình kia đầy nước tự chìm.

Hãy gắng lên, mọi người nỗ lực,
Hẹn ngày mai, vui cảnh Tây phương.[1]

Những bài kệ này được trích soạn từ Kinh điển, người đọc tụng phải thường gìn giữ cẩn thận. Nếu khởi tâm xem thường khinh rẻ kệ này, tức xem thường khinh rẻ các kinh điển Đại thừa, đắc tội không nhỏ.

[1] Câu này An Sĩ toàn thư chép là "同侍七寶林 - đồng thị thất bảo lâm", chữ thị (hầu hạ) ở đây không hợp nghĩa. Chúng tôi tham khảo bản văn gốc có lẽ đã được An Sĩ toàn thư sử dụng là Kim viên tập (金園集 - sách đã dẫn) thì thấy câu này được khắc là "同待七寶林 - đồng đãi thất bảo lâm". Có lẽ chữ đãi (待 - chờ đợi) đã bị khắc nhầm thành chữ thị (侍 - hầu hạ) vì tương tự như nhau. Chúng tôi dịch theo Kim viên tập. Thất bảo lâm hay thất bảo thụ lâm (七寶樹林) được dùng để chỉ cho khu rừng có cây bằng bảy báu ở cõi Tây phương Cực Lạc của đức Phật A-di-đà.

Luận về ý nghĩa bảo vệ sự sống[1]

Có người khách hỏi: "Trong kinh[2] nói rằng: Người ăn dê, dê ăn người, đời đời kiếp kiếp ăn nuốt qua lại với nhau. Do nhân duyên ấy mà trải qua trăm ngàn kiếp vẫn ở mãi trong luân hồi sinh tử. Từ đó suy ra đối với những con vật khác nữa ắt cũng không khác. Như vậy thì con người ta sống trong đời này, chạm tay cũng đủ thành tội, thật đáng sợ thay. Liệu có thể tin được như thế chăng?"

Tôi giải thích rằng: Lời dạy của bậc thánh luôn đúng thật, ý chỉ trong kinh điển không hề hư dối. Những thuyết luân hồi, chuyện [thiện ác] báo ứng, nếu chỉ dựa theo sự việc thì tợ hồ như không thật, nhưng suy tìm theo lý lẽ thì quả thật đúng như thế.

Nói về sức mạnh của con người, không gì hơn được sức mạnh của tâm ý. Tâm ý đã dẫn dắt thì hình thể không sao chống lại được. Cho nên, tâm đau buồn thì mặt mày nhăn nhó, tâm vui mừng thì diện mạo thư thái. Những tình cảm nhất thời mà còn có thể làm thay đổi diện mạo, thì sự tập trung toàn bộ tâm lực đương nhiên có thể làm thay đổi cả hình thể.

Mạnh tử nói: "Sự khác biệt giữa con người với cầm thú rất ít, nên kẻ tầm thường [dễ dàng] đánh mất, người quân tử thì luôn giữ được."

---

[1] Nguyên tác là Hộ sinh thiên (護生篇), được khắc chung với tên tác giả là cư sĩ Tăng Đại Kỳ (曾大奇), tên tự là Đoan Phủ (端甫). Ông sống vào đời Minh, không rõ năm sinh năm mất, chỉ biết là người huyện Thái Hòa (nay thuộc tỉnh Giang Tây). Bài văn này cũng được tìm thấy trong sách Cư sĩ truyện (居士傳), được xếp vào Tục tạng kinh, Tập 88, kinh số 1646, tổng cộng có 56 quyển. Phần nói về cư sĩ Tăng Đại Kỳ nằm ở đầu quyển 47, trang 272, tờ b, bắt đầu từ dòng thứ 7. Rất có thể bản khắc An Sĩ toàn thư đã lấy nguồn từ đây để khắc lại.

[2] Ở đây không dẫn chú, nhưng nội dung này được dẫn ý từ kinh Thủ Lăng Nghiêm.

Chỗ khác biệt rất ít đó, nếu đánh mất đi thì bản thể con người ắt cũng đồng như cầm thú. Nếu đã đồng như cầm thú, thì hình thể dáng vẻ ắt cũng hướng theo tinh thần mà thay đổi. Nếu sức mạnh hướng theo đó thật mãnh liệt thì sẽ làm thay đổi hình thể ngay trong đời này, nếu yếu ớt không thúc bách thì sẽ thay đổi sau khi chết [sinh vào đời khác]. Chậm hay nhanh có khác biệt nhau, nhưng xét đến cùng vẫn theo cùng một lý ấy.

Như Họa Sư hóa làm ngựa, Cận Thượng hóa mãng xà,[1] đó là sự thay đổi sau khi chết [sinh vào đời khác]. Phong Thiệu hóa cọp, Minh Sâm hóa rắn, đó là sự thay đổi ngay trong đời này.

Sự biến hình của Minh Sâm với Họa Sư là theo cùng một nguyên lý. Họa Sư do lúc đưa ngọn bút vẽ, dồn hết tinh thần vào hình thể ngựa quý,[2] còn Minh Sâm do khi lập thành luận thuyết, để cả tâm tưởng vào hình dạng uyển chuyển của rắn. Tinh thần đã hướng về nơi đâu ắt hình thể cũng tùy theo đó; tâm tưởng đã hình thành ắt tự ngã phải đổi thay, do đó mà hóa thành ngựa, thành rắn. Nhưng sự biến hóa nhanh chóng hay chậm chạp thọ hình ắt do nơi [sức mạnh của tâm ý] mãnh liệt hay yếu ớt.

Sự hóa hình của Phong Thiệu với Cận Thượng là cùng một lý. Phong Thiệu hung bạo, tính cách giống như loài cọp; Cận Thượng trong lòng độc ác oán hận, chỗ hướng tâm giống như loài mãng xà. Tính cách giống nhau ắt hình thể phù hợp như nhau, hướng tâm như nhau thì hình dáng phải giống nhau, do đó mà hóa hình giống cọp, giống mãng xà. Nhưng sự biến hóa nhanh chóng hay chậm chạp thọ hình lại cũng do nơi [sức mạnh của tâm ý] mãnh liệt hay yếu ớt.

---

[1] Nguyên tác chỉ khắc chữ "mãng" (蟒), theo đúng nghĩa phải hiểu là con trăn, nhưng trong đoạn văn sau khi lặp lại thì khắc là "độc mãng" (毒蟒), nên chúng tôi hiểu là đang đề cập đến mãng xà, loài rắn lớn có độc, vì con trăn không có độc. Hơn nữa, hình ảnh rắn độc mới phù hợp với ý nghĩa đang nói.

[2] Nguyên tác dùng chữ lục (騄), là tên một con ngựa quý, một trong 8 con ngựa được gọi là "bát tuấn" của Chu Mục Vương.

Dựa theo đó mà nói thì những điều trong thuyết luân hồi là đúng thật, không có gì phải nghi ngờ. Đã không nghi ngờ thuyết luân hồi, thì việc chúng ta sinh ra đời này nối sang đời khác [thay hình đổi dạng] cũng không thể bác bỏ.

Vì sao vậy? Việc tốt đẹp hiền thiện khó giữ làm theo, đường xấu ác dễ quen chân bước. Vậy nên trong lòng chúng ta hiện nay những tâm niệm tham lam, sân hận, ác độc, tranh giành, ganh ghét, đố kỵ, ái luyến, kiêu mạn, vọng tưởng, cao ngạo, tham danh, tham lợi, ưa giết hại, tham dâm dục... chỉ cần gặp việc là hiển lộ ra ngay, nối nhau không dứt, liệu có ai không sẵn mang các tướng rắn, tướng mãng xà, cũng như hết thảy [những tâm niệm] đó đều là nhân để thành cọp, thành ngựa.

Cho nên, dù hiện nay có đủ tay chân, trên thân chín lỗ,[1] tạm thời được mang hình thể con người,[2] hết lòng thương con yêu vợ, niệm niệm quyến luyến thân thuộc. Nhưng chỉ cần một hơi thở dừng lại thì người với vật có gì khác biệt? Xét như thế nên giữ tâm điềm đạm là chỗ xem thường quyền cao chức trọng của Y công,[3] sống theo ý thích không gò bó là nếp nhà Chu Hợi.[4]

---

[1] Chín lỗ (cửu khiếu): chỉ chín lỗ thông ra từ bên trong cơ thể, bao gồm hai lỗ tai, hai mắt, hai lỗ mũi, miệng và hai lỗ đại, tiểu tiện.

[2] Con người có tay chân (tứ chi) và chín lỗ (cửu khiếu), hình thể loài vật tuy khác biệt nhưng cũng có đủ tứ chi và cửu khiếu như vậy.

[3] Y công: tức danh xưng tôn kính đối với Y Doãn, một bậc hiền sĩ đời nhà Thương. Ông là vị công thần trải bốn triều vua, giúp vua Thang dựng nên cơ nghiệp nhà Thương, rồi cũng giúp 3 vị vua tiếp theo gìn giữ và phát triển cơ nghiệp đó, mang lại thái bình thịnh trị cho người dân. Ông đối với quyền cao chức trọng vẫn giữ tâm điềm đạm không hề tham muốn. Khi vua Thái Giáp không chăm lo việc nước, ông từng đày vua ra Đồng Cung ba năm để sửa sai, rồi tự mình nắm quyền cai trị đất nước. Sau ba năm, thấy vua đã có sự hối cải, ông liền đón vua về và trả lại quyền cai trị.

[4] Chu Hợi: người nước Ngụy thời Chiến quốc, vốn có dũng lực nhưng sống ẩn cư không ra làm quan. Lúc còn trẻ ông từng ở Đại Lương (nay là Khai Phong thuộc Hà Nam) làm nghề đồ tể. Đời vua Ngụy là Yên Ly Vương năm thứ 19 (258 trước Công nguyên), Hầu Doanh tiến cử ông với Tín Lăng Quân, ông thản nhiên không đáp lễ. Ông sống thẳng thắn, xem thường lễ nghi tiểu tiết, nhưng trọng tình Tín Lăng Quân đối đãi chân thành với mình nên về sau ông đã giúp Tín Lăng Quân nhiều việc quan trọng, như giết Tấn Bỉ để giúp Tín Lăng Quân đoạt binh quyền rồi đẩy lui quân Tần, cứu nước Triệu, giữ yên nước Ngụy. Tuổi già ông về ẩn cư ở trấn Chu Tiên. Nhà thơ Lý Bạch trong bài Hiệp khách hành đã khen ngợi khí phách Chu Hợi.

Vắt cạn sức muôn nơi vì đãi khách, hao phí tiền bạc chỉ vào miếng ăn, bắt chước [sự thịnh vượng] đời Tần xe cộ nối nhau vận chuyển,[1] ngợi khen [sự giàu sang] nước Tấn [chất thịt cao] như núi,[2] tôi chỉ sợ đó là những điều bi thảm thương tâm mà thôi. Bước chân đi ắt tự có nơi đến, những lời khuyên của Chu Ngung há chẳng đầy lòng thương xót đó sao? [3]

Nói chung, [trong việc giết hại thì giết] người với [giết con] vật cũng chẳng khác gì nhau. Nhưng sở dĩ người không ra tay giết người là có ba lý do. Một là không dám, hai là không nỡ, ba là theo thói quen tích tập lâu đời.

Dù là kẻ thường dân hay trang hiệp khách, ai ai cũng muốn công kích người bất đồng, muốn đâm chém kẻ cừu địch. Thế nhưng vẫn phải dừng tay không làm, kìm giữ tâm niệm xấu ác trong lòng mà không dám biểu lộ ra. Đó là vì đọc trong sách vở [phân biệt thiện ác] mà sợ sệt, thấy những hình phạt nghiêm khắc của pháp luật mà e dè, như thế gọi là không dám.

Kẻ làm vua một nước, tự nắm quyền sinh sát, oai thế có thể

---

1 Nguyên tác là "Tần cung chi liên kỵ - 秦宮之連騎", lấy ý từ câu mô tả trong Chiến quốc sách: "Đương Tần chi long, hoàng kim vạn dật vi dụng, chuyển cốc liên kỵ, huyễn hoàng ư đạo. -當秦之隆，黃金萬鎰為用，轉轂連騎，炫熿於道." (Đang lúc nhà Tần thịnh vượng, vàng ròng dùng đến vạn dật, xe cộ vận chuyển nối nhau không dứt, rực rỡ khắp trên đường.)

2 Nguyên tác là "Tấn quốc chi như để - 晉國之如坻", lấy ý từ một câu thơ mô tả cảnh được mùa sung túc của người dân: "有酒如淮肉如坻 - hữu tửu như hoài nhục như để" (Có rượu nhiều như nước sông Hoài, thịt chất cao như núi.) Ý nói thức ăn thức uống được dư dật thừa thãi.

3 Chu Ngung: không rõ năm sinh năm mất, nhưng ông làm quan vào thời Lưu Tống Minh Đế và từng dùng cách tụng đọc những đoạn kinh điển nói về luật nhân quả cho vua nghe, khiến ông vua này bớt đi phần nào những hành vi tàn nhẫn. Chu Ngung văn chương lỗi lạc, ứng đối lưu loát, làm quan trải qua nhiều chức vụ, được trọng dụng nhưng không tham phú quý, sống ẩn cư thanh đạm. Vệ tướng quân Vương Kiệm có lần hỏi ông: "Ông sống trong núi, ăn những món gì?" Ông đáp: "Gạo đỏ, muối trắng, rau quỳ xanh, rau đắng tím." Chu Ngung uyên bác Lão học, Dịch học, hành trì sâu xa theo Phật giáo, có trước tác các sách Tam tông luận (三宗論), Tứ thanh thiết vận (四聲切韻)... lưu hành rất rộng. Ông thường hết lời khuyên bảo khuyến khích người khác ăn chay, làm lành lánh dữ.

mặc sức hung bạo, quyền lực có thể làm theo ý thích, thế nhưng bắt một kẻ vào ngục rồi thì ngoái nhìn chẳng muốn bước đi, giết chết một người rồi thì trong lòng buồn thảm không yên ổn. Đó là vì xương thịt giống nhau, đồng một hình thể nên sinh lòng xót xa thương cảm, nghĩ đến việc [gây ra cảnh] vợ góa con côi, linh đinh cô độc thật đáng thương, như thế gọi là không nỡ.

Đã không dám, lại không nỡ, do đó mà việc giết người là rất hiếm có ở đời. Những việc như máu đổ nơi sông Vị, có thể cả đời chưa từng thấy, hành hình tại Hà Nam, cũng có thể sống hết tuổi đời chưa được nghe.

Việc trong nhà tập lâu thành nếp, chuyện ở đời làm mãi thành phong tục. Dù là kẻ [thẳng thắn] như Dược Tung,[1] cứng rắn xúc phạm cả Hán Minh đế,[2] hoặc [tham danh] như Cát Húc,[3] sai lầm chọc giận đến Võ Tắc Thiên,[4] nhưng khi giơ gậy đánh cũng chần chừ không quật xuống, vung dao lên cũng do dự chẳng đâm tới, tâm ý khiếp sợ khi ra tay giết hại, tay chân bủn rủn lúc đối diện cái chết, như thế gọi là thói quen tích tập lâu đời.

Nhờ có ba việc như thế cùng góp sức tác động mà mạng sống của con người khắp nơi được bảo vệ.

Nhưng đối với loài vật thì hoàn toàn khác. Kẻ làm nghề giết

[1] Dược Tung người đời Đông Hán, quê ở Hà Nội (nay là Vũ Trắc thuộc Hà Nam). Ông làm quan trải nhiều chức vụ, lên đến Thái thú Nam Dương. Do tính tình cương trực thẳng thắn, ông từng có lần thẳng thừng cãi nhau với Hán Minh Đế.

[2] Nguyên tác dùng táo quân - 躁君 (ông vua nóng tính), chỉ Hán Minh Đế, là người nổi tiếng hà khắc, nóng nảy, từng thanh trừng hàng loạt những người bị nghi ngờ chống đối ông.

[3] Cát Húc người Lạc Châu, Hà Nam (nay là Lạc Dương, Hà Nam), xuất thân tiến sĩ, làm quan đến chức Tể tướng đời Đường. Sau ông được Võ Tắc Thiên tin dùng, giữ nhiều chức vụ quan trọng. Niên hiệu Cửu Thị năm đầu tiên (700), ông vì tranh công với Võ Ý Tông mà xúc phạm đến Võ Tắc Thiên, bị giáng chức rồi không lâu sau thì chết.

[4] Nguyên tác dùng chí hậu - 鷙后 (bà hoàng hậu dữ tợn), chỉ Võ Tắc Thiên, nổi tiếng tàn độc và hung ác, từng tự tay giết chết cả con ruột của mình.

mổ [súc vật], dẫu những năm được mùa no đủ[1] cũng chẳng bị cấm đoán; ngư dân [đánh bắt cá tôm], dù trong đời Nghiêu Thuấn cũng không hề bị buộc phải thường bồi. Tâm giết hại mạnh mẽ hơn đối với loài mang hình thể khác, lòng thương yêu lại giấu kín đi khi khác biệt hình hài. Âm thanh [loài vật] phát ra duyên theo nghiệp ác cũ, nên lúc bị giết phơi thây còn chưa chết, tiếng kêu la như thảm thiết, như tắt dần mà người nghe không chút xót thương. Xương thịt đền trả nợ xưa, nên tuy chẳng phải sâm quý mà người ăn vào không thấy tanh hôi lại hết sức ngon ngọt.

Mạng sống con vật kia bị giết, do nhân nó đã tạo từ quá khứ nên khó thấy. Mối oán thù ta vừa kết thành [khi giết nó], quả báo đến trong tương lai thì ai biết được? Nhân quả đều dứt mất, dao thớt cùng bỏ đi, nhưng tai mắt lại vẫn không ngừng nghe, không ngừng thấy những chuyện giết hại. Tự mình giết, sai bảo người khác giết, những việc như thế trong suốt một đời không lúc nào gián đoạn. Bậc xuất gia có được lòng từ [uống nước] lược trùng,[2] [đi lại] bảo vệ từng ngọn cỏ, vốn đã rất ít, người thế tục hiền thiện như Cao Sài,[3] Hạnh Linh[4] lại càng không có.

---

[1] Nguyên tác dùng "cao tô chi niên - 皋蘇之年". Cao tô là tên một loài cây, theo truyền thuyết thì đây là một loại thuốc quý, người ăn vào sẽ không còn biết đói, lại có khả năng giải trừ sự mệt nhọc. Vì thế, ở đây dùng "cao tô chi niên" với ý là những năm được mùa no đủ, người dân không biết đến sự đói thiếu.

[2] Vì trong nước ao hồ sông suối thường có nhiều trùng nhỏ li ti sinh sống, nên đức Phật có chế định vị tỳ-kheo phải luôn mang theo một túi vải lược nước, trước khi uống nước thì lược qua túi ấy để không uống phải trùng vào bụng.

[3] Cao Sài (高柴): tên tự Tử Cao (子羔), là một trong 72 đệ tử của đức Khổng tử, sinh vào khoảng năm 521 trước Công nguyên, không rõ năm mất. Niên hiệu Gia Tĩnh năm thứ 9 (1530), ông được triều đình tôn xưng là bậc Tiên hiền (先賢).

[4] Hạnh Linh (幸靈): người đời Tấn, không rõ năm sinh năm mất. Chuyện của ông được chép lại trong sách Tấn thư (晉書), phần Hạnh Linh truyện. Theo đó, ông là người Kiến Xương, Dự Chương (nay là huyện Vĩnh Tu thuộc tỉnh Giang Tây), từ nhỏ tính tình trầm mặc, hiền lành ít nói. Một lần, cha mẹ sai ông giữ ruộng lúa, trâu đến ăn lúa ông không đuổi. Cha ông giận rầy la, ông nói: "Trời đất sinh ra muôn vật, loài nào cũng muốn ăn để sống. Trâu cũng muốn ăn, vì sao lại đuổi?" Ông lớn lên vẫn giữ tính hiền hậu, có nhiều dị thuật, trị bệnh cứu người khắp nơi thành nổi tiếng.

Nhưng lời dạy [phải biết thương yêu] tiết giảm tiêu dùng, tùy thời [sai khiến][1] của các nhà Nho gần đây, cho đến những lời trung thực chính nghĩa của đạo Nho xưa vẫn thường rót mãi vào tai, hun đúc tưới tẩm trong tâm. Vậy mà khi thấy hàng ngàn sinh mạng chết nơi đầu đũa, lại chưa từng động lòng đổi sắc, khi nhìn hàng trăm vật loại bị xua vào đầy bếp, vẫn không chút nghĩ suy. Nơi nơi đều buông thả mặc sức làm điều hung bạo, muôn loài phải oan uổng mạng vong. Kẻ mạnh hiếp yếu, bất ngờ tranh cướp đi mạng sống; kẻ yếu nghẹn ngào kêu không thành tiếng, đành chịu bỏ mình trong bụng muôn người.

Nếu không nương dựa vào con người để kiếm miếng ăn thì trốn chạy vào rừng sâu núi thẳm, thà chấp nhận việc bị thú dữ cắn xé, mười phần chết cũng còn có được một vài phần sống sót. Nhưng buộc phải nương dựa vào con người để kiếm miếng ăn, ắt được nuôi dưỡng trong chuồng trong cũi, đợi khi người muốn ăn [thì mang ra giết] bất cứ lúc nào, vạn phần chết không có được lấy một phần sống sót. Than ôi, vào đời Đường có người từng nói rằng: "Sinh ra ơn trọng biết bao, giết đi tội lỗi lắm thay, cớ sao lại đẩy muôn loài đến chỗ khốn khổ cùng cực như vậy?"

Tuy nhiên, như trên đã nói, ắt phải có chuyện báo ứng đền trả nơi chốn u minh, chẳng khác gì pháp luật thế gian. Ngày đền trả càng trì hoãn về sau, hình phạt càng tăng thêm gấp vạn lần tàn khốc. Lẽ nào chỉ vì chút miếng ăn vào miệng mà phải cam chịu nỗi khổ đến như vậy? Nếu có thể không làm thế, ắt nên quý trọng lòng từ, chấm dứt việc giết hại, kiềm chế ham muốn, giữ trọn đức nhân ái, quán xét trong các loài không giống ta mà thấy được sự tương đồng hình dạng, suy tưởng bên ngoài chỗ khác biệt về hình thể mà thấy ra chỗ cùng một thể tánh. Quán xét niệm tưởng thật lâu ngày thì tâm lực từ bi tự nhiên thành tựu. Đến như quán tưởng [việc ăn thịt loài vật như ăn] thịt con

[1] Câu này lấy ý từ lời dạy của Khổng tử trong sách Luận ngữ, thiên Học nhi, tiết thứ 5: "節用而愛人，使民以時。- Tiết dụng nhi ái dân, sử dân dĩ thời." (Tiêu dùng phải tiết kiệm mà thương yêu dân, sai khiến dân phải chọn lúc thích hợp.)

mình cũng không cần nữa, huống chi lại có sự phân biệt giữa người với vật hay sao?

Nếu như bị tập khí lâu đời trong tâm sai sử, lại càng phải nỗ lực trừ bỏ. Xưa có tục xấu ác, sinh ra con gái thì không giữ lại. Dân Khương, Hồ thì đối với con trai cũng giết. Do thói tục lâu ngày khiến cho đến nỗi như thế, chẳng còn phân biệt được cốt nhục của chính mình. Nhưng thế thì đối với tâm không giết hại, nếu được huân tập lâu ngày cũng sẽ như vậy, dù là con vật còn không nỡ giết, huống chi con ruột của mình? Nếu để tâm quen theo việc giết hại, thì dù con ruột của mình còn giết được, huống chi đối với loài vật?

Cái tâm tích tập lâu đời theo thói quen như thế chính là căn bản của sự trói buộc vào nghiệp ác. Nếu muốn dứt trừ sự giết hại, trước hết phải quán chiếu vào tập khí, quán chiếu vào tự tâm, một khi thành tựu thì thói quen [giết hại] tích tập từ xưa tự nhiên dứt sạch.

Đến như sai lầm của các nhà Nho gần đây, ắt không biết đến việc quán tâm mà cố cầu đạo nhân ái, thật cũng dễ nhận biết. Mạnh tử nói: "Nhân từ với dân, thương yêu loài vật."[1] Trong câu nói đó đã thấy sự thương yêu phân ra có chỗ trì hoãn, có phần cấp thiết. Nếu người giết loài vật để ăn thịt mà vẫn nói đó là thương yêu, thì so với câu chuyện la-sát nữ trong kinh Phật

[1] Câu này được trích từ sách Mạnh tử, chương Tận tâm thượng, tiết thứ 45. Nguyên văn toàn đoạn như sau: "孟子曰：君子之於物也，愛之而弗仁；於民也，仁之而弗親。親親而仁民，仁民而愛物。- Mạnh tử viết: Quân tử chi ư vật dã, ái chi nhi phất nhân. Ư dân dã, nhân chi nhi phất thân. Thân thân nhi nhân dân, nhân dân nhi ái vật." (Mạnh tử nói: Người quân tử đối với loài vật thì thương yêu mà không nhân từ, đối với dân thì nhân từ mà không thân thiết. Thân thiết với người thân, nhân từ với dân mà thương yêu loài vật.) Như vậy, theo đoạn văn này thì tình thương của Mạnh tử được chia thành ba mức độ với ba đối tượng. Ba đối tượng là người thân, người không thân (dân) và loài vật. Đối với người thân phải có tình thân, đối với người không thân (dân) phải có lòng nhân từ, và đối với loài vật thì thương yêu. Ông cũng quan niệm rằng người quân tử không thân với người không phải người thân, không nhân từ với loài vật chỉ thương yêu thôi (?!?). Qua đây ta thấy được sự phân biệt khá lủng củng trong quan niệm của ông. Đoạn tiếp theo sẽ bác bỏ quan niệm này.

đâu có gì khác biệt? La-sát nữ ấy bắt người ăn thịt, nói rằng: "Ta nghĩ đến các người, nên ăn thịt các người." Ôi, ăn thịt người mà nói rằng biết nghĩ đến người, so với [Mạnh tử] ăn thịt loài vật mà nói là thương yêu loài vật, như vậy thì có khác gì nhau?

Ý nghĩa trung chính, theo tâm chính trực mà làm,[1] nếu [lìa bỏ ý nghĩa chân chánh, chỉ] chạy theo sự việc mà tìm cầu, ắt phải xa rời đánh mất đạo nghĩa. Như nói rằng ít giết hại là hợp đạo, điều ấy ghi chép trong kinh điển nào? Nói như thế thật chỉ đủ cho người hiểu biết cười chê. Tử Lộ gảy đàn, tâm giết hại biểu lộ ra tiếng đàn, liền bị Khổng tử quở trách, bạn đồng môn không còn kính trọng.[2] Từ xưa đến nay, lẽ nào lại có người chưa dứt hết tâm giết hại mà thành bậc thánh?

Nay tà thuyết hoành hành quá thịnh nơi đất Trung Hoa này. Đức Phật xưa thường dạy rằng: "Trong đời mạt pháp, đạo của ma hết sức mạnh mẽ thịnh hành." Do ma lực nên khiến người ta không thể nhận biết được tà thuyết hiện nay, đó cũng là điều có thể dễ dàng tự hiểu. Nhưng thiên hạ mênh mông muôn ngàn dặm, thời gian trải qua đã mấy ngàn năm, trong đó người thông minh trí tuệ liễu đạt cũng dễ tương đồng như kẻ mê mờ không giác ngộ. Lời Phật đã dạy, tin chắc không dối gạt.

Xưa, Đào Hoành Cảnh ẩn cư[3] tu tập cầu được thành tiên, trải

---

[1] Nguyên tác dùng "緣督以為經 – duyên đốc dĩ vi kinh", được trích ý từ một câu trong sách "Dưỡng sinh chủ" của Trang tử. Nguyên văn câu này là: "為善無近名，為惡無近刑，緣督以為經 - vi thiện vô cận danh, vi ác vô cận hình, duyên đốc dĩ vi kinh" (Làm điều thiện không phạm vào sự tham danh, làm điều ác không phạm vào hình luật, [nên giống như người luyện khí công] luôn noi theo mạch đốc mà vận khí.) Hàm ý phải có sự chọn lọc điều chân chánh thích hợp mà làm, không quá chạy theo những quy định hay thói tục.

[2] Đoạn này lấy ý từ sách Luận ngữ, chương Tiên tiến, tiết thứ 14, nguyên văn là: "子曰：由之瑟，奚為於丘之門？門人不敬子路。- Tử viết: "Do chi sắt, hề vi ư Khâu chi môn?" Môn nhân bất kính Tử Lộ." (Khổng tử nói: Tiếng đàn của trò Do sao lại ở cửa nhà Khâu này? Môn nhân [vì thế] không kính trọng Tử Lộ.) Do là tên của Tử Lộ, Khâu là tiếng Khổng tử tự xưng. Trong đoạn này, Khổng tử chỉ có ý nói tiếng đàn của Tử Lộ không thích hợp nơi nhà ông. Hậu Nho luận giải cho rằng tính tình Tử Lộ cương cường, cứng rắn, nên trong tiếng đàn có hàm ý sát phạt.

[3] Có sách ghi tên ông này là Đào Hoằng Cảnh. Ông tên tự là Thông Minh, sống đồng thời và từng là bạn của Lương Võ Đế, bỏ quan tước về ẩn cư ở động Hoa Dương, núi Cú Khúc.

qua đã nhiều năm mà chẳng thấy dấu vết chim loan chim hạc,[1] trong lòng hết sức ngờ vực. Ngày nọ, có người học trò của ông vốn đã thành tựu tiên đạo, từ trên trời hiện xuống bảo ông: "Thượng đế thấy sách 'Bản thảo' của thầy soạn giải có nhiều phương thuốc sử dụng côn trùng, giết hại sinh mạng rất nhiều, nên sự tu tập của thầy tuy đã trọn vẹn nhưng do điều này phải bị trách phạt." Họ Đào hiểu ra điều đó, lập tức [biên soạn lại sách], thay dùng các vị thuốc bằng cây cỏ.

Các nhà Nho gần đây khi chú giải sách xưa, thật không may chẳng được chư thiên nhắc nhở, nên cuối cùng khiến cho người đời đều tin theo thuyết của họ [mà xem thường mạng sống loài vật], khiến muôn vật đành chịu bỏ mạng, kêu với trời chẳng được trời nghe, muốn chui xuống đất cũng không tìm được kẽ hở. Người đời ít kẻ noi theo Mạnh tử, nào ai động lòng thương những con vật mồ côi. Khắp nơi chẳng tìm được vua nước Giới Thị,[2] biết ai giải được mối hận những con vật bị người giết tế?[3] Mẹ trơ mắt nhìn con bỏ mạng, con đau lòng nhìn mẹ tử vong. Hoặc con nhìn roi quất da mẹ liền xuống cây chịu bắt, hoặc mẹ biết mình sắp chết liền vắt sữa cho con lúc tàn hơi.[4] Hoặc lúc lâm nguy cố giữ lấy con trong bụng,[5] hoặc hình hài chết rồi vẫn hướng theo con. Mắt nhìn thấy những cảnh ấy càng thêm thê thảm, nói ra càng động mối thương tâm.

[1] Người tu tiên đạo khi thành tựu thì cỡi được chim loan, chim hạc, nên lấy đó làm biểu tượng của sự chứng đạo.

[2] Giới Thị: tên một quốc gia thời cổ trong truyền thuyết, ở đó người dân nghe hiểu được tiếng nói của các loài thú.

[3] Nguyên tác dùng "tam sinh - 三牲" chỉ ba con vật bị mang ra giết để cúng tế theo cổ lệ, đó là trâu, dê và lợn.

[4] Lấy ý từ câu chuyện có người thợ săn dùng tên bắn trúng con vượn mẹ, nó biết mình không sống nổi liền cố vắt sữa tươi lên cây để con được liếm lấy rồi mới chết. Thợ săn giết vượn mẹ rồi liền lột da, mang đến chỗ cây ấy dùng roi quất vào bộ da, vượn con thấy thế không nỡ bỏ chạy, lập tức xuống khỏi cây chịu cho người bắt.

[5] Chu Dự thường ăn thịt lươn. Một lần nấu lươn trong nồi thấy con lươn khi chết vẫn cố cong mình đưa phần bụng lên khỏi mặt nước. Ông lấy làm lạ mổ ra xem thì hóa ra trong bụng nó có lươn con. Ông hết sức cảm động, từ đó về sau ăn chay, bỏ hẳn không ăn thịt cá.

Lại còn những khi hàng công tử vây rừng đuổi thú, bậc tướng quân săn bắn lúc thanh nhàn, muôn loại thịt phải chịu lên dao thớt, trăm loài thú lâm vào cảnh lạc bầy. Kìa chim mái cất tiếng kêu đêm, bi thương như ôm mối sầu hoàng hộc,[1] nọ chim trống sáng sáng hót giọng buồn thương, như viết bài ca ôm hận Thương Lăng,[2] nhớ ngày nào ríu ra ríu rít, giờ đây cô độc lẻ loi. Nên biết những tình cảm yêu thương quấn quít, đâu chỉ riêng con người mới có, mà muôn loài hữu tình, dù trùng kiến nhỏ nhoi cũng đều như thế. Cho đến ngũ thường cũng đâu riêng ở con người, mà sinh linh muôn loài đều là vậy.

Suy xét đến chỗ [tương đồng] như thế thì tập khí [giết hại] đã huân tập muôn đời trong tâm thức ắt có thể nhất thời nguội lạnh tiêu tan. Tập khí đã tiêu tan, thì sự nhẫn tâm hay liều lĩnh [dám làm việc giết hại] cũng không còn nữa. Ba đường cùng rộng lớn, người với vật [đều xem] như nhau.

Lại lấy Đại thừa làm tâm nguyện, gấp rút mong sao cho mọi người đều [thấu đạt lý không giết hại] giống như mình, một người khuyên bảo trăm người, trăm người khuyên bảo ngàn người, nối tiếp mà khuyên bảo nhau, truyền rộng đến vô số, giáo thuyết đại từ đại bi liền rõ ràng sáng tỏ khắp thế gian, dù đời sau có kẻ bác bỏ, cho là hão huyền, cũng không thể làm cho suy yếu; có người công kích lẽ chân thật, cũng không thể làm cho bế tắc; tuy vẫn có sự suy giảm vì truyền nối qua nhiều đời, nhưng nhờ noi theo cội gốc, nối theo người xưa nên muôn loài vật được thoát nạn giết hại cũng sẽ nhiều không tính hết.

---

1 Mối sầu hoàng hộc (hoàng hộc chi ai): lấy ý từ câu chuyện trong Liệt nữ truyện, có câu ca rằng: "悲黃鵠之早寡兮七年不雙 - Bi hoàng hộc chi tảo quả hề thất niên bất song." (Buồn thương chim hoàng hộc sớm mất chồng, ôi bảy năm chẳng được sánh đôi.) Người đời sau nhân đó dùng hình ảnh chim hoàng hộc để chỉ người con gái thủ tiết thờ chồng, đêm đêm phòng không gối chiếc.

2 Hận Thương Lăng (Thương Lăng chi hận): lấy ý từ câu chuyện Mục tử ở Thương Lăng cưới vợ đã 5 năm vẫn chưa có con, cha mẹ ép bỏ vợ cưới vợ khác. Người vợ nghe được chuyện ấy giữa đêm thức dậy buồn khóc, Mục tử liền cầm đàn sáng tác ngay bài ca nói lên nỗi hận không được chung sống với người mình yêu thương.

Than ôi, những con vật kia đã chịu quả báo nhất định phải bị giết, thì người giết chúng cũng có cái nhân xấu ác nhất định phải tạo ra. Những lời của tôi tuy chẳng được ngọt ngào êm dịu, nhưng cũng đáng để mọi người hồi tâm suy xét lại.

Học thuyết của các nhà Nho gần đây cũng không nói những điều khác với Khổng Mạnh, nên biết rằng họ cũng xem thuyết của Khổng Mạnh là đúng thật. Nhưng Phật dạy như thế này, Khổng Mạnh lại nói như thế kia, một bên trong như nước sông Vị, một bên đục như nước sông Kinh, người thấu hiểu thì tự nhiên phân biệt được. [Nếu như] vua Nghiêu vua Vũ cùng ra đời,[1] lòng người ắt phải nghiêng về theo vua Nghiêu; [ví bằng] Khổng tử với đức Phật cùng xuất thế, làm sao có thể không quy y Phật?

Đó chính là lý do đức Phật được tôn xưng là Pháp vương trong Ba cõi, là đấng cha lành của chúng sinh trong khắp cõi thế giới đại thiên, là mẹ hiền của tất cả những người mẹ hiền.

Xưa Mặc tử lập thuyết kiêm ái, có người chỉ trích, Mặc tử liền nói: "Ví như ở đây có người theo thuyết kiêm ái, phụng dưỡng cha mẹ người khác như cha mẹ mình, thương yêu bảo bọc vợ con người khác như vợ con mình, lại có người không theo thuyết kiêm ái nên làm ngược lại. Xin hỏi, nếu ông có việc đi xa phải gửi gắm vợ con mình, ông sẽ chọn gửi gắm cho ai?" Người kia đáp: "Tôi gửi gắm cho người theo thuyết kiêm ái." Mặc tử cười nói: "Ông vừa chọn gửi gắm vợ con cho người theo thuyết kiêm ái, lại nói là không theo thuyết ấy, như vậy là thế nào?"

Nay những người nói rằng giết hại loài vật là theo lẽ trung chính, mà cấm hẳn không giết hại là quá đáng, thật may mắn thay là họ được sinh ra làm người [nên mới nói thế]. Ví như họ phải sinh làm những loài mang lông đội sừng, ắt phải bỏ mạng treo thân trong nhà bếp, hoặc hồn phách tiêu tan vì cung nỏ.

[1] Vua Nghiêu là bậc thánh vương, cai trị thiên hạ thái bình. Vua Vũ hay Vũ vương là người dựng nghiệp nhà Chu, dùng vũ lực diệt vua Trụ nhà Thương mà lên ngôi.

Phục Hy trước đã ra tay đánh cá, Khổng tử về sau mới noi dấu bắn chim. Thành Thang tuy có lòng nhân nhưng vẫn từng đan lưới bắt chim thú, Tử Dư dù [nói là] thành thật thương yêu, liệu có từng nghe tiếng [kêu của con vật bị giết]?[1]

Vào những lúc ấy, nếu có bậc Đại giác Thế Tôn rủ lòng lân mẫn, hốt nhiên xuất hiện giữa đời, ắt người người đều hoan hỷ, mừng mừng tủi tủi mà cung kính đảnh lễ nương theo, khác nào như chim bồ câu đang ôm lòng kinh sợ, được bóng mát che chở liền an ổn,[2] hoặc như dê kia sắp chết, dưới lưỡi dao cầu xin người cứu mạng. [Những lý lẽ rõ ràng như thế,] cần chi phải mất thời gian níu kéo theo luận thuyết sai lầm của người đi trước mà so sánh giữa Phật với Khổng xem ai hơn ai kém!

---

[1] Tử Dư (子輿 - 372-289 trước Công nguyên): tức Mạnh tử, tên tự là Tử Dư. Ông cổ súy cho đức nhân ái, cũng là người đưa ra câu "quân tử viễn bào trù" (người quân tử tránh xa chỗ bếp núc), cho rằng như thế là có lòng nhân ái, vì khi nhìn thấy hoặc nghe tiếng con vật kêu thì không nỡ ăn thịt nó. Quan điểm này bị tác giả cho là mơ hồ, vì liệu cả đời có thể nào chưa từng nghe tiếng những con vật bị giết kêu la chăng? Cho nên, chỉ tránh đi để không nghe tiếng kêu, mà không kiên quyết chấm dứt sự giết hại ăn thịt muôn loài thì không thể gọi là nhân.

[2] Có lần chim bồ câu bị diều hâu rượt bắt kinh sợ bay đến chỗ đức Phật, nép vào dưới cái bóng của ngài liền lập tức hết run sợ.

Đại sư Ấn Quang dạy về phóng sinh[1]

Việc giữ giới không giết hại, thực hành phóng sinh, [hình thức bên ngoài] thì cạn cợt dễ thấy, nhưng chân lý ý nghĩa thâm sâu thì không dễ thấu hiểu rõ ràng. Nếu không thấu hiểu rõ ràng ý nghĩa, thì ví như có thực hành được theo hình thức bên ngoài, trong tâm chắc chắn cũng không thể có được sự chí thành khởi lòng thương xót vật loại. Lợi lạc phúc đức từ việc phóng sinh cũng sẽ do tâm lượng hẹp hòi như thế mà trở thành nhỏ nhoi cạn cợt. Ví như gặp người kém hiểu biết ngăn cản chê bai, liền có thể vì thế mà thối thất, đánh mất tâm nguyện. Do đó mà đã có rất nhiều người để mất tâm lành, buông xuôi theo kẻ xấu.

Tôi vì thế nên không ngại [bị chê bai là] lắm lời, [soạn văn này] giải bày rõ ràng ý nghĩa [của việc phóng sinh], muốn cho muôn loài vật đều được tắm gội ân đức từ bi, người người đều được vun bồi phước báu, lấy tâm thành khẩn mà đạt đến đức nhân ái sâu xa, dứt trừ nghiệp giết hại cho cả bản thân mình và muôn vật, thảy đều được sống lâu an ổn, vui hưởng tuổi trời. Lại mong có thể đem chút công đức này hồi hướng về Tây phương Cực Lạc, ắt sẽ được vĩnh viễn thoát khỏi luân hồi, vượt ra ngoài ba cõi, được làm đệ tử đức Phật A-di-đà, được làm bạn lành khắp trong thánh chúng. Mong rằng người đọc văn này sẽ có sự lưu tâm chú ý, nỗ lực thực hành.

Xưa nay, mỗi một niệm chân tâm tự tính của các loài chúng

[1] Nguyên tác ghi là "釋聖量南潯極樂寺重修放生池疏 – Thích Thánh Lượng Nam Tầm Cực Lạc tự trùng tu phóng sinh trì sớ" (Bài sớ tu sửa lại ao phóng sinh chùa Cực Lạc ở Nam Tầm của Thích Thánh Lượng). Thích Thánh Lượng chính là pháp hiệu của Đại sư Ấn Quang. Chúng tôi dựa theo nội dung để đặt lại tiêu đề, vì Đại sư soạn bài văn này để dạy về ý nghĩa phóng sinh và kêu gọi mọi người góp sức tu sửa ao phóng sinh của chùa Cực Lạc ở Nam Tầm, thuộc Hồ Châu, Chiết Giang.

sinh trên cạn dưới nước, nếu đem so với chư Phật ba đời[1] đều không khác biệt, chỉ do nghiệp lực xấu ác tích tụ nhiều đời, che chướng đi sự sáng suốt nhiệm mầu, khiến cho không thể hiển lộ rõ ràng nên phải chịu lưu chuyển trong kiếp cầm thú, lại khiến cho tri thức trở nên kém cỏi hẹp hòi, ngoài việc kiếm miếng ăn, chạy tránh cái chết thì không còn biết thêm gì khác.

Ví như có một tấm gương báu bằng đồng rất lớn, trải qua nhiều kiếp bụi bặm phủ dày, chẳng những không còn chiếu sáng, mà cho đến cái hình thể bằng đồng của nó cũng không lộ ra được, thật chẳng khác gì một món đồ bỏ đi.

Bỗng gặp một người khôn ngoan trí tuệ, biết được đây là tấm gương báu có khả năng chiếu sáng khắp trong trời đất, liền ngày ngày ra công lau chùi bụi bặm. Ban đầu ắt có thể làm lộ ra phần nào hình thể của gương, sau đó dần dần có thể khiến cho bắt đầu phát sáng. Đến khi đã lau sạch được hoàn toàn bụi bặm, ắt có thể chiếu sáng khắp trong trời đất, mà hình thể của gương cũng hiển lộ trọn vẹn. Những kẻ ngu si không có trí tuệ, đến lúc ấy mới biết quý trọng tấm gương, xem đó là vật quý báu nhất.

Nên biết rằng, sự chiếu sáng vốn là khả năng sẵn có của gương, không phải do lau chùi mà có. Nhưng tuy sẵn có khả năng ấy, nếu không gặp duyên được lau chùi bụi bặm thì dù trải qua muôn kiếp tiếp nối nhau cũng không thể có ngày tỏa sáng.

Hết thảy loài người, chư thiên cho đến tất cả chúng sinh trong sáu đường luân hồi[2] cũng đều giống như vậy. Do nghiệp đã tạo từ vô thủy đến nay che chướng, không thể nào phát khởi hiển lộ sự sáng suốt nhiệm mầu vốn luôn sẵn có, [do đó mà] mê

[1] Chư Phật ba đời: chư Phật trong quá khứ, hiện tại và tương lai.

[2] Sáu đường luân hồi: bao gồm tất cả chúng sinh thuộc các cảnh giới: cõi người, cõi trời, a-tu-la, địa ngục, ngạ quỷ và súc sinh.

lầm đi ngược lại với bản tính chân thật của mình, tiếp tục tạo nghiệp phải lưu chuyển mãi trong sinh tử.

Đấng Đại Giác Thế Tôn rõ biết mỗi một niệm chân tâm tự tính của hết thảy chúng sinh so với chư Phật đều không khác biệt, do đó mới khéo léo dùng đủ mọi phương tiện, tùy theo căn cơ mà thuyết giảng Chánh pháp, khiến cho tất cả đều biết tu tập theo con đường Giới, Định, Tuệ, nhờ đó có thể dứt trừ nghiệp chướng mê lầm mà tìm lại được bản tâm vốn có, thành tựu trọn đủ phước đức trí tuệ, chứng đắc Pháp thân.

Ngài cũng dạy người đời phát khởi tâm từ bi, giữ giới không giết hại, thực hành phóng sinh, tin chắc việc bản thân mình cùng với hết thảy chúng sinh lưu chuyển trong luân hồi từ vô thủy đến nay, đã từng thay đổi sinh dưỡng và giết hại lẫn nhau, cho nên mỗi một chúng sinh kia đều đã từng là cha mẹ, anh chị em, con cái của ta, mà bản thân ta cũng từng là cha mẹ, anh chị em, con cái của những chúng sinh khác.

Những chúng sinh ấy, do nghiệp lực xấu ác nên thường sinh ra làm người hoặc làm súc sinh, luôn bị ta giết hại. Bản thân ta cũng do nghiệp lực xấu ác nên thường sinh ra làm người hoặc làm súc sinh, luôn bị những chúng sinh khác giết hại. Trải qua nhiều đời nhiều kiếp, cùng thay đổi mà sinh dưỡng, giết hại lẫn nhau như thế, không có lúc dừng.

Những việc như thế, người phàm si mê không biết, nhưng đức Như Lai nhìn thấy rõ ràng. Không suy xét đến thì thôi, nếu suy xét đến những điều như thế, ắt không sao kiềm được sự hổ thẹn [về những lỗi lầm xưa] cũng như khởi tâm thương xót biết bao cho hết thảy muôn loài.

Chúng ta may mắn có phước lành từ đời trước, nay mới được sinh làm người, nên giải trừ cừu hận, tháo gỡ oán kết, giữ giới không giết hại, thực hành phóng sinh, khiến cho hết thảy muôn loài có sinh mạng đều được quay lại sống an ổn trong môi trường của chúng, lại vì chúng mà niệm Phật, hồi hướng cầu sinh Tịnh độ, giúp chúng được độ thoát. Ví như những chúng sinh ấy do nghiệp xấu ác nặng nề nên khó được vãng sinh, chúng ta nên hồi hướng công đức của việc làm hiền thiện này cho chúng, thì nhất định khi lâm chung chúng cũng sẽ được vãng sinh về Tây phương Tịnh độ. Đã được vãng sinh rồi, ắt vượt khỏi phàm tình, nhập hàng thánh giả, thoát khỏi sinh tử, mãi mãi ra khỏi luân hồi, dần dần chứng được quả Phật.

Hơn nữa, thương yêu muôn vật, cứu thoát mọi sinh mạng là điều mà các bậc hiền thánh thuở xưa vẫn thường làm. Cho nên, kinh Thư[1] có đoạn văn dạy rằng "chim, thú, cá, rùa... muôn loại, đều nên giữ cho được sống yên vui". Văn vương từng ban ân trạch đến cả xương khô,[2] huống chi đối với những loài vật có tri giác? Đến như Giản Tử cứu chim cưu,[3] Tử Sản nuôi cá,[4] Tùy hầu giúp rắn,[5] Dương Bảo cứu chim hoàng tước,[6] đều cho thấy tâm địa các bậc thánh hiền nhân từ chẳng khác gì nhau, cho dù

[1] Kinh Thư, còn gọi là sách Thượng thư. Nội dung trích dẫn này nằm trong thiên Y huấn.

[2] Theo sách Thông sử, Văn vương có lần tuần thú vùng đồng nội, thấy một bộ xương khô, lệnh tùy tùng chôn cất, người ấy nói: "Đó là xương vô chủ." Văn vương nói: "Người trong thiên hạ thì thiên hạ là chủ, người trong nước thì đất nước này là chủ, nay ta chính là chủ của bộ xương ấy." Nói rồi sai dùng quan tài khâm liệm, chôn cất tử tế. Chuyện này truyền khắp thiên hạ, người người đều nói: "Ân trạch của Văn vương thấm nhuần đến cả bộ xương khô, huống chi là người sống."

[3] Giản Tử, tức Triệu Giản tử (趙簡子), tên thật là Triệu Ưởng (趙鞅) không rõ năm sinh, mất vào năm 475 trước Công nguyên, là tông chủ thứ 8 của họ Triệu, một trong sáu họ lớn (Lục khanh) của nước Tấn, sau này khai sinh ra nước Triệu thời Chiến quốc. Vào thời ông, người nước Tấn vào dịp tết Nguyên đán thường có tục bắt rất nhiều chim cưu làm thịt uống rượu. Ông thấy vậy thương xót, bỏ tiền mua hết chim cưu trong ngày ấy thả cho tự do. Có người thấy vậy nói với ông: "Ông chỉ cứu chim cưu mỗi một ngày trong năm, như vậy chưa phải thực sự nhân từ." Ông thừa nhận người ấy nói đúng, liền ban hành lệnh cấm người trong nước không được bắt chim cưu, đồng thời còn ban thưởng cho những ai biết làm việc phóng sinh cứu vật.

[4] Xem chuyện Tử Sản thả cá vào ao nuôi ở trang 294.

[5] Xem chuyện Tùy hầu giúp rắn ở trang 301.

[6] Xem chuyện Dương Bảo cứu chim hoàng tước ở trang 305.

họ không hề biết đến những ý nghĩa như: muôn loài sinh linh đều sẵn có tánh Phật, lưu chuyển lên xuống trong sáu cõi luân hồi, thay đổi làm kẻ oán người thân của nhau, cho đến việc tất cả chúng sinh trong tương lai đều nhất định rồi sẽ thành Phật. Phải đợi khi Phật pháp được truyền về phương Đông, thì những giáo lý về nhân quả ba đời, cũng như "chân tâm tự tính của hết thảy chúng sinh cùng với chư Phật đều bình đẳng không sai khác" mới được tỏa sáng khắp nơi.

Xưa nay những bậc đại thánh đại hiền, không ai là không từ bỏ sự giết hại, thực hành phóng sinh, xem đó như phương cách để xoay chuyển, ngăn cản khuynh hướng giết hại của người đời, nhằm vun bồi quả phúc, làm nền tảng cho việc chấm dứt nạn đao binh, để người người cùng được vui hưởng tuổi trời.

Người xưa có nói:

Muốn biết vì sao thế gian,
Triền miên binh lửa, ngút ngàn nạn tai,
Hãy nghe vang vọng đêm dài,
Tiếng kêu thảm thiết vạn loài sinh linh.

Lại cũng dạy rằng:

Muốn cho thiên hạ thái bình,
Phải ngưng ăn thịt chúng sinh các loài.

Cho nên có thể biết rằng, việc giữ giới không giết hại và thực hành phóng sinh chính là phương thức cứu đời tốt nhất, nhổ tận gốc rễ, lấp tận cội nguồn của mọi khổ đau trong đời sống.

Vì thế, Đại sư Trí Giả[1] vào đời Trần[2] từng mua đất đai ở những nơi rừng núi, sông hồ, khe suối... có đến hơn sáu

[1] Đại sư Trí Giả họ Trần, tên tự Đức An, hiệu Trí Khải. Ngài sinh năm 538, viên tịch vào năm 597. Do ngài tu hành ở núi Thiên Thai, sáng lập tông Thiên Thai nên thường được tôn xưng là Thiên Thai Trí Giả Đại sư.

[2] Đời Trần: kéo dài trong khoảng năm 557 đến năm 589, thuộc triều đại thuộc Nam Bắc triều của Trung Hoa.

mươi nơi, rộng hơn bốn trăm dặm, đều dùng để kiến lập các ao phóng sinh, lại thỉnh vua ban sắc chỉ, lập bia đá khắc vào dựng ở mỗi nơi, nghiêm cấm hẳn việc bắt cá tôm, những kẻ lén lút bắt trộm đều lập tức gặp họa. Cho đến khoảng niên hiệu Trinh Quán đời Đường,[1] những nơi ấy vẫn còn nguyên vẹn.

Niên hiệu Càn Nguyên năm thứ hai[2] đời Đường Túc Tông, vua ban chiếu lệnh cho các châu trong thiên hạ mỗi nơi đều phải lập ao phóng sinh, lại ra lệnh cho Nhan Chân Khanh[3] soạn văn bia rồi dùng chu sa làm mực đỏ viết lên bia đá, trong đó có đoạn: "Vua ta cho lập ao phóng sinh khắp thiên hạ, khiến [muôn loài] trong bờ cõi đều được hưởng nhờ ơn phước, nương sức gia trì của đà-la-ni, làm khô kiệt dòng sinh tử trong biển phiền não. So ra từ trước đến nay thật chưa từng có ai làm được điều tương tự như vậy."

Vào năm đầu niên hiệu Thiên Hi[4] đời Tống Chân Tông, vua cũng ban chiếu yêu cầu lập ao phóng sinh trong khắp thiên hạ, như Tây Hồ ở Hàng Châu cũng chính là một ao phóng sinh được lập ra vào lúc ấy.

Đời Minh, Đại sư Liên Trì lập ao phóng sinh ở hai nơi là Thượng Phương và Trường Thọ. Ngài cũng soạn bài văn "Giới sát phóng sinh" lưu truyền khắp trong thiên hạ. Từ đó đến nay đã hơn ba trăm năm, hàng xuất gia cũng như người thế tục,

---

[1] Niên hiệu Trinh Quán đời Đường kéo dài trong khoảng từ năm 627 đến năm 649.

[2] Tức là năm 759. Có nơi khác chép rằng việc này xảy ra vào niên hiệu Càn Nguyên năm thứ ba, tức năm 760.

[3] Nhan Chân Khanh (顏真卿): Nhan Chân Khanh sinh năm 709, mất năm 785, quê ở Lâm Nghi, thuộc tỉnh Sơn Đông, từng được phong tước Lỗ quận công nên còn có tên gọi là Nhan Lỗ Công. Ông là cháu 7 đời của học giả Nhan Sư Cổ đời Bắc Tề, và là cháu 5 đời của Nhan Chi Thôi, tác giả sách Nhan thị gia huấn. Ông đỗ tiến sĩ vào niên hiệu Khai Nguyên đời Đường Huyền Tông, làm quan trải qua 4 triều vua, lên đến các chức vụ như Thị lang bộ Hộ, Thượng thư bộ Hình, Ngự sử Đại phu... Ông cũng là một nhà thư pháp rất nổi tiếng.

[4] Tức là năm 1017.

kính ngưỡng vâng theo phong cách đạo hạnh cao vời của ngài mà phát tâm từ bi cứu sống sinh mạng muôn loài, quả thật số nhiều không thể kể xiết.

Có người hỏi: "Những người cô độc, những kẻ khốn cùng nghèo đói, ở đâu cũng có, sao không lo chu cấp cứu giúp cho họ, mà chỉ chuyên tâm gấp rút lo cho những loài vật chẳng liên quan gì đến ta, như vậy chẳng phải là đã đảo ngược lấy nhẹ làm nặng, bỏ việc gấp mà làm việc hoãn đó sao?"

Đáp rằng: "Nói như vậy là vì chưa rõ biết được nguyên nhân vì sao đức Như Lai dạy người phải giữ giới không giết hại, thực hành phóng sinh. Người với muôn vật tuy [hình dạng] khác nhau, nhưng tánh Phật vốn đồng như nhau. Những chúng sinh kia do tạo nghiệp xấu ác nên nay phải luân chuyển trong loài cầm thú, chúng ta nhờ có nghiệp lành đã tạo nên may mắn được sinh làm người, nếu không biết khởi lòng lân mẫn xót thương muôn vật, lại buông thả theo thế tục mà ăn nuốt xương thịt chúng sinh, thì một mai khi phước lành đã hết, nghiệp ác của những chúng sinh [bị ta ăn thịt] cũng hết, ắt khó lòng tránh khỏi phải đối mặt đền trả, chịu giết hại và bị ăn nuốt lại.

"Nên biết, nạn binh đao tai kiếp vốn đều do nghiệp giết hại [của chúng sinh] chiêu cảm mà có. Nếu không có nghiệp giết hại, cho dù tự thân có gặp phải bọn giặc cướp, ắt chúng cũng khởi tâm lành mà không giết hại ta. Hơn nữa, những nạn khổ như ôn dịch, lũ lụt, lửa cháy hoặc những tai nạn bất ngờ đều rất ít xảy ra với những người giữ giới không giết hại, thực hành phóng sinh. Cho nên biết rằng, việc bảo vệ sự sống của chúng sinh vốn cũng là bảo vệ chính mình. Người giữ giới không giết hại thì bản thân không bị chư thiên giết hại, không bị quỷ thần giết hại, không bị giặc cướp giết hại, cũng không bị giết hại bởi sự báo oán qua lại trong tương lai.

"Những người cô độc, những kẻ khốn cùng, nghèo đói,

tất nhiên cũng nên tùy sức mình mà chu cấp, giúp đỡ, có lẽ nào những người giữ giới không giết hại, thực hành phóng sinh thì lại không làm những việc tạo công đức như thế hay sao? Nhưng cho dù những người cô độc đơn chiếc thật hết sức đáng thương, họ cũng chưa đến nỗi bị dồn vào chỗ chết. Còn những con vật kia nếu không có người bỏ tiền cứu gấp, ắt phải lập tức chịu lên dao thớt, bị nấu nướng đưa vào bụng người."

Lại hỏi rằng: "Số lượng vật loại không thể tính đếm, liệu khả năng chúng ta cứu được bao nhiêu?"

Đáp: "Nên biết rằng, việc phóng sinh đó là để làm phát khởi nơi những người đồng cảm với ta cái thiện tâm tối thắng, biết bảo vệ sinh mạng muôn loài, mong cho mọi người nhận hiểu được ý nghĩa sâu xa của việc phóng sinh mà ta đang thực hiện, thì trong lòng họ mới khởi sinh sự thương xót trắc ẩn, không nỡ ăn thịt muôn loài nữa. Người ăn thịt đã thôi không ăn, người đánh bắt vật mạng ắt cũng phải tự nhiên chấm dứt. Mong rằng khi ấy thì muôn loài dưới nước trên cạn, cho đến giữa không trung, hết thảy đều được yên ổn tự do bơi lội bay nhảy trong môi trường của chúng. Như vậy thì không cần làm việc phóng sinh nữa, mà đã là phóng sinh ở khắp mọi nơi, chẳng phải cả thiên hạ này đều trở thành một ao phóng sinh lớn rồi sao?

"Nhưng ví như không thể làm cho tất cả mọi người đều được như vậy, thì chỉ cần một người không nỡ ăn thịt, cũng đã có vô số con vật trên cạn dưới nước được thoát chết, huống chi nào phải chỉ có một người? Hơn nữa, khuyến khích phóng sinh chính là vì hết thảy những người quanh ta trong hiện tại cũng như tương lai mà dứt trừ nhân xấu dẫn đến sự cô độc, khốn cùng, nghèo khó, hoạn nạn, lại tạo duyên lành để được sống lâu không bệnh tật, được giàu sang phú quý, được sống an vui, cha con, chồng vợ sum họp dài lâu cho đến tuổi già. Đó mới chính là sự chuẩn bị chu cấp cứu giúp lâu dài, khiến cho mọi người trong tương lai đời đời kiếp kiếp sẽ vĩnh viễn không bao giờ gặp phải những nỗi khổ cô độc, khốn cùng, nghèo đói... lại được thọ hưởng dài lâu những niềm vui của sự sống thọ, giàu sang... Đó chẳng phải là giúp cho trong khắp bờ cõi đều được hưởng nhờ ơn phước đó sao? Việc [tốt đẹp lớn lao] như thế, há có thể xem thường mà bác bỏ được sao?

"Hãy suy xét cho kỹ, việc giữ giới không giết hại, thực hành phóng sinh, xét cho cùng chính là chuyên tâm gấp rút lo cho muôn người, đâu chỉ là chuyên tâm gấp rút lo cho loài vật, sao lại cho rằng đó là đảo ngược lấy nhẹ làm nặng, bỏ việc gấp mà làm việc hoãn?"

*

Bên ngoài chùa Cực Lạc trước đây vốn đã có ao phóng sinh, nhưng do bốn phía bờ vách chưa được xây nên đất thường sụp lở, lại đã quá lâu không được nạo vét nên đáy hồ bùn đất lấp đầy [không dùng được nữa. Vì thế nên] mỗi khi có người hiền thiện muốn thực hành phóng sinh đều phải mang ra sông, tuy phát tâm lành nhưng thật khó mang lại lợi ích cho sinh mạng muôn loài. Thường thì buổi sáng thả ra, buổi chiều đã bị người khác bắt lại đến hơn một nửa. Nếu như được ở gần sông lớn, tất nhiên rất nên mang ra sông thả, nhưng với những đoạn sông nhỏ thì thật không thích hợp, [vì rất dễ bị người khác bắt lại].

Đại sư Viên Lâm thấy sự tình như vậy thì trong lòng bất nhẫn, nên mới nghĩ đến việc nạo vét lại đáy hồ này cho sâu, chung quanh đắp đất lên thành tường bảo vệ, để có nơi thuận tiện cho việc phóng sinh, mà những kẻ xấu muốn vào bắt trộm cũng không thể được. Ý định như thế thật hết sức tốt đẹp sâu xa, nhưng vẫn còn chưa khởi công thực hiện được. Nhân khi có

Đại sư Giác Tam từ núi Phổ Đà đến, ngài vừa gặp qua một lần đã thấy đạo tình tương thông khế hợp, liền mang hết công việc trong chùa giao phó lại, còn tự bản thân mình thì buông xả mọi sự, chuyên tâm tu tập tịnh nghiệp.

Đại sư Giác Tam từ khi tiếp nhận mọi việc trong chùa, lập tức muốn nhanh chóng tiến hành ngay công trình tu sửa ao phóng sinh. Nhưng công việc ấy quá lớn lao, nên sức một người thật khó thành tựu, thầy liền nghĩ đến việc kêu gọi thiện nam tín nữ trong vùng, cùng góp sức làm việc tốt đẹp này. Vì thế mới nhờ tôi viết cho đôi lời.

Tôi vẫn thường đau lòng nghĩ đến thời cuộc gần đây thật quá nhiều chuyện giết chóc thảm thương, tuy muốn cứu vãn nhưng thật bất lực. Nay nhân sự thỉnh cầu của thầy, thật xúc động đến nỗi lòng lo nghĩ của tôi, liền đem những ý nghĩa như con người với loài vật vốn đều sẵn có chân tâm bản tánh, đều tùy theo nghiệp lực mà lưu chuyển thăng trầm, cùng với những quả báo thiện ác khác nhau giữa việc giết hại và bảo vệ sinh mạng muôn loài, lược nói ra trong bài văn này.

Mong sao các vị thiện nam tín nữ cùng phát niệm lành, cùng quyên góp tài vật công sức, khiến cho công việc này được nhanh chóng thành tựu, để những con vật được phóng sinh có chỗ yên ổn sống. Những lợi ích, công đức của việc làm ấy thật vô lượng vô biên, đâu chỉ là trong một đời này được tiêu trừ tai họa, hưởng mọi phước lành, mà trong tương lai còn sẽ được báo đền ân đức, thật không biết đến bao nhiêu ngàn muôn ức kiếp mà kể.

*

MỤC LỤC

Lời thưa

Trong kinh Pháp Cú, đức Phật dạy rằng: "Pháp thí thắng mọi thí." Thực hành Pháp thí là chia sẻ, truyền rộng lời Phật dạy đến với mọi người. Mỗi người Phật tử đều có thể tùy theo khả năng để thực hành Pháp thí bằng những cách thức như sau:

1. Cố gắng học hiểu và thực hành những lời Phật dạy. Tự mình học hiểu càng sâu rộng thì việc chia sẻ, bố thí Pháp càng có hiệu quả lớn lao hơn. Nên nhớ rằng **việc đọc sách còn quan trọng hơn cả việc mua sách**.

2. Phải trân quý kinh điển, sách vở in ấn lời Phật dạy. Khi có điều kiện thì mua, thỉnh về nhà để tự mình và người trong gia đình đều có điều kiện học hỏi làm theo. Không nên giữ làm của riêng mà phải sẵn lòng chia sẻ, truyền rộng, khuyến khích nhiều người khác cùng đọc và học theo. Không nên để kinh sách nằm yên đóng bụi trên kệ sách, vì **kinh sách không có người đọc thì không thể mang lại lợi ích**.

3. Tùy theo khả năng mà đóng góp tài vật, công sức để hỗ trợ cho những người làm công việc biên soạn, dịch thuật, in ấn, lưu hành kinh sách, **để ngày càng có thêm nhiều kinh sách quý được in ấn, lưu hành**.

Thông thường, việc chi tiêu một số tiền nhỏ không thể mang lại lợi ích lớn, nhưng nếu sử dụng vào việc giúp lưu hành kinh sách thì lợi ích sẽ lớn lao không thể suy lường. Đó là vì đã giúp cho nhiều người có thể hiểu và làm theo lời Phật dạy. Mong sao quý Phật tử khắp nơi đều lưu tâm đóng góp sức mình vào những việc như trên.

TINH YẾU THỰC HÀNH PHÁP THÍ

- *Mua thỉnh kinh sách về đọc, tự mình sẽ được rất nhiều lợi ích.*

- *Chia sẻ, truyền rộng bằng cách cho mượn, biếu tặng kinh sách đến nhiều người thì lợi ích ấy càng tăng thêm gấp nhiều lần.*

- *Đóng góp công sức, tài vật để hỗ trợ công việc biên soạn, dịch thuật, giảng giải, in ấn, lưu hành kinh sách thì công đức lớn lao không thể suy lường, vì có vô số người sẽ được lợi ích từ việc lưu hành kinh sách.*

www.ingramcontent.com/pod-product-compliance
Lightning Source LLC
LaVergne TN
LVHW090231051026
849517LV00001B/269
* 9 7 9 8 2 1 5 2 0 0 9 1 9 *